പുസ്തകം 1

ഇ എം എസ്

ems
•
anilkumar a v
•
first edition
june 2015
•
published
chintha publishers, thiruvananthapuram
•
typesetting
v k ramachandran
•

•
cover
vinod
•

വിതരണം

ദേശാഭിമാനി ബുക്ക് ഹൗസ്

H O തിരുവനന്തപുരം-695 035
phone: 0471-2303026, 6063026
www.chinthapublishers.com
chinthapublishers@gmail.com

ബ്രാഞ്ചുകൾ

ഹെഡ്ഓഫീസ് ബ്രാഞ്ച് കുന്നുകുഴി • സ്റ്റാച്യു തിരുവനന്തപുരം • കെ എസ് ആർ ടി സി ബസ് സ്റ്റേഷൻ ആലപ്പുഴ • കെ എസ് ആർ ടി സി ബസ് സ്റ്റേഷൻ എറണാകുളം • ചിറ്റൂർ റോഡ് എറണാകുളം • മച്ചിങ്ങൽ ലെയ്ൻ തൃശൂർ • ഐ ജി റോഡ് കോഴിക്കോട് • മാവൂർ റോഡ് കോഴിക്കോട് • എൻ ജി ഒ യൂണിയൻ ബിൽഡിങ് കണ്ണൂർ • സെൻട്രൽ ബസ് ടെർമിനൽ കോംപ്ലക്സ് താവക്കര കണ്ണൂർ

CO - NS 1 / 2207 / 3680

ഇ എം എസ്

അനിൽകുമാർ എ വി

ചിന്ത പബ്ലിഷേഴ്സ്
തിരുവനന്തപുരം-695 035

അനിൽകുമാർ എ വി

കാസർഗോഡ് ജില്ലയിലെ പിലിക്കോട്ട് ജനിച്ചു. അച്ഛൻ: ടി ശിവശങ്കരൻ, അമ്മ: എ വി ലക്ഷ്മി. കോഴിക്കോട് സർവ്വകലാശാലാ ചരിത്രവിഭാഗത്തിൽനിന്ന് രണ്ടാം റാങ്കോടെ എം എ പാസായി. അവിടെ എം ഫിൽ വിദ്യാർത്ഥിയായിരിക്കെ *ദേശാഭിമാനി*യിൽ ചേർന്നു. കുറച്ചുകാലം *ചിന്ത* വാരികയുടെ പത്രാധിപസമിതിയിലും പ്രവർത്തിച്ചു. ഇപ്പോൾ *ദേശാഭിമാനി* അസിസ്റ്റന്റ് എഡിറ്റർ.

ചരിത്രത്തിനൊപ്പം നടന്ന ഒരാൾ, ഇടവേളകളില്ലാത്ത ചരിത്രം, തിരസ്കൃത ചരിത്രത്തിന് ഒരു ആമുഖം, കാവിനിറമുള്ള പ്ലേഗ്, ചിഹ്നങ്ങളുടെ രാഷ്ട്രീയം, ആഗോളവല്ക്കരണത്തിന്റെ അഭിരുചിനിർമ്മാണം, ഒറ്റുകാരുടെ ചിരി, ബുദ്ധിജീവികളുടെ പ്രതിസന്ധി, പ്രതിബിംബക്കെണിയും മൂലധന രാഷ്ട്രീയവും, നാലാംലോകവാദവും സാമ്രാജ്യത്വ രാഷ്ട്രീയവും, സി, യിരമ്യാവ്: അടിമയുടെ ജീവിതം, കെ പി ആർ, ജീവിതത്തിൽ ഒരിക്കൽമാത്രം സംഭവിക്കുന്നവ, പ്രവാസികൾ: ഭാഷയിലും ജീവിതത്തിലും, മുറിവേറ്റ ആഹ്ലാദങ്ങൾ - ചരിത്രവും ജീവചരിത്രവും, ഇന്ദുലേഖയുടെ അനുജത്തിമാർ, സ്വാതന്ത്ര്യത്തിന്റെ പെണ്ണകങ്ങൾ, ജർമ്മൻ സ്കെച്ചുകൾ, പലപേരിൽ ഒരു നഗരം (ട്രിച്ചി കുറിപ്പുകൾ), ഒരിക്കലും പൂട്ടാത്ത മുറി, ആൾദൈവങ്ങൾ അഥവാ അസംബന്ധ മനുഷ്യർ, എഴുത്തുമുറി, സത്യംപറയുന്ന പെരുംനുണയന്മാർ, ജീവിതം നയിക്കാൻ വിധിക്കപ്പെട്ട നുണകൾ, ലങ്കൻ കാഴ്ചകൾ, ഇന്തോനേഷ്യൻ ഡയറി, ഹിറ്റ്ലർ എന്ന ഫുട്ബോൾ കോച്ച്, അനുഭൂതികളിലെ വർഗ്ഗസമരം, മാധ്യമ മഹാസഖ്യം, സിനിമയുടെ ആത്മഗതം, ചരിത്രം ഒരു സമരായുധം, വന്മതിൽ മുതൽ ബീഗ്ബെൻവരെ, ഹോങ്കോങ് - ചൈനാ വിശേഷങ്ങൾ തുടങ്ങിയവ പ്രധാന കൃതികൾ. *സദ്ദാം: നൂറ്റാണ്ടിന്റെ ബലി, കാസ്ട്രോ - ക്യൂബ: വിപ്ലവത്തിന്റെ യൗവനങ്ങൾ, മുല്ലപ്പെരിയാർ* എന്നീ പുസ്തകങ്ങൾ എഡിറ്റു ചെയ്തു.

മികച്ച ജീവചരിത്ര ഗ്രന്ഥത്തിനുള്ള 1997 ലെ സാഹിത്യ അക്കാദമി അവാർഡ്, മികച്ച വൈജ്ഞാനിക കൃതിക്കുള്ള 1997 ലെ അബുദാബി ശക്തി പുരസ്കാരം, സാഹിത്യ സംബന്ധിയായ ടെലിവിഷൻ പരിപാടിക്കുള്ള 2005 ലെ വിഷൽ എന്റർടൈൻമെന്റ് അവാർഡ് എന്നിവ നേടി, *ചരിത്രത്തിനൊപ്പം നടന്ന ഒരാൾ* 'വരലാത്രുടൻ പയനിത്ത മാമനിതർ' എന്ന പേരിൽ തമിഴിലും ഇറങ്ങിയിട്ടുണ്ട്. 2006 ഒക്ടോബറിൽ ജർമ്മൻ നഗരമായ ഫ്രാങ്ക്ഫർട്ടിൽ നടന്ന അന്താരാഷ്ട്ര പുസ്തകോത്സവത്തിൽ പങ്കെടുത്തിരുന്നു. പ്രഭാകരന്റെ അന്ത്യത്തിനുശേഷം ശ്രീലങ്കയിലും യാത്ര ചെയ്തിട്ടുണ്ട്. 2010 മാർച്ചിൽ ജക്കാർത്തയിൽ നടന്ന ഈസ്റ്റ് ഏഷ്യാ മീഡിയാ പ്രോഗ്രാമിൽ ഇന്ത്യൻ സംഘാംഗമായിരുന്നു. ചൈന, ഹോങ്കോങ്, യു എ ഇ, മലേഷ്യ, തായ്ലന്റ്, ബംഗ്ലാദേശ് എന്നീ രാജ്യങ്ങൾ സന്ദർശിച്ചു.

ഡോ. ലേഖയാണ് ഭാര്യ. മക്കൾ: അനുലക്ഷ്മി, അഖിൽശിവൻ

ഉള്ളടക്കം

ഇ എം എസ്
(1909–1998)

മുഖവുര

ഇന്നത്തെ കേരളം ഒരു സുപ്രഭാതത്തിൽ ഉണ്ടായതല്ല. സഹസ്രാബ്ദങ്ങളുടെ ചരിത്രമുണ്ട് അതിന്. ഇരുപതാം നൂറ്റാണ്ടിന്റെ പകുതിവരെ ജന്മി-നാടുവാഴിത്തത്തിന്റെ അധീശത്വവും അധികാരവുമാണ് കേരളത്തിലുണ്ടായിരുന്നത്. വ്യവസായവല്ക്കരണവും യുക്തിചിന്തയും കേരളീയ ജീവിതത്തിൽ വിവിധകാലങ്ങളിൽ ഗണനീയമായ പരിവർത്തനമുണ്ടാക്കിയിട്ടുണ്ട്. വിദേശീയരുമായുള്ള കേരളീയരുടെ സമ്പർക്കം ആരംഭിച്ചത് ആയിരക്കണക്കിന് വർഷങ്ങൾക്കുമുമ്പാണ്. കേരളത്തിന്റെ സുഗന്ധദ്രവ്യങ്ങൾക്കുവേണ്ടിയുള്ള മത്സരം യൂറോപ്യന്മാരുടെ ഭൂപരമായ കണ്ടെത്തലുകൾക്ക് കാരണമായിരുന്നു. ബി സി 3000 മുതൽ സുഗന്ധദ്രവ്യങ്ങൾക്കുവേണ്ടിയുള്ള ഈ പര്യവേക്ഷണങ്ങൾ ആരംഭിച്ചിരിക്കണം. സഹ്യപർവ്വതത്തിന്റെ പടിഞ്ഞാറുഭാഗത്തായി മലനിരകളും ഇടനാടും സമതലവും ചേർന്ന ഈ പ്രദേശം എക്കാലത്തും വ്യത്യസ്തമായ ഒരു പ്രദേശമായിരുന്നു. നാനാജാതിമതങ്ങൾക്ക് താവളവും അഭയവുമായിരുന്നു കേരളം.

ആധുനിക കേരളത്തിന്റെ ഭാവരൂപങ്ങൾ രൂപപ്പെടുത്തിയ അനേകം മഹാവ്യക്തിത്വങ്ങളുണ്ട്. അവർ ജീവിച്ച കാലഘട്ടവുമായി സംഘർഷത്തിലേർപ്പെട്ട് ഉയർന്നുവന്നവരാണവർ. അവരിൽ ഭരണാധികാരികളുണ്ട്, കലാകാരന്മാരുണ്ട്, സാഹിത്യകാരന്മാരുണ്ട്, ദാർശനികരും രാഷ്ട്രമീമാംസക്കാരുമുണ്ട്.

ഒരു കാര്യം സുവ്യക്തമാണ്. ഇന്ത്യാ രാജ്യത്തിന്റെ ഏറ്റവും തെക്കെ അറ്റത്തുള്ള ഈ ഭൂപ്രദേശം നീതിമാന്മാരെ വരിക്കാൻ എല്ലായ്പ്പോഴും സന്നദ്ധമായിട്ടുണ്ട്. മഹാബലിയെ സ്വന്തം രാജാവായി വരിക്കാൻ മലയാളദേശം സന്നദ്ധമായെന്ന കഥ തീർച്ചയായും നീതിമാന്മാരെ അംഗീ

കരിക്കുന്ന ഒരു ജനസംസ്കാരത്തിൽ നിന്നുള്ള ഉപലബ്ധിയാണ്. നീതിക്കുവേണ്ടിയുള്ള ഈ ദാഹത്തിൽ നിന്നാണ് കേരളം വിദേശവാഴ്ചയ്ക്കെതിരെ ആയുധമെടുത്തത്, പിന്നീട് സ്വന്തം മനസ്സുകളുടെ ഇരുൾക്കയങ്ങളിലേക്ക് നൂതനചിന്തയുടെയും സമരത്തിന്റെയും പ്രകാശരശ്മികൾ ഏറ്റുവാങ്ങിയത്. നവോത്ഥാനത്തിലേക്ക് കേരളം നയിക്കപ്പെട്ടത് ഇങ്ങനെയാണ്.

ഇരുപതാം നൂറ്റാണ്ടിലെ കേരളം തിളച്ചുമറിയുന്ന ഒരു പാത്രം പോലെയായിരുന്നു. രാഷ്ട്രീയമുന്നേറ്റങ്ങളും പോരാട്ടങ്ങളും കേരളീയ ജീവിതത്തിന്റെ സ്വാഭാവികമായ അവസ്ഥയായി മാറി. പഴമയുടെ കാവൽക്കാരായ നാടുവാഴി-ഭൂപ്രഭുവർഗ്ഗത്തിനെതിരെ മാനസികവും ഭൗതികവുമായ പോരാട്ടങ്ങളുണ്ടായി. ഇത് കേരളീയരുടെ ഭൗതിക ജീവിതത്തെ മാത്രമല്ല, മാനസിക ജീവിതത്തെയും മാറ്റിമറിച്ചു. കവിതയിലും (സാമാന്യമായി സാഹിത്യത്തിലും) ചിന്തയിലും രാഷ്ട്രീയ പ്രവർത്തനത്തിലുമെല്ലാം ഈ മാറ്റം പ്രകടമായിരുന്നു.

ഈ പരിവർത്തനങ്ങൾക്ക് രൂപം നല്കിയവരെയാണ് 'നവകേരളശില്പികൾ' എന്ന പരമ്പരയിലൂടെ ചിന്ത പരിചയപ്പെടുത്തുന്നത്. നമ്മുടെ അറിവും ഉറവും നിർണ്ണയിക്കുന്നതിൽ നവകേരളശില്പികൾ വലിയ പങ്കു വഹിച്ചു. അവരുടെ ചരിത്രം അറിയുന്നത് കേരളീയ ജീവിതം മുന്നോട്ടു കൊണ്ടുപോവുന്നതിനുള്ള ഒരു മുന്നുപാധിയാണ്. നവകേരളശില്പികൾ എന്ന പരമ്പരയിലെ ഓരോ പുസ്തകവും ഈ ദൗത്യം നിർവ്വഹിക്കുന്നുണ്ട്.

ശ്രീ. പ്രദീപ് പനങ്ങാടാണ് ഈ പരമ്പരയുടെ എഡിറ്റർ. അദ്ദേഹത്തിനും പരമ്പരയിലേക്ക് പുസ്തകങ്ങൾ തയ്യാറാക്കുന്ന എഴുത്തുകാർക്കും ചിന്ത പബ്ലിഷേഴ്സ് കൃതജ്ഞത അറിയിക്കുന്നു.

ചിന്ത പബ്ലിഷേഴ്സ്

ഇ എം എസ്
കാലത്തിന്റെ ജീവിതപുസ്തകം

ഇ എം എസ് നമ്പൂതിരിപ്പാടിന്റെ ജീവിതത്തെ ആധാരമാക്കി നിരവധി പുസ്തകങ്ങൾ പുറത്തുവന്നിട്ടുണ്ട്. ഇ എം എസ് തന്നെ സ്വന്തം ജീവിതത്തിന്റെ വിശദമായ ആഖ്യാനങ്ങൾ നടത്തിയിട്ടുമുണ്ട്. നവകേരള ശില്പികൾ എന്ന പരമ്പരയിലുള്ള *ഇ എം എസ്* എന്ന ഈ ഗ്രന്ഥത്തിൽ എഴുത്തുകാരനും ചരിത്രകാരനുമായ അനിൽകുമാർ എ വി. ഇ എം എസിന്റെ ജീവിതത്തിലെ ഓരോ ഘട്ടത്തേയും സംക്ഷിപ്തവും സമഗ്രവും ലളിതവുമായി അവതരിപ്പിക്കുന്നു. പതിറ്റാണ്ടുകൾ നീണ്ട ദീർഘമായ ആ മഹാജീവിതത്തെ ചെറിയൊരു ഗ്രന്ഥത്തിൽ അവതരിപ്പിക്കുക ഏറെ ബുദ്ധിമുട്ടുള്ള ഒന്നാണ്. പക്ഷേ, ഇ എം എസിന്റെ ജീവിതത്തെ സൂക്ഷ്മമായി പിന്തുടരുന്ന അനിൽകുമാർ അത് സമർത്ഥമായി നടത്തിയിരിക്കുന്നു. ഇ എം എസിന്റെ വിശാലമായ ജീവിതത്തിലേക്കുള്ള സവിശേഷമായ നടപ്പാതകളാണ് ഇവിടെ ഒരുക്കിയിരിക്കുന്നത്.

ഇ എം എസിന്റെ ബാല്യകാലജീവിതം, സ്കൂൾ വിദ്യാഭ്യാസഘട്ടം എന്നിവ ഒരു രേഖാചിത്രമായി അവതരിപ്പിക്കുന്നു. അതുപോലെ ഒളിവ് ജീവിതത്തിന്റെ ഏടുകൾ, വിവാഹം, ദാമ്പത്യം തുടങ്ങിയ പ്രധാന സംഭവങ്ങളും ഇതിലുണ്ട്. വ്യക്തിജീവിതത്തിന്റെ ഉള്ളറകളിലേക്ക് കടക്കാനുള്ള സന്ദർഭങ്ങളാണ് ഇവിടെ സൃഷ്ടിച്ചിരിക്കുന്നത്.

ഇ എം എസിന്റെ ധൈഷണിക ജീവിതത്തിനും ആശയസമരങ്ങൾക്കും അനിൽകുമാർ പ്രാധാന്യം നല്കുന്നു. പത്രപ്രവർത്തകൻ, എഴുത്തുകാരൻ എന്നീ നിലകളിലുള്ള ഇ എം എസിന്റെ ജീവിതം സമഗ്രമായി അവതരിപ്പിക്കുന്നു. ആശയസമരങ്ങളിൽ ഇ എം എസ് നടത്തുന്ന സജീവമായ ഇടപെടലുകൾ, ഭാഷ, സംസ്കാരം, സാഹിത്യം എന്നീ മേഖലകളിൽ നടത്തിയ സംവാദങ്ങൾ ഇവ രേഖപ്പെടുത്തുന്നു. പ്രസ്ഥാന

ത്തിന്റെ ആശയപ്രചരണത്തിനായി രൂപംകൊടുത്ത പ്രസിദ്ധീകരണങ്ങൾ, അതിലൂടെ നടത്തിയ പ്രത്യയശാസ്ത്ര സംവാദങ്ങൾ ഇവ വിശദീകരിക്കുന്നു. ഇ എം എസ് എന്ന എഴുത്തുകാരനെ സമഗ്രമായി മനസ്സിലാക്കാനുള്ള അവസരമാണിത്.

കേരളത്തിന്റെ നവോത്ഥാന നായകൻ എന്ന നിലയിലുള്ള ഇ എം എസിന്റെ പ്രവർത്തനങ്ങളെയും ക്രോഡീകരിക്കുന്നു. ജാതി മതശക്തികൾക്കെതിരായ പോരാട്ടങ്ങൾ, അനാചാരങ്ങൾ, അന്ധവിശ്വാസങ്ങൾ എന്നിവയ്ക്കെതിരെയുള്ള സമരങ്ങൾ, അടിസ്ഥാനവർഗ്ഗത്തിന്റെ പുരോഗതിക്കായി രൂപീകരിച്ച നവോത്ഥാന പ്രസ്ഥാനങ്ങൾ എന്നിവയെല്ലാം സൂക്ഷ്മമായി അവലോകനം ചെയ്യുന്നു. കേരളത്തിൽനിന്ന് ഉയർന്ന് ലോകകമ്യൂണിസ്റ്റ് പ്രസ്ഥാനത്തിൽ നിർണ്ണായക സ്ഥാനം നേടിയ ഇ എം എസിനെ സമഗ്രമായി അടയാളപ്പെടുത്തുന്നു. അന്തർദ്ദേശീയരംഗത്ത് നടത്തിയ രാഷ്ട്രീയ ഇടപെടലുകളും അവതരിപ്പിച്ച ആശയങ്ങളും വിശദമാക്കുന്നുണ്ട്.

ഇ എം എസ് എന്ന കേരള നവോത്ഥാനശില്പിയുടെ ആശയസമരങ്ങൾക്കും പ്രായോഗിക പ്രവർത്തനങ്ങൾക്കും സാമൂഹിക വീക്ഷണങ്ങൾക്കും പ്രാധാന്യം നല്കി രചിച്ച ഗ്രന്ഥമാണിത്. മലയാളി വായനക്കാർക്കും ചരിത്രവിദ്യാർത്ഥികൾക്കും വീണ്ടും ഇ എം എസിന്റെ ജീവിതത്തിലേക്ക് കടന്നുപോകാനുള്ള വഴികാട്ടികൂടിയാണ് അനിൽകുമാറിന്റെ *ഇ എം എസ്*. ഈ പുസ്തകം നവകേരളശില്പികൾ പരമ്പരയിൽ അവതരിപ്പിക്കാൻ കഴിഞ്ഞതിൽ സന്തോഷം.

പ്രദീപ് പനങ്ങാട്
എഡിറ്റർ
നവകേരളശില്പികൾ
ജീവചരിത്ര പരമ്പര

1

ജനനം, ബാല്യം

ജനങ്ങൾ രചയിതാക്കളായ നോവലാണ് ചരിത്രമെന്ന് നിർവ്വചിച്ചത്, ഫ്രഞ്ച് എഴുത്തുകാരൻ ആൽഫ്രഡ് ഡി വിഗ്നി. ഛായാചിത്രങ്ങളുടെ മുഖം ചുവരിന് നേരെ തിരിച്ചുവെച്ച് ചരിത്രത്തിന്റെ ഗതി മാറ്റാനാവില്ലെന്ന് പറഞ്ഞതാവട്ടെ ജവഹർലാൽ നെഹ്റുവും. ചരിത്രമെഴുത്തിലെ വരേണ്യവാദത്തിനു നേരെയാണ് ഇരു പ്രതിഭകളും നേർത്ത മട്ടിൽ കലഹിച്ചിട്ടുള്ളതെന്നു കാണാം. വ്യക്തിയെയും സംഭവങ്ങളെയും മുൻവിധികളോടെ നോക്കിക്കാണുന്ന ഒരു ധാരയ്ക്കാണ് നമ്മുടെ ധൈഷണിക മണ്ഡലങ്ങളിൽ ഇപ്പോഴും മേൽക്കൈ. ആധുനിക കേരള ചരിത്രത്തിൽ തിരിച്ചറിയാനാവാത്ത മാറ്റങ്ങൾക്ക് അസ്തിവാരമിട്ട ഇ എം എസിന്റെ ജീവിതവും ഇടപെടലുകളും പ്രവർത്തനങ്ങളും നല്കിയ സംഭാവനയുടെ ഗൗരവത്തിൽ അവ ഇനിയും വേണ്ടവിധം പരിശോധിക്കപ്പെട്ടിട്ടുമില്ല. ജീവചരിത്രമെന്നാൽ മനുഷ്യന്റെ വസ്ത്രങ്ങളും കുപ്പായക്കുടുക്കുകളുമാണ്. എന്നാൽ ഒരാൾക്ക് സ്വന്തം ജീവചരിത്രം എഴുതാനാവില്ലല്ലോ എന്ന മാർക്ട്വയിനിന്റെ ഫലിതവും മറക്കാതിരിക്കാം. യാഥാസ്ഥിതിക രാഷ്ട്രതന്ത്രജ്ഞനും ബ്രിട്ടീഷ് പ്രധാനമന്ത്രിയുമായിരുന്ന ആർഥർ ബാൾഫോർ, ജീവചരിത്രം എഴുതിക്കേണ്ടത് കടുത്ത ശത്രുവിനെക്കൊണ്ടാണെന്ന് അഭിപ്രായപ്പെട്ടിരുന്നു. സൈദ്ധാന്തിക വിയോജിപ്പുകളും വിമർശനങ്ങളും അതിൽ ഉൾച്ചേരുമെന്ന് അദ്ദേഹം പ്രതീക്ഷിച്ചിരുന്നിരിക്കണം. എന്നാൽ ഇ എം എസിനെതിരായ മിക്ക കൃതികളും പ്രത്യയശാസ്ത്ര വെല്ലുവിളി ഉയർത്താനാവാതെ ശകാരപ്പെരുമഴയായി പെയ്തൊഴിയുകയായിരുന്നു. അതുകൊണ്ടുതന്നെ ചരിത്രവും വ്യക്തിയും തമ്മിലുള്ള വൈരുദ്ധ്യാത്മക ബന്ധത്തിന്റെ പശ്ചാത്തലത്തിലേ അദ്ദേഹത്തെ കുറിച്ചുള്ള ഏതെഴുത്തും അർത്ഥവത്താകൂ.

ഇ എം എസ്- ഒരു ചെറുപ്പകാല ചിത്രം

ആധുനിക കേരള ചരിത്രത്തിൽ ഇ എം എസിനെപ്പോലെ സ്വാധീനം ചെലുത്തിയ മറ്റൊരാളില്ല. മുഴുവൻ സമയ രാഷ്ട്രീയ ഇടപെടലുകൾക്കൊപ്പം സാഹിത്യം, സംസ്കാരം, ചരിത്രം എന്നീ വിഷയങ്ങളിലെല്ലാം അദ്ദേഹത്തിന്റെ ധിഷണ, ഗൗരവമായി ശ്രദ്ധ പതിപ്പിച്ചിട്ടുണ്ട്. സർഗ്ഗക്രിയകളുടെ അസൂയാവഹമായ ഔന്നത്യം മാത്രമല്ല, മുക്കാൽ നൂറ്റാണ്ടിന്റെ വിശ്രമരഹിതമായ രാഷ്ട്രീയ ജീവിതവും മാതൃകയായിരുന്നു. തന്റെ സമകാലീനരിൽനിന്നും കാലഘട്ടത്തിൽനിന്നും വ്യത്യസ്തമായി ചിന്തിച്ചുവെന്നത് മാത്രമല്ല, കാലത്തിന്റെ പരിമിതികൾ മറികടന്ന് അദ്ദേഹം അപകടകരമായി ജീവിക്കുകയുംചെയ്തു. മഹാനായ വ്യക്തി മഹാനായിരിക്കുന്നത് അദ്ദേഹത്തിന്റെ വ്യക്തിഗതമായ പ്രത്യേകതകൾ ചരിത്രസംഭവങ്ങളുടെ മുഖമുദ്രയ്ക്ക് രൂപം നല്കുന്നുവെന്നതുകൊണ്ടല്ല, പൊതുവും പ്രത്യേകവുമായ കാരണങ്ങളാൽ തന്റെ കാലത്തുളവാകുന്ന മഹത്തായ സാമൂഹ്യാവശ്യങ്ങൾ നിറവേറ്റാൻ തന്നെ ഏറ്റവും കൂടുതൽ യോഗ്യനാക്കുന്ന പ്രത്യേകതകൾ അദ്ദേഹത്തിനുണ്ടെന്നതുകൊണ്ടാണ് എന്ന് പ്ലഖാനോവ് പറഞ്ഞത് ഇ എം എസിനെപ്പോലുള്ള വ്യക്തിത്വങ്ങളെ മനസ്സിൽ വെച്ചുകൊണ്ടായിരിക്കണം.

അമ്പതുകൾ മുതൽ മലയാളിയുടെ സാമൂഹ്യ മനസ്സിന്റെയും കൂട്ടബോധത്തിന്റെയും വികാസങ്ങളിൽ ഇ എം എസ് എന്ന ഒറ്റ മനുഷ്യന്റെ സംഭാവന അനുപമമായിരുന്നു. അങ്ങനെ ഒരു ജനസമൂഹത്തെയാകെ തന്റെ ധൈഷണിക ഔന്നത്യത്താലും വൈയക്തിക ശക്തി-ദൗർബല്യങ്ങളാലും നയിക്കുകയെന്നത് ചരിത്രപുരുഷന്മാർക്ക് മാത്രം സാദ്ധ്യമാകുന്ന അപൂർവ്വ ദൗത്യമാണ്. വളർന്നുവന്ന സാമൂഹ്യ സാഹചര്യങ്ങളുടെ സ്വാധീനത്തിൽനിന്ന് ഇത്രമാത്രം നടന്നകലാൻ കഴിയുകയെന്നത് നിസ്സാരമല്ല. ദൈവങ്ങളുടെയും പിശാചുക്കളുടെയും നടുവിൽ വളർന്ന് നമ്പൂതിരിയെ മനുഷ്യനാക്കാൻ ആഹ്വാനം ചെയ്യുകയും ഒടുവിൽ എല്ലാ മനുഷ്യരെയും വിമോചനത്തിന്റെ സ്വപ്നം കാണാൻ പഠിപ്പിക്കുകയും ചെയ്തു അദ്ദേഹം. ലോകത്തെ വ്യാഖ്യാനിക്കുന്നതിൽനിന്ന് മാറ്റിത്തീർക്കുന്ന പ്രക്രിയകളിൽ സമകാലീനരെ വളരെ പിന്നിലാക്കാൻ ഇ എം എസിനായത് തന്റെ പശ്ചാത്തല പരിമിതികൾ കടന്നുവയ്ക്കാൻ കഴിഞ്ഞ ശക്തികൊണ്ടാണ്.

ലോക കമ്യൂണിസ്റ്റ് പ്രസ്ഥാനത്തിന് ഇ എം എസിന്റെ ഏറ്റവും വലിയ സംഭാവന ബൂർഷ്വാ പാർലമെന്ററി സംവിധാനം നിലനില്ക്കുന്ന രാജ്യത്ത് ഫലപ്രദമായ ചില മാതൃകകൾ ഉയർത്തിക്കാട്ടിയതുതന്നെ. ഈ നിലയിൽ ഐക്യമുന്നണിയുടേതടക്കമുള്ള സൈദ്ധാന്തിക രൂപീകരണങ്ങൾ ഗൗരവതരമാണ്. ഇ എം എസ് സാഹിത്യ വിദ്യാർത്ഥിയും എഴുത്തുകാരനും ചരിത്രവിദ്യാർത്ഥിയും മാത്രമായിരുന്നില്ല. ചരിത്രസ്രഷ്ടാവ് കൂടിയാണ്. ആത്മകഥയും താൻ മുൻനിന്നു പ്രവർത്തിച്ച പ്രസ്ഥാ

നത്തിന്റെ ചരിത്രവും തമ്മിൽ അതിർവ്യത്യാസങ്ങളില്ലാത്ത അപൂർവ്വാനുഭവം.

ദൈവങ്ങളും പിശാചുക്കളും നിറഞ്ഞ ഭാവനയിൽനിന്ന് മനുഷ്യർ ജീവിക്കുന്ന യഥാർത്ഥ ലോകത്തേക്ക് നടക്കുകയും സമൂഹത്തെ നയിക്കുകയുമായിരുന്നു ഇ എം എസ്. പൂജകർമ്മാദികൾ, ഉഗ്രമൂർത്തികളായ ദൈവസങ്കല്പങ്ങൾ, ആചാര്യമര്യാദകൾ ലംഘിച്ചവർക്കും ആരാധനാലയങ്ങൾ അശുദ്ധമാക്കിയവർക്കും വിധിച്ച ശിക്ഷകൾ—ഈ കഥകൾ കേട്ടാണ് ശങ്കരൻ വളർന്നത്. മനുഷ്യരെ പേടിപ്പെടുത്തുന്ന പ്രേതങ്ങളുടെയും പിതൃക്കളുടെയും പിശാചുക്കളുടെയും ഉപകഥകൾ, വിശ്വാസങ്ങളിൽ അവ വീണ്ടും കറുപ്പടിപ്പിച്ചു. ദൈവകോപവും ഭൂതപ്രേത-പിശാചുബാധയും ആ ബാലമനസ്സിൽ താക്കീതിന്റെ സ്വരത്തിലാണ് കുടിയിരുന്നത്. ഏലംകുളം മനയ്ക്കൽ പരമേശ്വരൻ നമ്പൂതിരിപ്പാടിന്റെയും വിഷ്ണുദത്തയുടെയും മകനായി 1084 ൽ, 1909 ജൂൺ 13നായിരുന്നു ശങ്കരൻ ജനിച്ചത്. പ്രതാപൈശ്വര്യങ്ങളുടെ നടുവിലായിരുന്നു മന. ഇ എം എസിന്റെ കുട്ടിക്കാലത്ത് അമ്പതിനായിരം പറ നെല്ല് പാട്ടമായി എത്തുമായിരുന്നത്രെ! ഇല്ലത്തിന്റെ പഴക്കവും പ്രതാപവും ആ ഗ്രാമങ്ങൾ ചേർന്ന ദേശത്തിന്റെ ശ്രദ്ധയും ആദരവും പിടിച്ചുപറ്റി. അങ്ങനെ ഏലംകുളം ദേശത്തിന്റെ വിളിപ്പേരായി. പരമേശ്വരൻ നമ്പൂതിരിപ്പാടിന്റെ കാലത്തായിരുന്നു മന സമ്പത്തിന്റെയും പ്രതാപത്തിന്റെയും ഉച്ചകോടിയിലെത്തിയത്.

ശങ്കരൻ 'കുഞ്ചു'വെന്ന ഓമനപ്പേരിലാണറിയപ്പെട്ടത്. ആചാരാനുഷ്ഠാനങ്ങളുടെയും മൂഢവിശ്വാസങ്ങളുടെയും കരിമ്പടത്തിനുള്ളിലായിരുന്നു മന. ഇല്ലത്ത് പ്രസവം പാടില്ലെന്ന ഭഗവതിയുടെ ഉപദേശം അതിലൊന്ന്. അന്തർജനങ്ങൾ പ്രസവിക്കാൻ പടിക്കലെ വാരിയത്താണ് പോയിരുന്നത്. കുഞ്ചു പിറന്നതും അവിടെ.

കുഞ്ചുവിന്റെ വേഷത്തിൽപ്പോലും ആചാരവിശ്വാസങ്ങളുടെയും പ്രതാപങ്ങളുടെയും മുദ്രകൾ. അരയിൽ മിന്നുന്ന വെളുത്ത ചരട്, സ്വർണ്ണ ഏലസ്, കൈയിലും കഴുത്തിലും പുലിനഖമോതിരം, വാഴയില വാട്ടിയെടുത്ത കോണകം, പാവുമുണ്ട്, ദേഹം മുഴുവൻ ഭസ്മംകൊണ്ടുള്ള വരകൾ, തലയിൽ കൊച്ചുകുടുമ. ദേശമാകെ കുഞ്ചുവിനെ വിളിച്ചിരുന്നത് നാലമ്പ്രാൻ എന്നായിരുന്നു. വിഷ്ണുദത്തയുടെ രണ്ട് മക്കൾ ജനിച്ച് അധികം കഴിയുംമുമ്പ് മരിച്ചു. പിന്നീട് പിറന്ന പരമേശ്വരനാകട്ടെ മാനസിക വളർച്ചയില്ലാത്തവനുമായി. നാലാമത്തെ തമ്പുരാൻകുട്ടിയെന്ന അർത്ഥത്തിലായിരുന്നു 'നാലമ്പ്രാൻ' വിളി. ഏലംകുളം മനയിൽ രണ്ടാൺതരികൾ ഒരേസമയം ജീവിച്ചിരിക്കില്ലെന്ന വിശ്വാസം ദേശം മുഴുവൻ ഉത്കണ്ഠയായി. മനയും നാടും ഈ ഭയത്തിൽ മുങ്ങിനില്ക്കുമ്പോഴായിരുന്നു ശങ്കരന്റെ ജനനം. 'ദൈവനിശ്ചയം' പ്രാവർത്തികമാകാതിരിക്കാൻ പ്രാർത്ഥനകൾ.

ജനനം മുതൽ കുഞ്ചു അനാരോഗ്യത്തിന്റെ പിടിയിലായിരുന്നു. രോഗം ആ കുരുന്നിനെ വിടാതെ ദ്രോഹിച്ചു. ഒന്നര വയസ്സുള്ളപ്പോൾ മരണത്തെ മുഖാമുഖം കണ്ടു. ഗ്രഹണിയായിരുന്നു തുടക്കം. ബാലചികിത്സകൻ അവറാൻകുട്ടിയാണ് രക്ഷക്കെത്തിയത്. കുഞ്ചു ആരോഗ്യം വീണ്ടെടുത്തു. ഭഗവതിയുടെ നിഷ്ഠകളനുസരിച്ചായിരുന്നു ചികിത്സപോലും. നാലു വയസ്സു കഴിഞ്ഞപ്പോൾ മുതൽ വിക്കിന്റെ ലക്ഷണങ്ങൾ. സംസാരിക്കുമ്പോൾ വാക്കുകൾ ശരിക്കും പുറത്തുവന്നില്ല. അത് കുഞ്ചുവിനെ ഏറെ അസ്വസ്ഥനാക്കി. വിഷമവും നാണവും. നാടൻ ചികിത്സകരെ മനയിലേക്ക് വിളിപ്പിച്ചു. ആയുർവേദ മരുന്നുകൾ പലതും പരീക്ഷിച്ചു. ഗോവിന്ദൻ മണ്ണാനായിരുന്നു അക്കൂട്ടത്തിൽ പ്രധാനി. നാവിൽ ഇളംചൂടുള്ള നെയ്യ് പുരട്ടിയുള്ള ചികിത്സയും നടത്തി. ഒന്നും ഫലിച്ചില്ല. വിക്ക് വിടാതെ പിടികൂടി.

'വിളിച്ചാൽ വിളികേൾക്കുന്ന' ഉഗ്രശക്തിസ്വരൂപിണികളായ ദേവിമാർ കുടിയിരിക്കുന്ന വടക്കേ ഭഗവതി ക്ഷേത്രം. നാലുകെട്ടിൽ മുഴങ്ങിയത് ഭഗവതിമാരുടെയും ദുർഗ്ഗകളുടെയും കഥകൾ. രാമന്റെയും ശിവന്റെയും ഉപകഥകൾ. മാളികയിൽ ഭഗവതി, കുന്തിപ്പുഴയുടെ ഓരത്ത് ശ്രീരാമക്ഷേത്രം. ഇല്ലത്തിന്റെ കിഴക്ക് ശിവക്ഷേത്രം. മനുഷ്യരെക്കാൾ ദൈവങ്ങൾ നിറഞ്ഞുനിന്ന അന്തരീക്ഷം. കിഴക്കും പടിഞ്ഞാറും ഭീമൻ പത്തായപ്പുര. സദ്യയൊരുക്കാൻ ഊട്ടുപുരകൾ. പാട്ടമായും അല്ലാതെയും കണ്ണെത്താ ദൂരം കൃഷിഭൂമി ഇല്ലത്തിന് സ്വന്തം. പത്തായങ്ങൾ നിറഞ്ഞു കവിഞ്ഞ സമൃദ്ധി.

ഇല്ലത്തെ ഉണ്ണികളെയും കിടാങ്ങളെയും പരിപാലിക്കാൻ 'ഇരിക്കണമ്മമാർ': നായർ വീടുകളിൽനിന്നുള്ള സ്ത്രീകളാണ് 'ഇരിക്കണമ്മമാർ.' കുട്ടികൾ മണ്ണിൽ ഇഴയാതെ നോക്കുക, അവരെ കുളിപ്പിക്കുക, മുലപ്പാൽ കുടിക്കാൻ കൊണ്ടുപോവുക, കരയുമ്പോൾ പാടിയുറക്കുക തുടങ്ങിയ ജോലികളാണവർക്ക്. കളികളിലും ഉറക്കത്തിലും കുട്ടികൾക്കൊപ്പം നില്ക്കേണ്ട അവർ താമസം ഇല്ലത്തുതന്നെ. പന്ത്രണ്ട് നായർ കുടുംബങ്ങൾ മനയ്ക്കൽ വീട്ടുവേലക്ക് നിന്നിരുന്നു. ഓരോ വീട്ടിൽ നിന്നും ഓരോ 'വാല്യക്കാരത്തി.' മനയുടെ അകത്തളത്തിൽ വേണ്ടത്ര കാൽ വെക്കാത്തവർ. അടിച്ചുതളിക്കലും താളി അരയ്ക്കലുമൊക്കെ അവരുടെ പണിയാണ്. ഇരിക്കണമ്മമാർ ദാസികളെപ്പോലെയാണെങ്കിൽ വാല്യക്കാരത്തികൾ ഭൃത്യകളെപ്പോലെ.

വിഭജനത്തിന്റെ മറ്റൊരു രംഗം ഭക്ഷണശാലയിൽ. പന്തിയിൽ പക്ഷഭേദം. ജാതിമേന്മയും ആഢ്യത്തവും അവിടുത്തെ തൂവലുകൾ. ബ്രാഹ്മണർ, എമ്പ്രാന്തിരി, വാര്യർ, എഴുത്തച്ഛൻ, നായർ—അങ്ങനെ പോയി പരിഗണന. നമ്പൂതിരിമാരിലും വിഭജനം. ആഢ്യന്മാരും ആസ്യന്മാരും. ആഢ്യന്മാർ നമ്പൂതിരിപ്പാടുമാർ. അവർ കേമന്മാർ. കുഞ്ചുവിന്റെ ഇല്ലത്തെ മുതിർന്നവർ ആഢ്യന്മാരായിരുന്നു. പത്തായപ്പുരയും നെല്ലും

ഭൂസ്വത്തും മാത്രമല്ല, ഏലംകുളം മനയുടെ പ്രൗഢിക്ക് സ്വർണ്ണതിലകമണിയിച്ചത്. കുലമഹിമയിലും മന ഊറ്റംകൊണ്ടു. മേഴത്തോൾ ഗൃഹത്തിലും വിശ്വാമിത്ര ഗോത്രത്തിലുംപെട്ടവരാണെന്ന ഐതിഹ്യം.. വള്ളുവക്കോനാതിരിയുടെ അരിയിട്ട് വാഴ്ചയ്ക്ക് സാക്ഷികളാവാൻ അധികാരമുള്ളവർ. 'ചുവരൻ പ്രമത്തൻ' എന്ന സ്ഥാനപ്പേരും കാരണവന്മാർക്ക് പരമ്പരാഗതമായി ലഭിച്ചിരുന്നു.

അന്തർജ്ജനങ്ങളുടെ ലോകം മനയുടെ അകത്തളങ്ങളിൽ ഒതുങ്ങി. അവിട ഇരുളും നിശ്വാസങ്ങളും മാത്രം. പരപുരുഷദർശനം പാടില്ല. അമ്മ പോലും നേരിട്ടൊന്നും പറയരുതെന്നായിരുന്നു നിഷ്ഠ. കാര്യങ്ങൾ അറിയിക്കുന്നത്, അമ്മയുടെ ആഗ്രഹങ്ങൾ പുറത്തുവരുന്നത് മറ്റൊരാൾ മുഖാന്തിരം. ഭർത്താവിന്റെ ജ്യേഷ്ഠാനുജന്മാരെപ്പോലും സ്ത്രീകൾ കാണരുത്. വിധവകൾക്ക് അതേക്കാൾ വലിയ വിലക്ക്. പുരുഷദൃഷ്ടിയുടെ നിഴൽ പരക്കുന്നിടത്ത് അവർ നിൽക്കരുത്. ഇരുട്ടും മ്ലാനതയും തുളുമ്പി നിന്ന മനകളിൽ വിലക്കുകളില്ലാതെ ഓടിനടന്നതും തുള്ളിക്കളിച്ചതും ഉണ്ണികൾ മാത്രം.

കുടുമയും സ്വർണ്ണ ഏലസ്സുമായി ചാടിമറിഞ്ഞു കുഞ്ചു. ആ കുരുന്നു മനസ്സിൽ നേർത്ത പ്രകാശങ്ങൾ. മനയ്ക്കലെ നിഷ്ഠകളും വിഭജനങ്ങളും. അകത്തളത്തിലെ ദൈന്യത. അധഃസ്ഥിതരോടുള്ള മൃഗസമാനമായ അവജ്ഞ- കുഞ്ചു പതുക്കെ അതെല്ലാം തിരിച്ചറിയുകയായിരുന്നു: പത്തായപ്പുരകൾ നിറയ്ക്കുന്ന നെല്ല് വിളയുന്നത് ആരുടെ വിയർപ്പിൽ? കുടിവെപ്പിനും വേളിക്കും പിറന്നാളിനും കാണിക്കകളും കാഴ്ചവസ്തുക്കളുമായി എത്തുന്നവർക്ക് ആ പടികടക്കാൻ എന്തേ അനുവാദമില്ല? ഇല്ലത്തെ കാരണവന്മാരുടെ മുന്നിൽ നടുനിവരാതെ മുട്ടുവിറയ്ക്കുന്ന അവരുടെ ചിത്രം ചോദ്യങ്ങളായി ഉയർന്നു. ഏഴെട്ടു വയസ്സുള്ളപ്പോൾ അവ്യക്തമായെങ്കിലും ആ ബാലൻ വേണ്ടാത്തത് ചോദിക്കുമായിരുന്നു

ഉയർന്ന ജാതിസ്ഥാനവും ജന്മി നിലയും ഇല്ലത്തിന്റെ പ്രൗഢിയും പ്രമാണിത്തവും ഉയർത്തുന്നതായിരുന്നു. തമ്പുരാൻ- അടിയാൻ ബന്ധത്തിന്റെ നിരവധി സൂചകങ്ങൾ കുഞ്ചുവിന്റെ കണ്ണിൽ തറച്ചുനിന്നു. വെച്ചുകാണലും കാഴ്ചവെക്കലും മറ്റും. ആഢ്യകുടുംബങ്ങളിൽപ്പെട്ടവർ പുറത്തിറങ്ങുമ്പോൾ മുമ്പിൽ സേവകനായ ഭൃത്യൻ വാളും പരിചയുമെടുത്ത് നടക്കുന്നതും താണ ജാതിയിൽപ്പെട്ടവരെ അകറ്റിനിർത്തുന്നതിനുള്ള ആട്ട് എന്ന രീതിയും പ്രതാപത്തിന്റെ മറ്റ് ചിഹ്നങ്ങൾ. അതും കുഞ്ചുവിന്റെ കൊച്ചു മനസ്സിൽ തറഞ്ഞുനിന്നു. അവന് ഓർമ്മയുറയ്ക്കുംമുമ്പേ അച്ഛൻ മരിച്ചു. നല്ല ചികിത്സ നല്കിയാൽ രക്ഷപ്പെടുത്താവുന്ന രോഗത്തിന് അടിപ്പെട്ടായിരുന്നു അകാല മരണം. ബാല്യകാലം രൂപപ്പെടുത്തുന്നതിൽ അമ്മയുടെ നിറഞ്ഞ വാത്സല്യവും പരിഗണനയും കുഞ്ചുവിൽ വലിയ സ്വാധീനമായി. മകന് ബുദ്ധിയും ആരോഗ്യവും ആയു

സ്സും കൂട്ടുന്നതിന് ദൈവാരാധനകളും വഴിപാടുകളും നടത്തുക പതിവായിരുന്നു. തന്റെ വിജ്ഞാനപരിധിക്കുള്ളിൽപ്പെട്ടിടത്തോളമുള്ള കാര്യങ്ങൾ മുഴുവൻ അമ്മ കുഞ്ചുവിന് പകർന്നുകൊടുത്തു. രാമായണ-ഭാഗവതാദി കൃതികൾ സ്വയം വായിക്കാനും പെൺമക്കളെ അതിന് നിർബ്ബന്ധിക്കാനുമുള്ള അനൗപചാരിക വിദ്യാഭ്യാസം അവർക്കുണ്ടായിരുന്നു.

ഉച്ചതിരിഞ്ഞ സമയത്ത് ഗ്രന്ഥപാരായണം നടത്തുകയും മറ്റുള്ളവരെ അതിന് പ്രേരിപ്പിക്കുകയും ചെയ്തു വിഷ്ണുദത്ത. രാത്രികാലങ്ങളിൽ അവർ മക്കൾക്ക് കഥ പറഞ്ഞുകൊടുത്തു. പുരാണേതിഹാസങ്ങളിൽ നിന്നുള്ളവയ്ക്കായിരുന്നു മുൻതൂക്കം. ആചാരങ്ങളിലും മാമൂൽ പ്രിയതയിലും ഒട്ടിനിന്ന അക്കാല ബാല്യജീവിതത്തേക്കാൾ വിശാലമായ ലോകത്തിലേക്കുള്ള വാതിൽ തുറന്നിടുന്നതിൽ വിഷ്ണുദത്ത ശ്രദ്ധിച്ചു.

കുട്ടികൾക്ക് പുരാണ-യക്ഷിക്കഥകൾ പറഞ്ഞുകൊടുക്കുന്ന അക്കാലത്തെ അമ്മമാരിൽനിന്ന് വിഷ്ണുദത്ത അകലം പുലർത്തി. അമ്മ കുഞ്ചുവിൽ കാണിച്ച താല്പര്യം സഹോദരീ-സഹോദരന്മാരിൽനിന്ന് വ്യത്യസ്തമായ വിദ്യാഭ്യാസം ലഭ്യമാക്കുന്നതിൽ വളരെ പ്രകടമായി. എഴുത്തിനിരുന്നശേഷം സ്കൂൾ രീതിയിലുള്ള പഠിപ്പ് തുടരുന്നതിനു പകരം കുഞ്ചു സംസ്കൃത പഠനത്തിലേക്കാണ് നീങ്ങിയത്. തറവാട്ടിൽ പൂജകർമ്മാദികൾ നടത്തുന്നതിന് നിയുക്തനായ സംസ്കൃത പണ്ഡിതനാണ് ഇക്കാര്യത്തിൽ തുണയായത്. ബാല്യകാല സ്വഭാവ രൂപീകരണത്തിലും ബുദ്ധിപരമായ വളർച്ചയിലും അദ്ദേഹവും അമ്മയോടൊപ്പം പരിഗണിക്കപ്പെടുന്നുണ്ട്.

പഠനത്തിലെ പുതിയ രീതികൾ മലയാളവും ഗ്രന്ഥാക്ഷരവും ദേവനാഗരാക്ഷരവും നന്നായി വായിക്കാനുള്ള കഴിവ് വളർത്തി. എഴുത്തച്ഛൻ കൃതികൾ, തുള്ളൽപാട്ടുകൾ, അന്ന് മാസികാ രൂപത്തിൽ പ്രസിദ്ധീകൃതമായിരുന്ന കുഞ്ഞുക്കുട്ടൻ തമ്പുരാന്റെ മഹാഭാരത വിവർത്തനം മുതലായ മലയാള വായനയ്ക്ക് അനദ്ധ്യായ ദിവസങ്ങൾ ഉപയോഗിച്ചു. ഈ ഘട്ടത്തിലാണ് സംസ്കൃത പഠനത്തിന്റേതായ, ഒരു ബ്രാഹ്മണബാലന്റെ ജീവിതത്തിലെ പ്രധാന ചടങ്ങായ ഉപനയനം നടന്നത്. ഷോഡസ ക്രിയകളിലൊന്നായ ഉപനയനം കഴിഞ്ഞ് ഏതാനും വർഷം കർക്കശമായ ചിട്ടവട്ടങ്ങൾക്ക് വിധേയമായ ബ്രഹ്മചര്യമാണ്. ഓത്ത് എന്നറിയപ്പെടുന്ന ഋഗ്വേദപഠനം ആരംഭിച്ചത് ഉപനയനം കഴിഞ്ഞ് ഏതാനും ആഴ്ചകൾക്കകം.

അച്ഛൻ പരമേശ്വരൻ നമ്പൂതിരിപ്പാട് നല്ല സംസ്കൃത പണ്ഡിതനെന്നതിനു പുറമെ ഇംഗ്ലീഷ് പഠിക്കാനും ശ്രമം നടത്തിയിരുന്നു. കുടുംബ പൂജാരിയായ പള്ളിശ്ശേരി അഗ്നിതാത്രൻ നമ്പൂതിരിയാണ് കുഞ്ചുവിനെ സംസ്കൃതം പഠിപ്പിച്ചത്. നാലാം വയസ്സിൽ മീറ്റ്ന അച്ചുതവാര്യർ നിലത്തിരുത്തി. ആറു വയസ്സുവരെ അത് തുടർന്നു. പഠിപ്പിന്റെയും അക്ഷരങ്ങളുടെയും വെളിച്ചത്തിലും ആചാരങ്ങൾ സൃഷ്ടിച്ച അനാഥത്വം

കുഞ്ചുവിനെ വേട്ടയാടിക്കൊണ്ടിരുന്നു. തലയിൽ വർണ്ണവ്യവ്യസ്ഥ ചുരണ്ടി സൂക്ഷിക്കുന്ന ശൂന്യതയുടെ തിളക്കത്തിന് മുകളിൽ തെളിഞ്ഞു നിന്ന കുടുമ അതിന്റെ അടയാളങ്ങളിലൊന്നായി.

സംസ്കൃത പണ്ഡിതന്മാർക്കിടയിലും കുഞ്ചു വിസ്മയമായിരുന്നു. ആ ബാലന്റെ സംസ്കൃതാദ്ധ്യയനം ഇല്ലത്തും ചുറ്റു പ്രദേശങ്ങളിലും പലപ്പോഴും സംസാരവിഷയമായി. ചെറുപ്രായത്തിൽ ഭംഗിയായി കാവ്യം ചൊല്ലി സന്ധിസമാസങ്ങൾ വിഗ്രഹിച്ച് അർത്ഥം വിവരിക്കുമായിരുന്നു ആ കുരുന്ന്! കാവ്യ നാടകാലങ്കാരങ്ങളും ശാസ്ത്രങ്ങളും പഠിച്ച് പണ്ഡിതനാകണം. കടവല്ലൂരന്യോന്യത്തിന് പോയി പ്രശസ്തനാകണം തുടങ്ങിയ സ്വാഭാവിക ചിന്തകൾ അമ്മയിലും ഗുരുനാഥനിലും വളർന്നു.

2

സ്കൂൾ, കോളേജ്

യാഥാസ്ഥിതികത്വത്തിന്റെ ഇരുട്ടിൽ മാമൂൽ പഠനങ്ങൾക്കും പരമ്പരാഗത രീതികൾക്കും കീഴെ അനൗദ്യോഗിക വിദ്യാഭ്യാസത്തിന്റെ ആദ്യാക്ഷരങ്ങൾ പഠിച്ച ഇ എം എസിന് സ്കൂൾ, വെളിച്ചം നിറഞ്ഞ ലോകത്തേക്കുള്ള വാതിലുകളായി. പുതുജീവിതം തുടങ്ങിയ പ്രതീതി. അതേവരെ പരിചയപ്പെട്ടതിൽനിന്നും വ്യത്യസ്തമായ അന്തരീക്ഷം. നാനാജാതിക്കാരും മതക്കാരുമായ സഹപാഠികളും അദ്ധ്യാപകരും. പഠിക്കുന്നതാകട്ടെ, തനിയെയല്ല, രണ്ടോ മൂന്നോ സഹപാഠികളുടെ കൂട്ടത്തിലുമല്ല; ഇരുപത്തിയഞ്ചും മുപ്പതും കുട്ടികളുടെ ക്ലാസിൽ.

ഇ എം എസ് 1925 ജൂണിൽ പെരിന്തൽമണ്ണ ഹൈസ്കൂളിൽ ചേർന്നു. അത് സ്കൂളിന്റെ വൈരജൂബിലി വർഷം. കോൺഗ്രസ് പ്രസിഡന്റും ആദ്യകാല ദേശീയ നേതൃത്വത്തിൽ ശ്രദ്ധേയനുമായ സർ സി ശങ്കരൻ നായർ അവിടത്തെ ആദ്യകാല വിദ്യാർത്ഥികളിലൊരാളായിരുന്നു. എട്ടാം വയസ്സുതൊട്ട് ആറ് കൊല്ലത്തെ ഋഗ്വേദ പഠനത്തിന്റെ പശ്ചാത്തലവും മൂത്ത ജ്യേഷ്ഠന്റെ വിദ്യാഭ്യാസ നിലവാരം ഉയർത്താൻ ഏർപ്പെടുത്തിയ ട്യൂഷനും ഇ എം എസിൽ സ്വാധീനമായി. മലയാള പത്രമാസികകൾ വായിക്കാനുള്ള ശ്രമത്തോടൊപ്പം ഇംഗ്ലീഷ്, കണക്ക് മുതലായ വിഷയങ്ങളും പഠിക്കാൻ തുടങ്ങി.

ഒന്നേകാൽ വർഷത്തിലധികം നീണ്ട ട്യൂഷന്റെ ഫലമായി മൂന്നാം ഫോറത്തിലോ നാലിലോ ചേരാവുന്ന അവസ്ഥയിലായിരുന്നു ഇ എം എസ്. അങ്ങനെയാണ് പെരിന്തൽമണ്ണ സ്കൂളിൽ എത്തുന്നത്. അതിനു മുമ്പത്തെ നിലവാരം മലയാളവും സംസ്കൃതവും എളുപ്പമാക്കി. സ്കൂൾ വിദ്യാഭ്യാസകാലത്തെ സംസ്കൃതാദ്ധ്യയനത്തിന് ആദ്യകാല ആചാര പഠനങ്ങളെക്കാൾ കൃത്യതയും യുക്തിസഹതയും കൈവന്നു. ഋഗ്വേദാ

എ കെ ജിക്കൊപ്പം

ദ്ധ്യയനത്തിലെന്നപോലെ, സംസ്കൃതം ഉരുവിട്ട് പഠിക്കുന്നതിൽനിന്ന് വ്യത്യസ്തമായി വ്യാകരണാദി നിയമങ്ങൾ മനസ്സിലാക്കുന്നതിലും ക്ലിപ്തത. എട്ടാം വയസ്സിൽ *ചമ്പുവും ഭാരതവും* പഠിച്ചു. പത്താം വയസ്സിൽ മലയാളവും സംസ്കൃതവും ഹിന്ദിയും വായിക്കുമായിരുന്നു. മലയാളമെഴുതാൻ തുടങ്ങിയത് പിന്നെയും നാലു വർഷം കഴിഞ്ഞ്. സംസ്കൃത പഠനവേളയിലെ സഹപാഠി മുപ്പത്തഞ്ചുകാരനായ ഗണപ്പു എമ്പ്രാന്തിരി. ഗണപ്പുവിന്റെ വായിൽനിന്ന് നിമിഷ കവിതകൾ ഉതിർന്നുവീഴും. ഈ ചങ്ങാത്തം കുഞ്ചുവിൽ കവിതാഭിമുഖ്യമായും വളർന്നു.

ഇ എം എസ് ആദ്യമായി പ്രസംഗങ്ങളിലും വാദപ്രതിവാദങ്ങളിലും പങ്കുകൊള്ളുന്നത് വള്ളുവനാട് യോഗക്ഷേമസഭയുടെ ഉപസഭാ സെക്രട്ടറിയായിരിക്കെ. സ്കൂൾ പഠനകാലത്ത് അപൂർവ്വമായി മാത്രം ബാഡ്മിന്റണിലോ ഓട്ടം ചാട്ടത്തിലോ പങ്കെടുത്തു. സാഹിത്യസംബന്ധിയായ ചർച്ചാ സമ്മേളനങ്ങളിലും മറ്റും അതേക്കാൾ സജീവമായി. യോഗക്ഷേമസഭയുടെ ഉപസഭാ സെക്രട്ടറിയെന്ന നിലയിൽ തുടങ്ങിവെച്ച സാഹിത്യകൗതുകം സ്കൂൾ പഠനകാലത്ത് മുന്നോട്ട് കൊണ്ടുപോകാനായി. നമ്പൂതിരിമാരുടെ ഇടയിൽ മാത്രം ചർച്ചാവിഷയമായ പ്രശ്നങ്ങളെക്കുറിച്ചുള്ള ലേഖനമെഴുത്തുകളിൽനിന്ന് മറ്റ് വിഷയങ്ങളിലേക്ക് തിരിഞ്ഞു. മലയാളത്തിൽ മാത്രമായിരുന്നത് ഇംഗ്ലീഷിലും തുടർന്നു. ഇ എം എസിന്റെ സാഹിത്യാഭിരുചിയുടെ തുടക്കം ഈ അനുഭവത്തിൽ വേരൂന്നിയാണ് വികസിച്ചത്. സ്കൂൾ പഠനകാലം പൊതുപ്രവർത്തനത്തിന്റെ പുതിയ അനുഭവ പഥങ്ങൾ. പാഠ്യേതര പരിപാടികളിൽ പ്രധാനം കയ്യെഴുത്തു മാസിക. ഉത്പതിഷ്ണുക്കളായ അദ്ധ്യാപകർ നടത്തിയ ഗ്രന്ഥാലയവും വായനശാലയും ഏറെ പ്രയോജനകരമായി.

സ്കൂളിനെ ആസ്പദമാക്കിയുള്ള സാമൂഹ്യജീവിതവും അതിന്റേതായ വ്യത്യസ്തതകളും ഇ എം എസിലും വളർന്നുവരികയുണ്ടായി. ഈ അന്തരീക്ഷമാവട്ടെ ദേശീയതയുടെ ഘടകങ്ങളാൽ ത്രസിപ്പിക്കപ്പെട്ടതുമായിരുന്നു. ദുർബ്ബലമായെങ്കിലും വ്യാപ്തി നേടിക്കൊണ്ടിരുന്ന ദേശീയ വികാരത്തെ സ്പന്ദിച്ചുനിർത്തുന്നതിൽ ശ്രദ്ധാലുക്കളായ അദ്ധ്യാപകർ. സാമൂഹ്യ പ്രവർത്തനത്തിൽ അവർ വഴികാട്ടിയായി. ഇ എം എസിന്റെ ക്ലാസ് അദ്ധ്യാപകനായിരുന്നത് എം പി ഗോവിന്ദമേനോൻ. നിസ്സഹകരണപ്രസ്ഥാനകാലത്ത് വക്കീൽ ജോലി ത്യജിച്ച് മുഴുവൻ സമയ കോൺഗ്രസ് പ്രവർത്തകനായി മാറിയ എം പി നാരായണ മേനോന്റെ അനുജൻ. ദേശീയവാദി, സമർത്ഥനായ അദ്ധ്യാപകൻ.

വടക്കേ മലബാറിൽനിന്ന് മാറ്റം വന്ന അദ്ധ്യാപകൻ കുഞ്ഞിക്കണ്ണൻ നമ്പ്യാർ. സ്കൂളിന്റെ തൊട്ടടുത്ത കെട്ടിടത്തിൽ വായനശാല സ്ഥാപിക്കുകയും അത്തരം പ്രവർത്തനങ്ങളുടെ ജീവനാഡിയുമാവുകയും ചെയ്ത അദ്ദേഹവും വഴികാട്ടിയായി. വായനശാലയിലെ സ്ഥിരം സന്ദർശകനായി ഇ എം എസ്. *ഹിന്ദു* പത്രവായന തുടങ്ങിയതും അക്കാലത്താണ്. വായനശാലയും പുസ്തകലോകവും ചർച്ചകളും ശ്രദ്ധാലു

വായ ആ വിദ്യാർത്ഥിയുടെ രാഷ്ട്രീയബോധം വികസിപ്പിച്ചു. മലയാളം പണ്ഡിറ്റ് പാലേക്കോട്ട് നാരായണമേനോനും വായനശാലാ പ്രവർത്തനങ്ങളിൽ പ്രോത്സാഹനം നല്കി. വായനശാലയുടെ ആഭിമുഖ്യത്തിൽ *നവചൈതന്യം* കയ്യെഴുത്ത് മാസിക. ഇതുകൂടാതെ സ്കൂൾ ലൈബ്രറിയിൽനിന്ന് പുസ്തകങ്ങൾ എടുത്ത് വായിക്കുകയും ചെയ്തു. ക്രമേണ ഇംഗ്ലീഷ് കൃതികളിലേക്ക്.

രാഷ്ട്രീയ-സാഹിത്യ താല്പര്യവും അഭിരുചിയും അദ്ധ്യയനക്രമത്തെയോ പഠിപ്പിനെയോ പ്രതികൂലമായി ബാധിച്ചില്ല. കൃത്യവും ക്ലിപ്തവുമായ ദിനചര്യകൊണ്ടാണ് ഈ അവസ്ഥയിൽ മുന്നേറിയത്. മിക്ക വിഷയങ്ങളിലും ഒന്നാം സ്ഥാനത്തായിരുന്നു ഇ എം എസ്. അഞ്ചാം ഫോറത്തിൽ പഠിക്കുമ്പോൾ രാഷ്ട്രീയതാല്പര്യം പരീക്ഷിച്ച പഠന പ്രശ്നം ഉയർന്നുവന്നു. പ്രത്യേക വിഷയമെന്ന നിലയിൽ സയൻസോ ചരിത്രമോ ഏത് പഠിക്കണമെന്നതായിരുന്നു അത്. രാഷ്ട്രീയാവേശവും പൊതുജ്ഞാനം വിപുലീകരിക്കാനുള്ള ആഗ്രഹവും ചരിത്രപഠനത്തിലേക്കാണ് ആകർഷിച്ചത്. സയൻസ് തെരഞ്ഞെടുക്കണമെന്ന ചില അദ്ധ്യാപകരുടെ നിർബ്ബന്ധം സ്നേഹപൂർവ്വം നിരസിച്ച് ചരിത്രപഠനത്തിലുറച്ചു. സ്കൂൾ ഫൈനൽ പൂർത്തിയാക്കിയത് പാലക്കാട് വിക്ടോറിയ കോളേജിന്റെ ഹൈസ്കൂൾ വിഭാഗത്തിൽ. കോളേജിലെ അദ്ധ്യയനരീതികളുമായി സമ്പർക്കം പുലർത്തുന്നതിനും വിദ്യാർത്ഥികളുടെ ദൈനംദിന സാമൂഹ്യ സാംസ്കാരിക ജീവിതവുമായി ബന്ധപ്പെടുന്നതിനും ഇത് അവസരമായി. 1929 മാർച്ചിൽ നടന്ന സ്കൂൾ പരീക്ഷയിൽ നല്ല മാർക്കോടെ ജയിച്ചു. അതോടെ വിദ്യാർത്ഥിയെന്ന നിലയിലും ശ്രദ്ധേയനായി.

സ്കൂൾ വിദ്യാഭ്യാസത്തിന്റെ അവസാനകാലത്ത് കുടുംബകാര്യങ്ങളിലും ഇ എം എസിന് ചെറുതായി ശ്രദ്ധ പതിപ്പിക്കേണ്ടിവന്നു. 1929 ജൂണിൽ തൃശ്ശൂർ സെന്റ് തോമസ് കോളേജിൽ ജൂനിയർ ഇന്റർമീഡിയറ്റിനു ചേർന്നു. 1932 ജനുവരി അവസാനം വരെ അവിടെ. പഠിപ്പിന് തടസ്സമില്ലാതെ പൊതുപ്രവർത്തനം നടത്തുകയെന്ന രീതിയായിരുന്നു ഇ എം എസിന്റേത്. അക്കാരണത്താൽ അദ്ധ്യാപകരുടെ ദൃഷ്ടിയിൽ അദ്ദേഹം നല്ല വിദ്യാർത്ഥിയായിരുന്നു. ഹൈസ്കൂൾ ക്ലാസുകളിലെന്ന പോലെ കോളേജിലും ഏറ്റവും കൂടുതൽ മാർക്ക് നേടി.

ഒരു തവണ ജയിക്കാനാവശ്യമുള്ളതിൽ ഒരു മാർക്ക് കുറച്ചുകിട്ടിയ അനുഭവമുണ്ടായി. പൊതുധനശാസ്ത്ര വിഷയത്തിൽ പാഠപുസ്തകത്തിലെ സാങ്കേതിക പദങ്ങളുപയോഗിക്കാതെ ഉത്തരമെഴുതിയതിന് പ്രൊഫസർ നാരായണസ്വാമിയാണ് തോല്പിച്ചത്. ഉത്തരത്തിൽനിന്ന് വിഷയം മനസ്സിലായിട്ടുണ്ടെന്നത് വ്യക്തമാണ്. ആ നിലയ്ക്ക് ജയിപ്പിക്കാം. പക്ഷേ, മേലിൽ ഈ വിഷയം കൈകാര്യം ചെയ്യുമ്പോൾ സാങ്കേതികപദങ്ങളും ഉപയോഗിക്കണമെന്ന് ഓർമ്മപ്പെടുത്താനായിരുന്നു തോല്പിച്ചത്. ഈ സംഭവം കഴിഞ്ഞ് മൂന്ന് മാസത്തിനകം കോളേജ് വിട്ട് നിയമലംഘനത്തിൽ പങ്കെടുക്കാൻ പോയി. തുടർന്ന് ജയിൽവാസവും.

നാരായണസ്വാമിയുമായും ഇംഗ്ലീഷദ്ധ്യാപകൻ എം പി പോളുമായും ആയിരുന്നു ഇ എം എസിന് കൂടുതൽ ബന്ധം. നല്ല അദ്ധ്യാപകരെന്നപോലെ ഇരുവരും ദേശീയ പ്രസ്ഥാനത്തോട് പ്രത്യേക അടുപ്പമുള്ളവർ. നിയമലംഘനപ്രസ്ഥാനത്തിൽ പങ്കെടുക്കാൻ കോളേജ് വിട്ടിറങ്ങിയപ്പോൾ പത്രാധിപർ എന്ന നിലയിൽ എം പി പോൾ കോളേജ് മാസികയിലെഴുതിയ കുറിപ്പിൽ ഇ എം എസിനെ വിശേഷിപ്പിച്ചത് ഇന്ത്യൻ രാഷ്ട്രീയ നഭോമണ്ഡലത്തിൽ മറ്റൊരു ശുക്രനക്ഷത്രം ഉദിച്ചു എന്നത്രെ! ജയിൽ വാസത്തിനു ശേഷവും എം പി പോളുമായുള്ള ഗാഢബന്ധം തുടർന്നു. അദ്ദേഹവും മുണ്ടശ്ശേരി മാസ്റ്ററും ചേർന്ന് സാഹിത്യരംഗത്ത് ഇ എം എസുമായി നടത്തിയ ആശയസംവാദങ്ങളും പ്രസിദ്ധമാണ്.

സമർത്ഥനായ വിദ്യാർത്ഥിയാവുക, നല്ല പൊതുപ്രവർത്തകനാവുക- ഇതു രണ്ടും ഇ എം എസ് പരസ്പരം ബന്ധപ്പെടുത്തി. *യുവജനസംഘം, ഉണ്ണിനമ്പൂതിരി* പത്രത്തിന്റെ പ്രവർത്തനം, രാഷ്ട്രീയ പൊതുയോഗങ്ങളിലും ഘോഷയാത്രകളിലും തുടങ്ങി വിദേശ വസ്ത്രഷോപ്പ് പിക്കറ്റിങ്ങിൽ വരെ അക്കാലത്ത് സജീവമായി. ഇന്റർമീഡിയറ്റ് ക്ലാസിന്റെ അവസാന പരീക്ഷ നടന്നുകൊണ്ടിരിക്കുമ്പോഴാണ് ഭഗത്സിങ്ങിനെ തൂക്കിക്കൊന്നതിൽ പ്രതിഷേധിക്കാൻ പ്രകടനം നടന്നത്. ഈ പ്രവർത്തനങ്ങളിലെല്ലാം പങ്കുകൊണ്ട ഇ എം എസ് പരീക്ഷയിൽ ജയിക്കില്ലെന്ന് പലരും കരുതി. അവരെ വിസ്മയിപ്പിക്കുമാറ് ഏറ്റവും ഉയർന്ന മാർക്കോടെ പാസായി. സാധാരണ വിദ്യാർത്ഥിയെപ്പോലെ പരീക്ഷയിൽ മാർക്ക് നേടാനുള്ള കുറുക്കുവഴികളല്ല തേടിയത്. പൊതുവിജ്ഞാന നിലവാരമുയർത്താൻകൂടി ബോധപൂർവ്വം ശ്രമിച്ചു. ഇംഗ്ലീഷ് സാഹിത്യത്തിലെ ഉത്തമ കൃതികളുമായി പരിചയപ്പെട്ടു. പുരാതന ഗ്രീസിന്റെയും റോമിന്റെയും മദ്ധ്യകാല യൂറോപ്പിന്റെയും ചരിത്രം പഠിച്ചു. കോളേജ് ലൈബ്രറി ഇതിന് സഹായകമായി. ബർണാഡ്ഷാ, എച്ച് ജി വെൽസ് മുതലായവരെഴുതിയ ഗ്രന്ഥങ്ങൾക്കു പുറമെ മാക്ഡൊണാൾഡിന്റെ സോഷ്യലിസം, ലാസ്കിയുടെ കമ്യൂണിസം എന്നിവയും വായിച്ചത് അക്കാലത്താണ്. സോഷ്യലിസ്റ്റ്- കമ്യൂണിസ്റ്റ് ആശയങ്ങളുടെ ആദ്യവേരുറപ്പിച്ചത് ഈ പുസ്തക പരിചയങ്ങളാണ്. എം സി ജോസഫിന്റെയും മറ്റും ആഭിമുഖ്യത്തിൽ നടന്ന *യുക്തിവാദി* മാസികയുടെ താളുകളും ബുദ്ധിപരമായ വളർച്ചയ്ക്ക് വഴികാട്ടിയായി.

ഗാന്ധിയൻ നേതൃത്വത്തിന്റെയും നെഹ്രുവിന്റെ ഇടതുപക്ഷ സമീപനങ്ങളുടെയും നേർക്ക് കിട്ടിയ പരിചയം വിപ്ലവ ഗ്രൂപ്പുകളുമായുണ്ടായിരുന്നില്ല. മാർക്സിസത്തെപ്പറ്റി ആധികാരികമായ ഒരു പുസ്തകവുമായും അക്കാലത്ത് ഇടപഴകാനായില്ല. സോവിയറ്റ് വികസനരീതിയെ പ്രകീർത്തിച്ച് നെഹ്റു എഴുതിയ കുറിപ്പുകൾ മാത്രമായിരുന്നു ആശ്രയം. ഒരു വിദ്യാർത്ഥിയിൽനിന്ന് പൊതുപ്രവർത്തകനിലേക്കും വിപ്ലവകാരിയിലേക്കുമുള്ള പരിവർത്തനത്തിൽ പഠനവും വായനയും വലിയ തുണയായി.

വിദ്യാർത്ഥിയെന്ന നിലയിൽ ഹൈസ്കൂൾ തലത്തിൽ കാണിച്ച ആർജ്ജവം ഇ എം എസ് കോളേജിലും പ്രകടിപ്പിച്ചു. അവിടുത്തെ സഹപാഠികളിൽ പ്രധാനികൾ സി അച്യുതമേനോൻ, ടി കെ അലക്സാണ്ടർ, കേന്ദ്രമന്ത്രിയായ എം എം തോമസ്, സംസ്ഥാന മന്ത്രിയായ കെ ടി അച്യുതൻ, പ്രശസ്ത കവി സി എ ജോസഫ്, മിലിട്ടറി അക്കൗണ്ടന്റ് ജനറലായ എ പി പി നായർ എന്നിവരായിരുന്നു. അച്യുതമേനോൻ ഇ എം എസിന്റെ സഹപാഠിയായിരുന്നെങ്കിലും അവർ തമ്മിൽ വലിയ ബന്ധമില്ലായിരുന്നു. ക്ലാസ്മുറി വിട്ടാൽ മേനോൻ ഫുട്ബോൾ കളിയിലും മറ്റുമാണ് ഏർപ്പെടുക. ഇ എം എസിനെപ്പോലെ രാഷ്ട്രീയരംഗത്തും പൊതുപ്രവർത്തനത്തിലും ശ്രദ്ധിച്ചിരുന്നില്ല അദ്ദേഹം.

3

ഒളിവുജീവിതം

ചരിത്രവിദ്യാർത്ഥി, ധനശാസ്ത്രാന്വേഷകൻ, പൊതുപ്രവർത്തകൻ എന്നെല്ലാമുള്ള നിലകളിൽ ചെയ്തുതീർക്കാനുള്ള പ്രവൃത്തികളിൽ വിലമതിക്കാനാവാത്ത സഹായമാണ് ഒളിവു ജീവിതം ഇ എം എസിന് നല്കിയത്. ഫ്യൂഡൽ പശ്ചാത്തലത്തിന്റെ സമൃദ്ധിയിൽ കഴിഞ്ഞ അദ്ദേഹത്തിൽ ഏറ്റവും സ്വാധീനം ചെലുത്തിയ രണ്ട് സംഭവങ്ങളിലൊന്ന് ആറരക്കൊല്ലം നീണ്ട ഒളിവുകാലം. മറ്റൊന്ന് വൻതുകയ്ക്കുള്ള സ്വത്ത് പാർട്ടിക്ക് സംഭാവന ചെയ്തതും. ആദ്യത്തെ ഒളിവു ജീവിതം സൈദ്ധാന്തിക കമ്യൂണിസ്റ്റിൽനിന്ന് പ്രായോഗിക വിപ്ലവകാരിയിലേക്കുള്ള പരിവർത്തനത്തിന്റെ തയ്യാറെടുപ്പ് വേളകൂടിയായി. വിപുലമായ വായനാലോകവും അത് തുറന്നുകൊടുത്തു. മാർക്സിസ്റ്റ് ഗ്രന്ഥപരിചയം ഇ എം എസിനെ ശാസ്ത്രീയമായി രൂപപ്പെടുത്തി. ഒളിവു ജീവിതമാകട്ടെ, ഈ പഠനത്തെ പ്രായോഗിക നിലവാരത്തിലേക്ക് ഉയർത്താനുള്ള അവസരമായി. രണ്ടു തവണയാണ് ഒളിവുജീവിതം നയിച്ചത്. 1940 ഏപ്രിൽ 28 മുതൽ 1942 ആഗസ്ത് 2 വരെയാണ് ആദ്യത്തേത്. രണ്ടാമത്തേത് 1948 ജനുവരി മുതൽ 1951 ഒക്ടോബർ വരെ. രണ്ടു തവണയും ജനമദ്ധ്യത്തിലറങ്ങിയത് കോഴിക്കോട് ടൗൺഹാളിലെ പൊതുയോഗത്തിലൂടെയും.

രണ്ടാം ലോക മഹായുദ്ധാരംഭം. സാർവ്വദേശീയ രംഗത്ത് ദ്രുതഗതിയിലുള്ള മാറ്റങ്ങൾ. ഇതിന്റെ അനുരണനങ്ങൾ ഇന്ത്യൻ രാഷ്ട്രീയത്തിലും. സ്ഥിതിഗതികൾ പെട്ടെന്ന് മാറി. ഒളിവു പ്രവർത്തനത്തിന് അടിയന്തരരൂപം നല്കാൻ കമ്യൂണിസ്റ്റ് പാർട്ടി നിർദ്ദേശം നല്കി. അങ്ങനെ 1940 ജനുവരി ആദ്യം പി കൃഷ്ണപിള്ള ഒളിവിൽ പോകുന്നു. അദ്ദേഹം സംസ്ഥാനമൊട്ടാകെ പ്രവർത്തിക്കുന്ന, സഞ്ചരിക്കുന്ന കേന്ദ്രമാവണമെന്ന് തീരുമാനിക്കപ്പെട്ടു. ദുർഘടമായ വിപ്ലവപ്രവർത്തനം. ദീർഘമേറിയ

പര്യടന പരിപാടികൾ. ഉത്തരേന്ത്യൻ രാഷ്ട്രീയാനുഭവങ്ങൾ-ഈ പശ്ചാത്തലം ഒളിവുജീവിതത്തിന് കരുത്തായി. ഉത്തരേന്ത്യൻ പര്യടനകാലത്ത് വിവിധ വിപ്ലവഗ്രൂപ്പുകളുമായി ബന്ധപ്പെട്ടാണ് പ്രവർത്തിച്ചത്. ഒളിവുജീവിതത്തിന്റെ ശൈലിയും പാഠങ്ങളും ഈ അനുഭവങ്ങളാണ് നല്കിയതും. ആലപ്പുഴയിലെ കയർ തൊഴിലാളി സമരം നയിച്ചത് ഒളിവിൽ നിന്ന്. അദ്ദേഹത്തെപ്പോലെ ഒളിവുജീവിതത്തിന്റെ ദുർഘടം പിടിച്ച അനുഭവ പശ്ചാത്തലം ഇ എം എസിന് ഇല്ലെന്നതിനുപുറമെ പൊലീസിന് ആളെ എളുപ്പം തിരിച്ചറിയത്തക്ക വിക്കും അലട്ടി. 1940 ഏപ്രിൽ 28 നാണ് ഒളിവു ജീവിതത്തിലേക്ക് കാലെടുത്തുവെച്ചത്. അതേക്കുറിച്ച് ആരോടും പറയരുതെന്ന നിർദ്ദേശം പൂർണ്ണമായി പാലിക്കപ്പെട്ടു. ആര്യയെപ്പോലും കാര്യമറിയിച്ചില്ല. അവരെയും ഒരു വയസ്സ് തികയാത്ത മകളെയും വിട്ടാണ് ഒളിവിൽ പോയത്.

1932 ൽ ആദ്യമായി ജയിലിൽപ്പോയ അനുഭവം അന്ന് ജീവിച്ചിരുന്ന അമ്മയിൽ കനത്ത ആഘാതമാണേല്പിച്ചത്. ഒന്നര കൊല്ലത്തിനുശേഷം കണ്ടുമുട്ടിയപ്പോൾ അവർ സ്നേഹ-വികാര പാരവശ്യത്താൽ വീർപ്പുമുട്ടിച്ചു. രണ്ടര കൊല്ലത്തെ കുടുംബ ജീവിതത്തിന്റെ അനുഭവത്തിനു ശേഷമാണ് ഒളിവിൽ പോയത്. ഭാര്യയിൽ അത് അസ്വസ്ഥതയുണ്ടാക്കി. പൊതുജീവിതം നിമിത്തം മാസത്തിൽ വിരലിലെണ്ണാവുന്ന ദിവസം മാത്രമാണ് ഇരുവരും ഒന്നിച്ചുകഴിഞ്ഞത്. ഒളിവ്-ജയിൽ ജീവിതങ്ങളെക്കുറിച്ച് അഭ്യൂഹങ്ങളും സന്ദേഹത്തിൽ പൊതിഞ്ഞ അവ്യക്ത ധാരണകളും മാത്രമുണ്ടായിരുന്ന സാധാരണ സ്ത്രീയാണ് ഭാര്യയെന്നിരിക്കെ പ്രത്യേകിച്ചും. രണ്ടര കൊല്ലത്തെ ഒളിവു ജീവിതത്തിനടയ്ക്ക് ഒരൊറ്റ തവണ കത്തിടപാട് മാത്രമാണ് ഭാര്യാഭർത്താക്കന്മാർ നടത്തിയത്.

ഇ എം എസ് ഏതു വർഗ്ഗത്തിനുവേണ്ടിയാണോ ഇറങ്ങിത്തിരിച്ചത് അവരുടെ ജീവിതവും ദൈനംദിന ചലനങ്ങളുമായി ആദ്യഘട്ടത്തിൽ പരിമിതമായ ബന്ധമേ ഉണ്ടായിരുന്നുള്ളു. അവർ അദ്ദേഹത്തെ നേതാവായി കണക്കാക്കിയതിനാൽ പച്ചയായ ജീവിതം കാണാനായില്ല. ഏറ്റവും താഴെക്കിടയിലുള്ളവർക്കൊപ്പം പ്രവർത്തിച്ച നാളുകൾ ജീവിതത്തിൽ ഏറ്റവും സ്വാധീനം ചെലുത്തിയ ദിനങ്ങളാണെന്ന് പറഞ്ഞതിൽ അതിശയോക്തിയുണ്ടാവില്ല.

ഏറ്റവും താഴെക്കിടയിലുള്ള ജനവിഭാഗങ്ങളുമായി അടുത്തിടപഴകിയ ആ ദിനങ്ങളെ തൊഴിലാളിവർഗ്ഗം വളർത്തുമകനായി അംഗീകരിക്കുന്നതിനു മുമ്പുള്ള പരിശീലന കാലമായിട്ടാണ് ഇ എം എസ് കണ്ടത്. ഗാന്ധിയൻ ധാരയുടെ പ്രവർത്തനം നിയമവിധേയമായവർ നടത്തിയതിനാൽ കമ്യൂണിസ്റ്റ് പാർട്ടിക്ക് പോസ്റ്റർ പ്രചാരണവും മറ്റുമാണ് ഏറ്റെടുക്കാനുണ്ടായിരുന്നത്. ഒളിവുകേന്ദ്രങ്ങൾ മാർക്സിസ്റ്റ്- ലെനിനിസ്റ്റ് പരിജ്ഞാനം വിപുലമാക്കാനുള്ള അവസരം കൂടിയായി. രണ്ടാം ഒളിവ് ഘട്ടത്തിലാണ് ഇത് ഏറെ വേഗതയിൽ നടന്നത്. 1948-51 കാലത്ത് തിരുകൊച്ചിയിലെ സാധാരണ കൂരകളിലും- കൽക്കത്തയിലും മറ്റുമു

ള്ള 'ഡെന്നു'കളിലും. ബി ടി രണദിവെ, സി രാജേശ്വരറാവു എന്നിവരും അക്കാലത്ത് ഡെന്നുകളിൽ ബന്ധപ്പെടാറുണ്ടായിരുന്നു. മുമ്പ് കയ്യിൽ കിട്ടാതിരുന്ന 'മൂലധനം' മൂന്നാം വാല്യം ഇ എം എസ് വായിച്ചു തീർത്തത് കൽക്കത്തയിലെ ഒളിവുജീവിതത്തിനിടെ.

ഒളിവു കാലത്തുതന്നെ പാർട്ടി കേന്ദ്രത്തിലിരുന്ന് ബുദ്ധിപരമായ പ്രവർത്തനങ്ങളിലും ഇ എം എസ് മുഴുകി. കല്ലച്ചിൽ പാർട്ടി കത്ത് അച്ചടിക്കാൻ തുടങ്ങി. ഇതുകൂടാതെ ഹാൻഡ്പ്രസ് സംഘടിപ്പിച്ച് സി പി എസ് യു (ബി) ചരിത്രത്തിന്റെ കുറേ അദ്ധ്യായങ്ങൾ പുറത്തിറക്കി. ഇടതുപക്ഷ ദേശീയവാദികളിൽനിന്ന് കമ്യൂണിസ്റ്റുകാരായി പരിവർത്തനം ചെയ്യുന്നതിനുള്ള പാഠപുസ്തകമെന്ന നിലയിൽ നിർദ്ദേശിക്കപ്പെട്ടതായിരുന്നു അത്. മാർക്സിസ്റ്റ് അടിസ്ഥാന ഗ്രന്ഥങ്ങളുടെ പഠനവും ഇക്കാലത്ത് നടന്നു. എമിൽ ബേൺസിന്റെ *മാർക്സിസം: ഒരു കൈപുസ്തകം* ഏറെ സഹായകമായി. ലെനിന്റെ തെരഞ്ഞെടുത്ത കൃതികളും നേരത്തെ പ്രചാരത്തിലുണ്ടായ ചില മാർക്സ്- എംഗൽസ് രചനകളും പുതിയ ലോകം മുന്നിൽ തുറന്നുകൊടുത്തു.

സോവിയറ്റ് ജനതയെയും സോഷ്യലിസത്തെയും പരിചയപ്പെടുത്തുന്ന പഠനങ്ങളും മുതലാളിത്ത രാജ്യങ്ങളിലെ തൊഴിലാളി വർഗ—ബഹുജന സമരങ്ങൾ വിവരിക്കുന്ന സാഹിത്യകൃതികളും, ജർമ്മനിയിലെ ധീരോദാത്തമായ ഒളിവു പ്രവർത്തനം, നാസി ചവിട്ടടിയിൽ കിടന്ന യൂറോപ്യൻ പ്രദേശങ്ങളിലെ ഗറില്ലാ സമരം, ചൈനയിലെ ജാപ്പ് വിരുദ്ധ പോരാട്ടം—എന്നിവ സംബന്ധിച്ച ആവേശകരമായ ആഖ്യായികകളും പരിചയപ്പെട്ടു. സോയ (ത്യാഗ) എന്ന പെൺകുട്ടിയുടെ രക്തസാക്ഷിത്വത്തെക്കുറിച്ചുള്ള ജീവൻ തുടിക്കുന്ന കഥ ഏറെ ചലിപ്പിച്ചു. മാർക്സിസ്റ്റ് അടിസ്ഥാന ഗ്രന്ഥങ്ങളുടെ പഠനത്തിലൂടെ കൈവന്ന ബുദ്ധിപരമായ മുന്നേറ്റത്തോടൊപ്പം ഈ കൃതികൾ വൈകാരികതയും പടർത്തി.

1940 സെപ്തംബർ 15 ന്റെ അടിച്ചമർത്തലോടെ ഒളിവ് ജീവിതത്തിലെ മറ്റൊരു ഘട്ടം. 1940 ഒക്ടോബർ 29 ന് ഒരു ചെത്തുതൊഴിലാളി കുടുംബത്തിലേക്ക് മാറ്റപ്പെട്ടു. ചെറുമാവിലായിയിലെ നള്ളക്കണ്ടി പൊക്കന്റെ കുടുംബമായിരുന്നു അത്. ഒന്നര വർഷക്കാലം അവിടെ ഇ എം എസ് കഴിഞ്ഞ അവസരത്തിൽ പൊക്കൻ ബന്ധുക്കളെപ്പോലും വീട്ടിലേക്ക് ക്ഷണിക്കുമായിരുന്നില്ല. കുടുംബത്തിനാകെ കിട്ടുന്ന മാസവരുമാനത്തേക്കാൾ കൂടുതൽ തുക ആ പോരാളിയെ പൊലീസിലേല്പിച്ചാലുള്ള പ്രതിഫലത്തിന്റെ പലിശയായി കിട്ടുമായിരുന്നു. എന്നിട്ടും അവർ അത്തരം ചിന്തകൾക്ക് കീഴ്പ്പെട്ടില്ല. മഹത്തായ പൊതുലക്ഷ്യത്തിനു വേണ്ടി താല്ക്കാലിക സമൃദ്ധിയും സൗകര്യങ്ങളും കൈയൊഴിയുകയായിരുന്നു. 1942 ൽ ഒളിവിൽനിന്ന് പുറത്തുവന്ന് ഏതാനും മാസത്തിനുള്ളിൽ എഴുതിയ *എ ഷോർട്ട് ഹിസ്റ്ററി ഓഫ് ദി പെസന്റ് മൂവ്മെന്റ് ഇൻ കേരള* എന്ന കൃതി ഇ എം എസ് സമർപ്പിച്ചത് പൊക്കന്റേതുൾപ്പെടെയുള്ള കർഷക കുടുംബങ്ങൾക്കാണ്. "........മാതാപിതാക്കളും ആറു മക്കളു

മുള്ള കർഷക കുടുംബം ഇരുപത് മാസത്തോളം എനിക്കഭയം തന്നു രക്ഷിച്ചു. അധ്വാനിക്കുന്ന ബഹുജനങ്ങൾക്ക് സഹജമായ ധൈര്യവും നെഞ്ചൂക്കും പ്രവർത്തന സാമർത്ഥ്യവും രാഷ്ട്രീയബോധവുംകൊണ്ട് അവരെന്നെ ഉശിരുപിടിപ്പിച്ചു. വിപ്ലവപ്രസ്ഥാനത്തിന്റെ നേരെ അവർക്കു ണ്ടായിരുന്ന കൂറിൽനിന്ന് സജീവ മാർക്സിസത്തിന്റെ സത്തെന്തെന്ന് ഞാൻ പഠിച്ചു. ഇതുപോലെ എന്റെ അറിവിൽപ്പെട്ടതും പെടാത്തതുമായ ഒട്ടേറെ കർഷക കുടുംബങ്ങൾ കേരളത്തിലുണ്ട്. അവരാണ് കടുത്ത മർദ്ദനത്തിന്റെ കാലഘട്ടത്തിൽ കിസാൻ സഭയെയും കമ്യൂണിസ്റ്റ് പാർട്ടി യെയും രക്ഷിച്ചു വളർത്തിക്കൊണ്ടുവന്നത്. അവർക്കെല്ലാമായി ഞാൻ കേരളത്തിലെ കർഷകപ്രസ്ഥാനത്തിന്റെ ചരിത്രം സമർപ്പിക്കുന്നു..." പുസ് തകങ്ങൾ വായിച്ച് പഠിച്ചുണ്ടാക്കിയ ബുദ്ധിപരമായ വിചാരങ്ങൾ മാത്രമല്ല, കണ്ണുകൊണ്ട് കാണുകയും കാതുകൊണ്ട് കേൾക്കുകയും ചെയ്ത പ്രാ യോഗികാനുഭവങ്ങളുടെ ഫലമായി വളർന്നുവന്ന വികാരങ്ങളുമാണ് പിന്നീട് ഇ എം എസിനെ നയിച്ചത്. ഒളിവുജീവിതത്തിലെ മറക്കാനാ വാത്ത രഹസ്യ കേന്ദ്രങ്ങൾ. കണ്ണൂരിലെ ചെറുമാവിലായി പൊട്ടൻകു ളങ്ങര നള്ളക്കണ്ടി പൊക്കന്റെ കൂര. എറണാകുളത്തെ വെള്ളാരപ്പള്ളി തെക്ക് മാടനവ അച്യുതൻ നായരുടെ വീട്, നെടുമ്പാശ്ശേരി ആശാരി പറമ്പിൽ വേലായുധന്റെ വസതി. നിശ്ശബ്ദത തളംകെട്ടിയ വീട്ടിൽനിന്ന് ആര്യയെയും കൊച്ചുമകളെയും വിട്ട് ഏകാന്തതയുടെയും അനിശ്ചിതത്വ ങ്ങളുടെയും കറുത്ത ദിനരാത്രങ്ങൾ. 1939 ൽ ഇ എം എസിന്റെ തലയ് ക്ക് ബ്രിട്ടീഷുകാർ ആയിരം രൂപ വിലയിട്ടു. നെഹ്റു സർക്കാർ അത് അയ്യായിരമാക്കി. ഇ എം എസിനെ അറസ്റ്റ് ചെയ്യാൻ മദിരാശി സംസ്ഥാ ന ഗവൺമെന്റ് വാറണ്ട് പുറപ്പെടുവിച്ചു. മോഹൻ കുമരമംഗലത്തിന്റെ അമ്മ മിസിസ്സ് സുബ്ബരായ്യൻ വഴി കോഴിക്കോട്ടെ കേരള പാർട്ടിയാപ്പീ സിൽ ആ സന്ദേശം രഹസ്യമായി എത്തി. കേരളത്തിൽ 'അസീസ്' എന്നും കേന്ദ്രത്തിൽ 'ദിവാകർ' എന്നുമുള്ള രഹസ്യ പേരിലാണ് ഇ എം എസ് അറിയപ്പെട്ടത്. മീശ വളർത്തിയ ഇ എം എസ് ഒരു ഒളിവുകാല ചിത്രമാണ്. കൽക്കത്തയിൽ ഒളിവിലിരിക്കുമ്പോഴാണ് *നാഷണൽ ക്വ സ്റ്റ്യൻ ഇൻ കേരള* എന്ന ഇംഗ്ലീഷ് കൃതി പൂർത്തിയാക്കിയത്.

അനിൽകുമാർ എ വി, ബിഷപ്പ് പൗലോസ് മാർ പൗലോസ്, ഇ എം എസ്

[illegible] 1936-37 [illegible]

ഇ.എം.എസ്. നമ്പൂതിരിപ്പാട്

26/5/93

ഇ എം എസിന്റെ കൈപ്പട

4

പത്രപ്രവർത്തകൻ എഴുത്തുകാരൻ

ലോകത്തെ മാറ്റുകയാണ് നിങ്ങളുടെ ലക്ഷ്യമെങ്കിൽ പത്രപ്രവർത്തനമാണ് ഏറ്റവുമടുത്ത ഹ്രസ്വകാല ആയുധമെന്ന് പറഞ്ഞത് ടോം സ്റ്റോപ്പാർഡ്. ചെക്കോസ്ലോവാക്യയിൽ ജനിച്ച ആ ബ്രിട്ടീഷ് നാടകകൃത്തിന്റെ ദി കോസ്റ്റ് ഓഫ് ഉട്ടോപ്യ, പ്രൊഫഷണൽ ഫൗൾ, ദി റിയൽ തിങ് തുടങ്ങിയ രചനാ ശീർഷകങ്ങൾതന്നെ വഴിമാറ്റത്തിന്റെ സൂചന നല്കിയവയായിരുന്നു. ഇരുപത്തിരണ്ടാം വയസ്സിൽ ബിഥോവൻ വിമാനാപകടത്തിൽ കൊല്ലപ്പെട്ടിരുന്നെങ്കിൽ സംഗീതത്തിന്റെയും വ്യോമയാനത്തിന്റെയും ചരിത്രം മാറിമറിയുമായിരുന്നുവെന്നും അദ്ദേഹം പ്രസ്താവിക്കുകയുണ്ടായി. പത്രപ്രവർത്തനത്തെയും സാഹിത്യത്തെയും കുറിച്ചുള്ള ജോൺ ഹെർസിയുടെ നിർവ്വചനവും ശ്രദ്ധേയമായിരുന്നു. ജേർണലിസം വായനക്കാരെ ചരിത്രത്തിന് സാക്ഷിയാക്കുമ്പോൾ, സാഹിത്യം അതിൽ ജീവിക്കാൻ അവസരമൊരുക്കുകയാണെന്നാണ് പുലിസ്റ്റർ ജേതാവായ ആ അമേരിക്കൻ എഴുത്തുകാരൻ കൂട്ടിച്ചേർത്തതും. ആദ്യകാല ദേശീയ- കമ്യൂണിസ്റ്റ് നേതാക്കളിൽ ചിലരെങ്കിലും പത്രപ്രവർത്തനത്തിന്റെ സാമൂഹ്യപ്രയോഗവും ഉപയുക്തതയും നന്നായി തിരിച്ചറിഞ്ഞവരാണ്. പത്രപ്രവർത്തനത്തെ ചരിത്രത്തിന്റെ ആദ്യ കരടുരൂപം എന്ന നിലയിൽ കണ്ടിരുന്നു ഗാന്ധിജിയടക്കം. അതിന്റെ കേരളീയ മാതൃകകളിലൊന്നായിരുന്നു ഇ എം എസ്. അമേരിക്കൻ പത്രങ്ങളുടെ ഒന്നാം പുറത്തെ കഥയിലിടം നേടാൻ ഹെയർ സ്റ്റൈൽ മാറ്റിയാൽ മതിയെന്നതുപോലുള്ള അഭിപ്രായപ്രകടനം ചെറുതിനെ വലുതാക്കുന്ന കൗശലമാണ് അടിവരയിട്ടുപോകുന്നത്. അതുപോലെ കേരളീയ പരിസരത്ത് ഗോതമ്പ് പെറുക്കിക്കളഞ്ഞ് ഉമി വാർത്തയാക്കുന്ന തന്ത്രങ്ങൾക്കെതി

രെ ആദ്യകാലത്തുതന്നെ വിമർശനമുന്നയിച്ചിരുന്നു ഇ എം എസ്. കുത്തക പത്രങ്ങളുള്ളതുകൊണ്ട് എല്ലാം പറഞ്ഞു ഫലിപ്പിക്കാമെന്ന് കരുതരുതെന്ന അദ്ദേഹത്തിന്റെ 1970 ലെ നിയമസഭാ പ്രസംഗം അതിന്റെ വികസിച്ച രൂപങ്ങളിലൊന്നായിരുന്നു.

പ്രത്യക്ഷത്തിൽ സിദ്ധാന്തവല്ക്കരണത്തിന്റെ സ്പർശമില്ലാത്ത ഇ എം എസിന്റെ രീതി സ്വാഭാവികവും അടിയന്തര രാഷ്ട്രീയ കടമകളുമായി കണ്ണി ചേർക്കുന്ന നിലപാട് ബോധപൂർവ്വവുമായിരുന്നു. ഇത്തരം ജാഗ്രത്തായ ഇടപെടലുകളാണ് കേരളീയ സാമൂഹ്യ- രാഷ്ട്രീയ മണ്ഡലത്തെ ചിലപ്പോഴെങ്കിലും ആഹ്ലാദകരമായ സജീവതയിലേക്ക് നടത്തിച്ചത്. ഈയൊരു ദിശാബോധം ആദ്യകാല ലേഖനങ്ങളിൽവരെ ദൃശ്യമാണെന്നത് നിസ്സാരമല്ല.

ഭാഷാസംബന്ധിയായ പ്രശ്നങ്ങൾതൊട്ട് ഗഹനമായ പ്രത്യയശാസ്ത്ര പ്രശ്നങ്ങൾവരെ കൈകാര്യം ചെയ്ത ഇ എം എസ് എഴുതിയ ആദ്യലേഖനം 1926 അവസാനത്തിലോ 1927 ആദ്യത്തിലോ ആണ് പ്രകാശിതമായത്. *പാശുപത*മെന്ന പത്രത്തിൽ.

1927 ലെ പ്രസിദ്ധമായ മദിരാശി കോൺഗ്രസ് സമ്മേളനം. അതേതുടർന്ന് സൈമൺ കമീഷനെതിരായ ജനരോഷം ആളിക്കത്തി. പ്രതിഷേധത്തിന്റെ അലയൊലികൾ താഴെ നിലവാരത്തിലേക്കുവരെ വ്യാപിച്ചു. കെ പി സി സിയുടെ പ്രതിനിധികളായ കുറൂർ നീലകണ്ഠൻ നമ്പൂതിരിപ്പാടും എസ് കെ കോമ്പർബെയിലും പെരിന്തൽമണ്ണയിലുമെത്തി ഇ എം എസ് അടക്കമുള്ള ഹൈസ്കൂൾ വിദ്യാർത്ഥികളെ പഠിപ്പുമുടക്കിന് പ്രേരിപ്പിച്ചു. ഇ എം എസ് താമസിച്ച ലോഡ്ജിലായിരുന്നു ഇരുവരും കഴിഞ്ഞത്. ഒരു നേരത്തെ താമസത്തിനിടയിൽ രാഷ്ട്രീയചലനങ്ങളെക്കുറിച്ച് ആശയവിനിമയം നടന്നു. കോമ്പർബെയിൽ തയ്യാറാക്കിയ ഇംഗ്ലീഷ് പ്രമേയം മലയാളത്തിലേക്ക് ഭാഷാന്തരം ചെയ്യാൻ ഇ എം എസിനെയാണേല്പിച്ചത്.

മലയാളക്കരയിൽ മുളപൊട്ടിയ സാമൂഹ്യ നവോത്ഥാന പ്രസ്ഥാനങ്ങളിൽ, നമ്പൂതിരിമാർക്കിടയിലെ ആദ്യകാല ഉണർവ്വുകളിൽ *ഉണ്ണി നമ്പൂതിരി*യും യോഗക്ഷേമവും വിപുലമായ ഉൽപ്രേരകമായിരുന്നു. യോഗക്ഷേമം മിതവാദ നിലപാടുകളിൽ കുടുങ്ങിക്കിടന്നുവെന്നത് മറക്കാനാവില്ല. നമ്പൂതിരിമാർക്കിടയിൽ കട്ടകെട്ടിനിന്ന അനാചാരങ്ങൾക്കെതിരെ പഴയ രീതിയിൽനിന്ന് വ്യത്യസ്തമായ കർക്കശമായ വിമർശനങ്ങളുടെ കേന്ദ്രം കൂടിയായി *ഉണ്ണിനമ്പൂതിരി.* ശ്രീനാരായണ ഗുരുവിന്റെ 'ജാതി ചോദിക്കരുത്, പറയരുത്' മുതലായ മുദ്രാവാക്യങ്ങൾ, മിശ്രഭോജനമുൾപ്പെടെയുള്ള പാരമ്പര്യോപചാരങ്ങൾക്കെതിരായ കലഹങ്ങൾ, *യുക്തിവാദി* മാസിക വഴിയുള്ള നിരീശ്വരവാദ പ്രചാരണം എന്നിവയടങ്ങുന്നതും കേരള വ്യാപകവുമായ സാമൂഹ്യ-സാംസ്കാരിക പ്രസ്ഥാനത്തിന്റെ

അഭേദ്യഭാഗമായി *ഉണ്ണിനമ്പൂതിരി* പരിഗണിക്കപ്പെട്ടു.

ഇ എം എസിന്റെ കോളേജ് വിദ്യാഭ്യാസം തുടങ്ങിയ 1929 ജൂണിൽ മാസികയായി പുറത്തിറങ്ങാൻ തുടങ്ങിയ *ഉണ്ണിനമ്പൂതിരി*യുടെ പത്രാധിപർ കുമാരമംഗലത്തെ കെ എൻ കുട്ടൻ നമ്പൂതിരിപ്പാട്. പത്രം നടത്തിപ്പിൽ സജീവ ഇടപെടൽ അദ്ദേഹത്തിനില്ലായിരുന്നു. പത്രാധിപരുടെ യഥാർത്ഥ ജോലി ചെയ്തിരുന്നത് വി ടി ഭട്ടതിരിപ്പാട്. നടത്തിപ്പിലെ വിവിധ കാര്യങ്ങളിൽ ഇ എം എസ് തുണയാകുമെന്ന് അദ്ദേഹം കണ്ടു. സമുദായകാര്യങ്ങളെക്കുറിച്ചുള്ള ലേഖനങ്ങൾ, വിവർത്തനം, വാർത്താസംഗ്രഹം, കുറിപ്പുകൾ എന്നിവയും അദ്ദേഹം ചെയ്യിച്ചു.

സജീവമായ സംഘടനാ പ്രവർത്തങ്ങൾക്കായി വി ടിക്ക് തൃശൂർ വിടേണ്ടിവന്നപ്പോൾ പത്രാധിപത്യം സംബന്ധിച്ച് ചെയ്തിരുന്ന കാര്യങ്ങൾ ഇ എം എസിന്റെ ചുമതലയിലായി. ചങ്ങനാശ്ശേരിയിലെ വീട്ടിൽ നിന്ന് കുട്ടൻ നമ്പൂതിരിപ്പാട് ആഴ്ചതോറും മുഖപ്രസംഗം എഴുതി അയക്കുക മാത്രമായിരുന്നു ചെയ്തത്. അയച്ചുകിട്ടാത്ത ആഴ്ചകളിൽ അതും ഇ എം എസിന് ഏല്ക്കേണ്ടി വന്നു.

എഴുത്തുകാരനും പത്രപ്രവർത്തകനുമെന്ന നിലയിൽ ഇ എം എസിന്റെ കളരി *ഉണ്ണിനമ്പൂതിരി*യായിരുന്നു. സ്വന്തം ആശയലോകം വിപുലമാക്കാനും അതുവഴി സമുദായത്തിന്റെ ഇടുങ്ങിയ അകത്തളങ്ങളിൽ വെളിച്ചം വീശാനും ഈ പത്രപ്രവർത്തന പരിശ്രമങ്ങൾ സഹായകമായി. *ഉണ്ണിനമ്പൂതിരി* സാമൂഹ്യപ്രശ്നങ്ങളിലെടുത്ത ഉത്പതിഷ്ണുതാ നിലപാടുകൾക്ക് വൻ ജനസമ്മതി നേടാൻ കഴിഞ്ഞു. നമ്പൂതിരിമാരുടെ ആചാരങ്ങളിലും ജീവിത രീതികളിലും കുറേ പരിഷ്കാരങ്ങൾ വരുത്തുക മാത്രമല്ല, സമുദായംകൂടിയകപ്പെട്ട ജാതിവ്യവസ്ഥയാകെ മാറ്റിമറിക്കണമെന്ന ചിന്താഗതിക്ക് ഊന്നൽ നല്കി. ഇതിന് ഒരതിർത്തിവരെ വ്യക്തമായ രൂപവും മാർഗ്ഗനിർദ്ദേശവും നല്കാനും ഈ പത്രപംക്തികളിലൂടെ കഴിഞ്ഞു. അതിനാൽ മറ്റ് സമുദായങ്ങളിൽപെട്ട പുരോഗമനാശയക്കാരും ലേഖനങ്ങൾ കൊടുത്തുവന്നു.

കോൺഗ്രസിന്റെ തീവ്രവാദി നേതാക്കളിലൊരാളായ ലോകമാന്യ ബാലഗംഗാധര തിലകന്റെ പത്രപ്രവർത്തകനെന്ന നിലയ്ക്കുള്ള ആവേശം തുടിക്കുന്ന ഓർമ്മകൾ പതിഞ്ഞതുമുതൽ പത്രപ്രവർത്തകനാകാനുള്ള ആഗ്രഹം ഇ എം എസിൽ വേരുറച്ചു. മറാഠിയിൽ 'കേസരി'യും ഇംഗ്ലീഷിൽ 'മറാഠ'യും പുറത്തിറക്കിയ തിലകന്റെ അനുരഞ്ജനരഹിതമായ എഴുത്തുകൾ ഇ എം എസ് ആദരവിന്റെ സ്പർശത്തോടെയാണ് വായിച്ചത്. ഉദ്യോഗസ്ഥ മേധാവികളുടെ അഴിമതിയും ദുർഭരണവും തുറന്നു കാട്ടിയ തിലകന്റെ രീതിയിലാണ് സർ സി പിയുടെ അത്യാചാരങ്ങൾക്കെതിരെ സ്വദേശാഭിമാനി രാമകൃഷ്ണപിള്ള പ്രതികരിച്ചത്. അനീതിയോടുള്ള ആ കലഹങ്ങൾ ഇ എം എസിൽ വലിയ

സ്വാധീനം ചെലുത്തി. സ്വദേശാഭിമാനിയുടെ 'വൃത്താന്ത പത്രപ്രവർത്തനം' പതിമൂന്നാം വയസ്സിൽ പരിചയപ്പെട്ടു.

ഉണ്ണിനമ്പൂതിരി സാമൂഹ്യവും സാംസ്കാരികവുമായ രംഗങ്ങളിലെ വിപ്ലവകരമായ ചിന്താഗതികൾക്ക് രൂപംനല്കി. രാഷ്ട്രീയരംഗത്തെ ചലനങ്ങൾക്ക് കാതോർക്കുന്നതിലും അത് ശ്രദ്ധിച്ചു. ലാഹോർ-മീററ്റ് ഗൂഢാലോചനാക്കേസുകൾ, ജവഹർലാൽ നെഹ്റുവിന്റെ നവീനാശയങ്ങൾ, ഗാന്ധിജി നേതൃത്വം കൊടുത്ത ഉപ്പുസത്യഗ്രഹമടക്കമുള്ള സമരമുന്നേറ്റങ്ങൾ- എന്നിവയുടെയെല്ലാം അലകൾ ഉണ്ണിനമ്പൂതിരിയിലും പ്രതിഫലിച്ച രാഷ്ട്രീയ വാരികയല്ലെങ്കിൽക്കൂടി അതിന് രാഷ്ട്രീയ സംഭവവികാസങ്ങൾക്കുനേരെ കണ്ണടക്കാൻ വയ്യാതായി.

1931 മാർച്ച് മാസത്തിലെ കോളേജ് മാസികയിൽ ഇ എം എസ് 'മലയാള സാഹിത്യവും പത്രപ്രവർത്തനവും' എന്നൊരു ലേഖനം എഴുതിയത് ശ്രദ്ധയാകർഷിച്ചു. ഒ എം സി നാരായണൻ നമ്പൂതിരിപ്പാടും മാടമ്പ് നാരായണൻ നമ്പൂതിരിയും ഇക്കാര്യത്തിൽ തുണയായി. രാഷ്ട്രീയ കാര്യങ്ങൾ അപഗ്രഥിക്കുന്നതിലും പത്രവാർത്തകൾ വിശകലനം ചെയ്യുന്നതിലും അവരുടെ നിർദ്ദേശങ്ങൾ മുതൽക്കൂട്ടായിരുന്നു. വിപ്ലവ ചിന്താഗതിക്ക് പ്രോത്സാഹനവും പ്രചോദനവും കൊടുക്കുന്ന സുഹൃത്തായി വി ടി ഭട്ടതിരിപ്പാടും സുഹൃത്തുക്കളും വിശേഷിപ്പിച്ച കെ കെ വാരിയരുടെ സാമീപ്യവും സ്വാധീനമായി.

പി കേശവദേവുമായുള്ള സൗഹൃദവും ഏതാണ്ടിതേ കാലത്താണ് തുടങ്ങിയത്. അംശി നാരായണപിള്ളയുമൊത്ത് അദ്ദേഹം തൃശൂരിൽനിന്ന് *മഹാത്മാ* പത്രം നടത്തുകയായിരുന്നു. *ഉണ്ണിനമ്പൂതിരി*യിലെ സ്ഥിരം എഴുത്തുകാരനെന്ന നിലയിൽ ദേവുമായി ഇ എം എസിന് നേരത്തെ പരിചയമുണ്ടായിരുന്നു. അക്കാലത്താണ് ദേവ് *അഗ്നിയും സ്ഫുലിംഗവും* പുസ്തകമെഴുതിയത്. ലിയോൺ ട്രോട്സ്കിയോടുള്ള അമിതാരാധനയുടെയും കാല്പനികാവേശത്തിന്റെയും നിദർശനമായിരുന്നു ആ പുസ്തകം. കേശവദേവിൽനിന്നും വാരിയരിൽനിന്നുമാണ് കമ്യൂണിസത്തെപ്പറ്റി ഇ എം എസ് മൂർത്തമായി എന്തെങ്കിലും കേട്ടുതുടങ്ങിയത്.

അതിനൊക്കെ വളരെ മുമ്പ് യോഗക്ഷേമത്തിൽ 'ഫ്രഞ്ചുവിപ്ലവവും നമ്പൂതിരി സമുദായവും' എന്ന ഇ എം എസിന്റെ ലേഖനം വന്നത് ശ്രദ്ധിക്കപ്പെട്ടു- 1927 ജൂൺ 22 ന്റെ ലക്കത്തിൽ. നമ്പൂതിരി സമുദായത്തിന്റെ അടിയന്തരാവശ്യം വിപ്ലവമാണെന്നായിരുന്നു ഊന്നൽ. ലേഖനം തുടർന്നു: "വിപ്ലവം എന്ന പദത്തിന് ആയുധരഹിതമായ കലഹമെന്നാണ് അർത്ഥമെന്നാണ് സംസ്കൃത നിഘണ്ടുകർത്താക്കന്മാർ പറയുന്നത്. ചുരുക്കിപ്പറയുകയാണെങ്കിൽ ഏതെങ്കിലും വിഷയത്തിൽ ജനസമുദായത്തിൽ ഉണ്ടാകാവുന്ന പരിവർത്തനമാണ് വിപ്ലവം. അതാണ് നാമിപ്പോൾ ആവശ്യപ്പെടുന്നതും. അതുകൊണ്ട് വിപ്ലവമെന്ന പദം കേട്ട്

ആരും പരിഭ്രമിക്കേണ്ട. ഒരു കാലത്ത് അന്നത്തെ പരിതസ്ഥിതികൾക്കനുസരിച്ച് ചില നടപടികൾ നിശ്ചയിക്കും. കാലപ്പഴക്കം വരുമ്പോൾ അവ ദുഷിച്ച് സമുദായത്തിന് അസഹ്യമായിത്തീരും. സമൂഹം അതിനെ കലശലായി വെറുക്കും. തൽസംബന്ധമായി സമുദായത്തിൽ പ്രക്ഷോഭം വർദ്ധിക്കുമ്പോൾ അതിനെ നശിപ്പിക്കാൻ ചില ധീരന്മാർ മുന്നോട്ടു വരും. ഒടുവിൽ ഈ കലഹങ്ങളും ദോഷങ്ങളും അസ്തമിക്കുകയും വിപ്ലവം വിജയപ്രദമാവുകയും ചെയ്യുന്നു. ഇങ്ങനെയാണ് ലോകത്തിൽ സാധാരണയായി വിപ്ലവങ്ങൾ ജനിച്ചുവളർന്ന് വിജയപ്രദമായി കലാശിക്കുക. വിപ്ലവങ്ങൾക്ക് കാരണം ദുഷ്ടങ്ങളായ, ആചാരങ്ങളുടെ നേരെ സമുദായത്തിനുള്ള വെറുപ്പും അതിനെപ്പറ്റി അവരുടെ ഇടയിലുള്ള പ്രക്ഷോഭവുമാകുന്നു'.

ആദ്യ ലേഖനങ്ങളിൽ ഏറ്റവും ശ്രദ്ധേയമായ 'ഫ്രഞ്ച് വിപ്ലവവും നമ്പൂതിരി സമുദായവും' അക്കാലത്ത് ഏറെ ചർച്ച ചെയ്യപ്പെട്ട ഒന്നായിരുന്നു. വിപ്ലവത്തെക്കുറിച്ചുള്ള ശാസ്ത്രീയ ചിന്താപദ്ധതികളുമായി പരിചയപ്പെടുന്നതിനുമുമ്പ് അതേക്കുറിച്ച് ഇ എം എസ് എഴുതിയത് ഉൾക്കാഴ്ചയുടെ വെളിച്ചം കൊണ്ട് മാത്രമായിരുന്നു. പിന്നീട് വിവിധ ലേഖനങ്ങളിൽ മുദ്രിതമായ രീതിശാസ്ത്രത്തിന്റെ അസന്നിഹിതമായ സൂചനകൾ ആദ്യലേഖനം പങ്കിടുന്നുവെന്നത് നിസ്സാരമല്ല. അത് പ്രസിദ്ധീകൃതമായി അധികം കഴിയും മുമ്പ് മുത്തിരങ്ങോട് ഭവത്രാതൻ നമ്പൂതിരിപ്പാട്, സ്കൂൾ വിലാസത്തിൽ ഇ എം എസിന് അഭിനന്ദവും പ്രോത്സാഹനവുമറിയിച്ച് കത്തയച്ചു.

ഭാഷയുടെയും സാഹിത്യത്തിന്റെയും കാര്യത്തിൽ വഴികാട്ടിയത് കുട്ടികൃഷ്ണമാരാരാണ്. മംഗളോദയം പ്രസിൽ പ്രൂഫ് വിഭാഗത്തിൽ പ്രവർത്തിക്കുകയായിരുന്ന മാരാരുമായി നല്ല ബന്ധം പുലർത്തിയിരുന്നു ഇ എം എസ്. എഴുതുന്നവയിലെ വ്യാകരണപ്പിശകുകളും ശൈലീഭംഗവും ചൂണ്ടിക്കാണിച്ച് തിരുത്തുന്നതിൽ അദ്ദേഹത്തിന് വലിയ നിഷ്കർഷയായിരുന്നു. മാരാരുടെ 'മലയാള ശൈലി' വായിച്ചപ്പോൾ പഴയ തിരുത്തലുകൾ ഓർമ്മിക്കുക പതിവാണെന്നും ഇ എം എസ് അനുസ്മരിച്ചിട്ടുണ്ട്. ഇതേപോലെ ഭാഷാപരവും സാഹിത്യസംബന്ധിയുമായ വികാസത്തിന് തുണയായ മറ്റൊരു വ്യക്തിത്വം ജി ശങ്കരക്കുറുപ്പിന്റേതാണ്.

*ഉണ്ണി നമ്പൂതിരി*യിലെ പുസ്തകാഭിപ്രായ പംക്തിയിൽ ഇ എം എസ് ഇടയ്ക്കിടെ എഴുതുമായിരുന്നു. ബാലാമണിയമ്മയുടെ രണ്ടാമത്തെ കവിതാ സമാഹാരം പുറത്തുവന്നപ്പോൾ അതേക്കുറിച്ച് നിരൂപണമെഴുതി. മിസ്സിസ് വി എം എന്നായിരുന്നു അന്ന് ബാലാമണിയമ്മ പേരുവെച്ചിരുന്നത്. മാധവിക്കുട്ടിയുടെ പിറവിക്ക് ശേഷം അതേക്കുറിച്ചെഴുതിയ കവിതയടക്കം *അമ്മ* എന്ന തലക്കെട്ടിലായിരുന്നു സമാഹാരം. 1944 ലോ 1945 ലോ പുറത്തിറങ്ങിയ വള്ളത്തോളിന്റെ 'സ്ത്രീ' കവിതാസമാഹാരത്തിന്

അവതാരികയെഴുതിയതും ഇ എം എസ് സാഹിത്യമഞ്ജരിയിൽ വന്ന സ്ത്രീസംബന്ധിയായ കവിതകളുടെ സമാഹാരമായിരുന്നു അത്. ഇ എം എസ് പതിനേഴാം വയസ്സിൽ ചെറുകഥയെഴുതിയിട്ടുണ്ട്. കണ്ണൂരിൽനിന്ന് പ്രസിദ്ധീകരിച്ച മാസികയിൽ. സാമൂഹ്യപരിഷ്കാരം ഇതിവൃത്തമാക്കി സാഹിത്യജീവിതത്തിലെ ഒരേയൊരു ചെറുകഥ. ഉത്തര കേരള നായർ സമാജത്തിന്റെ പ്രസിദ്ധീകരണമായ 'സ്വാഭിമാനി'യിൽ. കടത്തനാട്ട് മാധവി അമ്മയുടെ ഭർത്താവ് എ കെ കുഞ്ഞികൃഷ്ണൻ ആയിരുന്നു പത്രാധിപർ.

മുത്തിരിങ്ങോട് ഭവത്രാതൻ നമ്പൂതിരിപ്പാടെഴുതിയ *അപ്ഫന്റെ മകൾ* നോവലിന് കോളേജ് വിദ്യാർത്ഥിയായ ഇ എം എസിന്റേതായിരുന്നു അവതാരിക. "…..സ്വജാതീയ വിവാഹം പ്രളയാന്തകാലം വരെ നിലനിർത്തേണ്ടതല്ല. നിലനില്ക്കുന്നതുമല്ല. നമ്പൂതിരി കന്യകമാരെ അന്യ സമുദായങ്ങളിലെ പുരുഷന്മാർക്ക് വിവാഹം ചെയ്യാവുന്ന കാലം വരെ മാത്രമേ അത്യാവശ്യമുള്ളൂ…." എന്നിങ്ങനെ യാഥാസ്ഥിതികത്വത്തെ പ്രകോപിപ്പിച്ച ഊഹിക്കാനാവാത്ത ചുവടുവെപ്പായിരുന്നു അവതാരിക. അതിൽ വന്നുപെട്ട ഭാഷാപരമായ പിശകുകൾ തിരുത്തിയത് കുട്ടികൃഷ്ണമാരാർ. രണ്ട് പേജുള്ള അവതാരിക തിരുത്താൻ മാരാർ മൂന്നു മണിക്കൂറെടുത്തത്രേ! റിപ്പോർട്ടർ എന്ന നിലയിൽ ഇ എം എസിന്റെ ആദ്യ ശ്രമം ഇടക്കുന്നി സമ്മേളനം *ഉണ്ണിനമ്പൂതിരി*ക്കുവേണ്ടി റിപ്പോർട്ട് ചെയ്തതായിരുന്നു. പിന്നീട് ഗുരുവായൂർ സത്യഗ്രഹവും.

ജയിൽ ജീവിതത്തിനിടയ്ക്ക് ധാരാളം പുസ്തകങ്ങൾ വായിക്കാൻ കഴിഞ്ഞ ഇ എം എസ് അവ ആസ്പദമാക്കി വിവിധ കൃതികളും പൂർത്തിയാക്കി. ഫ്രഞ്ച് വിപ്ലവം മുതൽ റഷ്യൻ വിപ്ലവം വരെയുള്ള മുന്നേറ്റങ്ങളുടെ സംഗ്രഹം. ഈജിപ്തിലെ ദേശീയ വിപ്ലവത്തിന്റെ ലഘു ചരിത്രം എന്നിവയെഴുതി. എന്നാൽ അവയൊന്നും പ്രസിദ്ധീകൃതമായില്ലെന്നു മാത്രമല്ല, നശിപ്പിക്കപ്പെടുകയാണുണ്ടായത്. ട്രോട്സ്കിയുടെ റഷ്യൻ വിപ്ലവ ചരിത്രത്തെ ആസ്പദമാക്കി ലഘു ഗ്രന്ഥം അക്കാലത്തെഴുതിയത് പിന്നീട് പ്രസിദ്ധീകൃതമായി.

പാലക്കാടുനിന്ന് തുടർന്ന യോഗക്ഷേമത്തിലെ എഴുത്തിനൊപ്പം ഓർമ്മിക്കത്തക്ക മറ്റൊരു സംഭവം ഇംഗ്ലീഷിൽ ലേഖനം പുറത്തുവന്നതായിരുന്നു. ദൽഹിയിൽ നിന്നുള്ള മാസികയിൽ *മോറൽ കറേജ്* എന്ന തലവാചകത്തിൽ റാണാപ്രതാപസിംഹനെക്കുറിച്ചുള്ള ആ ലേഖനം സുഹൃത്തുക്കളിൽ ആശ്ചര്യത്തിന് വക നല്കി. ഭഗത്സിങ്ങിന്റെ വിപ്ലവ പ്രസ്ഥാനത്തിലെ ഒരംഗമായിരുന്ന യതീന്ദ്രദാസി (ജതീൻ ദാസ്)നെപ്പറ്റി പുറത്തുവന്ന ഇംഗ്ലീഷ് പുസ്തകം. അതിൽനിന്ന് ആവേശമുൾക്കൊണ്ട് മലയാളികൾക്ക് ആ വിപ്ലവ ജീവിതത്തെ പരിചയപ്പെടുത്തിക്കൊടുക്കാൻ എം എ ജോർജ് എഴുതിയ *യതീന്ദ്രദാസ്* എന്ന പുസ്തകത്തിന് അവതാരി

കയെഴുതിയത് ഇ എം എസ് ആയിരുന്നു. കെ പി സി സി സെക്രട്ടറിയായിരുന്നപ്പോഴായിരുന്നു അത്. കോൺഗ്രസിനകത്തെ പുതിയ ദിശാവ്യതിയാനങ്ങളുടെ സ്വാധീനം പ്രകടമാകുന്നതായിരുന്നു അവതാരികപോലും.

ഇടതുപക്ഷ കെ പി സി സി ആസ്ഥാനം ഷൊർണൂരിലേക്ക് മാറിയപ്പോൾ *പ്രഭാതം* പ്രതിവാര പത്രമായി. അത് മുന്നോട്ടുകൊണ്ടുപോകാൻ ഉടമ കെ എസ് നായർക്ക് കഴിയാതെ വന്ന അവസ്ഥയിലാണ് ഇടതുപക്ഷ കെപിസിസി ഉത്തരവാദിത്വമേറ്റെടുത്തത്. *പ്രഭാതം* നിലനിർത്താനാവശ്യമായ മൂവായിരം രൂപ ഇ എം എസ് ഇല്ലത്തുനിന്നാണ് സംഘടിപ്പിച്ചത്. സ്വാതന്ത്ര്യപ്പോരാളിയായ കെ പി ദാമോദരമേനോൻ മാനേജരും ഐ സി പി നമ്പൂതിരി പ്രിന്ററും പബ്ലിഷറുമായാണ് അത് നടത്തിയത്.

ഇ എം എസ് പത്രാധിപരായി 1935 ജനുവരി ആദ്യം പുറത്തിറങ്ങിയ പത്രം ജൂലൈ അവസാനത്തിലോ ആഗസ്ത് ആദ്യത്തിലോ നിലച്ചു. മലബാർ കുടിയായ്മാ നിയമത്തിന്റെ പോരായ്മകൾ വിശദീകരിച്ച് ഇ എം എസ് *പ്രഭാത*ത്തിൽ എഴുതിയ ലേഖനങ്ങൾ കുട്ടികൃഷ്ണമേനോൻ കമ്മിറ്റി റിപ്പോർട്ടിനെതിരായ വിയോജനക്കുറിപ്പിന്റെയും കർഷകപ്രസ്ഥാനത്തിന്റെ രൂപരേഖയുടെയും അവ്യക്തമായ നഖചിത്രമാണ്. കോൺഗ്രസ് സോഷ്യലിസ്റ്റ് പാർട്ടിയുടെ മലയാള മുഖപത്രമായി നടന്നുവന്ന *പ്രഭാത*ത്തിൽ പാർട്ടിയുടെ അഖിലേന്ത്യാ പത്രത്തിൽ (കോൺഗ്രസ് സോഷ്യലിസ്റ്റ്) വരുന്ന ഇംഗ്ലീഷ് ലേഖനങ്ങൾ തർജ്ജുമ ചെയ്തു കൊടുക്കുകയും പതിവായിരുന്നു. ജയപ്രകാശ് നാരായണൻ Wreck it എന്ന തലക്കെട്ടിൽ എഴുതിയ ലേഖനത്തെക്കുറിച്ച് ഇ എം എസ് പറഞ്ഞിട്ടുണ്ട്. *പ്രഭാത*ത്തിന്റെ പ്രവർത്തനത്തിനിടയിൽ വന്നുപെട്ട ചില പാകപ്പിഴകളും അദ്ദേഹം സൂചിപ്പിച്ചു. ഡാങ്കെ എന്നത് വിവർത്തനം ചെയ്തത് 'ദഞ്ചി' എന്നായിരുന്നു. ബോംബെയിൽപ്പോയി ഉച്ചാരണം നേരിട്ട് മനസ്സിലാക്കി വന്നതിനുശേഷമാണത്രേ അത് തിരുത്തിയത്.

ഇ എം എസ് ആദ്യമായി എഴുതിയ പുസ്തകം 1931 സെപ്തംബറിലോ ഒക്ടോബറിലോ പൂർത്തിയായ ജവഹർലാൽ നെഹ്റുവിനെക്കുറിച്ചുള്ള ലഘുകൃതിയാണ്. ദേശീയ സാഹിത്യ പ്രചാരത്തിന്റെ സ്വാധീനഫലമായി സുഹൃത്തുക്കളിൽനിന്ന് ലഭിച്ച പ്രോത്സാഹനം സഹായകമായി. ഇക്കണ്ടവാരിയരുടെ ഗ്രന്ഥശേഖരത്തിൽനിന്നും അദ്ദേഹത്തിന്റെ നിർദ്ദേശപ്രകാരം മറ്റിടങ്ങളിൽനിന്ന് പുസ്തകങ്ങൾ വാങ്ങിയും നടത്തിയ പ്രാഥമിക പഠനങ്ങളാണ് അടിസ്ഥാന വസ്തുതകൾ നല്കിയത്. ദക്ഷിണാഫ്രിക്കൻ പരീക്ഷണങ്ങൾക്കു ശേഷം ഗാന്ധിജി നയിച്ച ചമ്പാരനിലെ നീലം കൃഷിക്കാരുടെ പോരാട്ടങ്ങളും ഇതേക്കുറിച്ചെഴുതിയ *ചമ്പാരൻ സത്യഗ്രഹം* എന്ന അദ്ദേഹത്തിന്റെ പുസ്തകവും അക്കൂട്ടത്തിൽപ്പെടും.

ഉണ്ണിനമ്പൂതിരി ഗ്രന്ഥാവലി എന്ന പേരിൽ ആരംഭിച്ച പ്രസിദ്ധീകരണ സംരംഭത്തിലെ ആദ്യപുസ്തകം പി കേശവദേവിന്റെ *അഗ്നിയും സ്ഫുലിംഗ*വുമായിരുന്നെങ്കിൽ ആറാമത്തേതായിരുന്നു ഇ എം എസ് നെഹ്റുവിനെക്കുറിച്ചെഴുതിയ 85 പേജ് വരുന്ന ജീവചരിത്രം. ചൈനയിൽ നിന്ന് കെ കെ വാരിയർ എത്തിച്ച വിവിധ പുസ്തകങ്ങളും ആ രചനയ്ക്ക് സഹായകമായി.

ചിന്ത വാരികയിൽ ഇ എം എസ് കൈകാര്യം ചെയ്ത ചോദ്യോത്തര പംക്തി ലോകത്തിന് തന്നെ അപൂർവ്വാനുഭവമായിരുന്നു. 1972 ഒക്ടോബർ 6 ന് തുടങ്ങിയ പംക്തി എത്രയോ കാലം മുടങ്ങാതെ തുടർന്നു. 1935 ൽ ഷൊർണ്ണൂരിൽനിന്നിറങ്ങിയ *പ്രഭാത*ത്തിലും ഇത്തരം പംക്തി കൈകാര്യം ചെയ്തെങ്കിലും അധികം നീണ്ടില്ല. *പ്രഭാതം* അകാലത്തിൽ കൊഴിഞ്ഞതിനാൽ തന്നെ.

ഒളിവുകാലത്ത് സുരേന്ദ്രൻ എന്ന പേരിലാണ് ഇ എം എസ് എഴുതിയത്. *ജനകീയ യുദ്ധത്തിലൂടെ പൂർണ്ണ സ്വാതന്ത്ര്യത്തിലേക്ക്* എന്ന ലഘുലേഖ ആ തൂലികാനാമത്തിലാണ് പുറത്തുവന്നതും. കെ കെ, പി എസ്, പി വി ചെറിയാൻ, എസ് പരമേശ്വരൻ തുടങ്ങിയ പേരുകളിലും അദ്ദേഹം എഴുതി. കർഷക പ്രശ്നത്തെ സംബന്ധിക്കുന്ന ഒരു ലഘുകൃതി പരമേശ്വരൻ എന്ന പേരിലായിരുന്നു. ആധുനിക ചരിത്ര പണ്ഡിതന്മാരുടെ ഗൗരവമേറിയ ശ്രദ്ധ പതിഞ്ഞ *Peasant Problem in Kerala* യാണ് ആ പേരിൽ 1950–51 കാലത്തെ ഒളിവു ജീവിതത്തിനിടയിൽ പൂർത്തിയാക്കിയത്.

പാർട്ടി വിപുലപ്പെടുത്തുന്നതിന് പാർട്ടി പത്രങ്ങളുടെ പ്രചാരം വൻതോതിൽ വർദ്ധിപ്പിക്കേണ്ടതിന്റെയും പാർട്ടി വിദ്യാഭ്യാസത്തിന്റെയും പാർട്ടി സാഹിത്യസൃഷ്ടിയുടെയും ആവശ്യകത ആവർത്തിച്ച് ഊന്നിപ്പറഞ്ഞു ഇ എം എസ്.

കമ്യൂണിസ്റ്റുകാർ വിപുലമായ ജനസാമാന്യത്തിനിടയിലും അവരിലൂടെ ബഹുജനസംഘടനകളിലും പ്രവർത്തിക്കണമെന്നും ഈ പ്രക്രിയയിലൂടെ അതത് ജനവിഭാഗങ്ങളുടെ വിശ്വാസമാർജ്ജിക്കാൻ നേതൃത്വം നേടിയെടുക്കാനും കഴിയുമെന്നുള്ള കമ്യൂണിസ്റ്റ് നിലപാട് അദ്ദേഹം മുന്നോട്ടുവച്ചു. അധ്വാനിക്കുന്ന ജനങ്ങളുടെ രാഷ്ട്രീയ പ്രത്യയശാസ്ത്ര നിലവാരം വളർത്തിയെടുക്കാത്തപക്ഷം ബൂർഷ്വാ-ഭൂപ്രഭു വർഗ്ഗങ്ങളുടെ ആധിപത്യത്തെ നേരിടാനാവില്ല. ഈ പോരാട്ടത്തിലേർപ്പെടുന്നതിന് പാർട്ടി അതിന്റേതായ ബഹുജനമാധ്യമങ്ങൾ വളർത്തിയെടുക്കണം. ദിനപത്രങ്ങളും മാസികകളും ഇലക്ട്രോണിക് മാധ്യമങ്ങളും പാർട്ടിക്കും ബഹുജന സംഘടനകൾക്കും ചുറ്റും അണിനിരന്ന ജനസാമാന്യത്തിന് രാഷ്ട്രീയമാർഗ്ഗദർശനം നല്കത്തക്കവിധത്തിൽ ഉപയോഗപ്പെടുത്തേണ്ടതുണ്ട്. ബൂർഷ്വാ-ഭൂപ്രഭു പാർട്ടികളുടെ രാഷ്ട്രീയത്തിലും ആശയങ്ങളിലും

പാർട്ടിപത്രങ്ങളിലൂടെ ദൈനംദിനം ഇടപെടുകയെന്ന രീതിക്ക് മാർഗ്ഗദർശനം നല്കിയത് ഇ എം എസാണ്. 1935 ൽ *പ്രഭാത*ത്തിന്റെ പത്രാധിപരായ കാലംതൊട്ട് ജീവിതത്തിലുടനീളം അദ്ദേഹം പാർട്ടി പത്രങ്ങളുടെ കാര്യത്തിൽ സവിശേഷ ശ്രദ്ധ പതിപ്പിച്ചു. അവയുടെ പ്രവർത്തനത്തിന് വ്യക്തിപരമായി മാർഗ്ഗദർശനം നല്കിപ്പോരുകയും ചെയ്തു. കേരളത്തിൽ *ദേശാഭിമാനി*യുടെയും രാജ്യത്ത് എല്ലാ തരത്തിലുള്ള പാർട്ടി പത്രങ്ങളുടെയും വളർച്ച വലിയ അളവിൽ അദ്ദേഹത്തിന്റെ കാഴ്ചപ്പാടിനോടും പ്രവർത്തനങ്ങളോടും കടപ്പെട്ടിരിക്കുന്നു.

ഇ എം എസും ആര്യാഅന്തർജ്ജനവും

5

വിവാഹം, ദാമ്പത്യം

വിവാഹത്തിന്റെ ആഹ്ലാദങ്ങളും സങ്കടങ്ങളും മുൻനിർത്തി ദാർശനിക സ്പർശമുള്ളതും ഫലിതരൂപേണയുള്ളതുമായ എത്രയോ വ്യാഖ്യാനങ്ങളും നിർവ്വചനങ്ങളും ഉദ്ധരണികളുമുണ്ട്. സോക്രട്ടീസ് മുതൽ എബ്രഹാം ലിങ്കൺ തൊട്ട് ഫ്രെഡറിക് നീഷ്ചെവരെ അതിൽ സംഭാവന നല്കി. എല്ലായ്പ്പോഴും ഒരാളോട് മാത്രമായി പലവട്ടം പ്രണയത്തിലാകുന്നതാണ് വിജയകരമായ വിവാഹമെന്ന് പറയാറുണ്ട്. എല്ലാ അർത്ഥത്തിലും കല്യാണം കഴിക്കുക. നല്ല ഭാര്യയെ കിട്ടിയാൽ നിങ്ങൾ സന്തോഷവാനാവും. മോശക്കാരിയെയാണ് ലഭിക്കുന്നതെങ്കിൽ തത്ത്വചിന്തകനാണാവുകയെന്ന് പറഞ്ഞത് ഗ്രീക്ക് ചിന്തകൻ സോക്രട്ടീസാണ്. ഫ്രഞ്ച് നവോത്ഥാനത്തിലെ പ്രധാന എഴുത്തുകാരനായ മൈക്കൽ ഡിമൊണ്ടയ്ഗ്നെ സംബന്ധിച്ച് നല്ല വിവാഹബന്ധമെന്നാൽ അന്ധയായ ഭാര്യയും ബധിരനായ ഭർത്താവും തമ്മിലുള്ളതും.

ഗൗരവചിത്തനായ ഒരാൾക്ക് ശരാശരി ഭാര്യ തടസ്സമായേക്കാമെന്ന് ഏതോ ജീവചരിത്രകാരൻ കുറിച്ചിട്ടുണ്ട്. ഇ എം എസിന്റെ രാഷ്ട്രീയ-ബൗദ്ധിക ജീവിതത്തിൽ ആര്യാ അന്തർജ്ജനത്തിന്റെ സ്വാധീനം നിസ്സാരമാകാം. എന്നാൽ സഹനങ്ങളുടെയും യാതനകളുടെയും നീണ്ട വഴികളിലൂടെ കണ്ണീരുവീഴ്ത്താതെ യാത്രചെയ്ത അവർ ഒരു വിപ്ലവകാരിയുടെ യഥാർത്ഥ ജീവിതപങ്കാളിയായി ഉയർന്നിട്ടുണ്ട്.

നമ്പൂതിരിമാർക്കിടയിൽ അക്കാലത്ത് ഇളംപ്രായത്തിലേ വിവാഹം നടക്കും. തറവാട് സ്വത്ത് ഭാഗംവയ്ക്കുന്നതിനുമുമ്പ് വിവാഹം ചെയ്താൽ രണ്ട് ഓഹരി കിട്ടുമെന്നതും അവർക്കിടയിലെ നിയമമാണ്. കു

ഞ്ചുവിന്റെ വിവാഹകാര്യം അമ്മ ഇടയ്ക്കിടെ പറയുമായിരുന്നു. ജയിൽ മോചനം കഴിഞ്ഞതോടെ വിവാഹിതനായി കാണണമെന്നുള്ള ആഗ്രഹം അമ്മ അല്പസ്വല്പം പ്രകടിപ്പിച്ചു. പക്ഷേ, ധൃതിപിടിച്ച് എന്തെങ്കിലും ചെയ്യുന്നതിന് ഒരുക്കമില്ലെന്ന സൂചന കിട്ടിയപ്പോൾ അവർ അത് പറയാതായി. കൂടുതൽ സ്വത്ത് കിട്ടുന്നതിന് ഉടൻ വിവാഹം എന്നതിനോട് അദ്ദേഹത്തിന് യോജിക്കാൻ കഴിഞ്ഞില്ല. എന്നാൽ തറവാടിന്റെ ഭാഗം വെക്കൽ കഴിഞ്ഞതിൽപ്പിന്നെ അമ്മ വിവാഹക്കാര്യം വീണ്ടും ആവർത്തിച്ചു. അപ്പോഴേക്കും മുഴുവൻ സമയ രാഷ്ട്രീയ പ്രവർത്തകനായിത്തീർന്ന ഇ എം എസിന് ഭർത്താവും ഗൃഹനായകനുമായി വേണ്ടപോലെ കടമകൾ നിറവേറ്റാൻ കഴിയുമോ എന്ന ഭയമായിരുന്നു.

വിവാഹത്തിന് മനസ്സ് തയ്യാറായപ്പോഴേക്കും അമ്മ മരിച്ചിരുന്നു. ജയിൽവാസത്തിനുശേഷം നാട്ടിൽ തിരിച്ചെത്തിയ ഇ എം എസ് അവിഞ്ഞിക്കാട് മനയ്ക്കൽ ഒരു പിറന്നാൾ ആഘോഷത്തിന് ചെന്നപ്പോൾ 'ഭ്രഷ്ട'ന്റെ വരവിൽ സഹികെട്ട് ഒരപ്ഫൻ നമ്പൂതിരി ഇറങ്ങിപ്പോയി. ജയിൽവാസവും എം ആർ ബിയുടെ വിധവാ വിവാഹത്തിലെ അനിഷേധ്യ സാന്നിദ്ധ്യവും സമുദായ യാഥാസ്ഥിതികർക്കിടയിലും തറവാട്ടിലും ബന്ധുക്കൾക്കിടയിലും ഇ എം എസിനെ ഭ്രഷ്ടനാക്കി. അമ്മയുടെ മരണത്തിനുശേഷമുള്ള ശേഷകർമ്മങ്ങൾ നടത്തുന്നതിൽ നിന്നുപോലും അദ്ദേഹത്തെ യാഥാസ്ഥിതികർ വിലക്കി.

പരമ്പരാഗത ധാരണകളുടെ ഇരുളിൽ കഴിഞ്ഞ സമുദായത്തിലെ ഏത് കുടുംബത്തിൽനിന്ന് പെണ്ണിനെ കിട്ടുമെന്നുള്ളതായിരുന്നു വിവാഹത്തിനായി മനസ്സുറച്ചപ്പോഴേക്കും മുന്നിൽ നിന്ന പ്രതിബന്ധം. ഈ സംശയങ്ങൾക്കിടയിലാണ് പല കാര്യങ്ങളിലും യാഥാസ്ഥിതിക മനോഭാവമായിരുന്നെങ്കിലും സാമൂഹ്യ പരിഷ്കരണ പ്രസ്ഥാനത്തിൽ താല്പര്യം കാണിച്ചിരുന്ന കുടമാളൂർ തെക്കേടത്ത് വാസുദേവൻ ഭട്ടതിരിപ്പാടിന്റെ സഹോദരിയായ 'ടിങ്ങിയ' എന്ന ആര്യയെ 1937 തുലാം ഒന്നിന് ഇ എം എസ് വിവാഹം കഴിച്ചത്. കോട്ടയത്തിനടുത്ത കുടമാളൂർ തെക്കേടത്ത് ഇല്ലം രാജപദവിയിലുള്ളതായിരുന്നു. അമ്പലപ്പുഴ അമ്പലത്തിലെ ഉത്സവത്തിന് കൊടി ഉയരാൻ തറവാട്ടിൽനിന്ന് ഒരാൾ ചെന്ന് മടം കെട്ടണം. വള്ളംകളിക്ക് ഒരാൾ ചെല്ലണം. തിരുവിതാംകൂർ രാജാവിന്റെ അനുചരന്മാർ ക്ഷേമൈശ്വര്യന്വേഷണം നടത്തി പുരസ്കാരങ്ങളുമായി വന്നുപോകുന്ന തറവാടാണെന്ന ഖ്യാതിയും അതിനുണ്ട്. ആര്യയുടെ അമ്മ എട്ടു മാസം ഗർഭിണിയായിരിക്കുമ്പോൾ അച്ഛൻ മരിച്ചു. 'ടിങ്ങി'യയ്ക്ക് അച്ഛന്റെ മുഖം കാണാൻ അവസരമുണ്ടായില്ല.

നമ്പൂതിരി സമുദായത്തിലെ സ്ത്രീകളുടെ പദവി താഴ്ന്ന നിലയിലായിരുന്ന അവസ്ഥ. യാഥാസ്ഥിതികത്വത്തിന്റെ നിഴലിൽ നിന്ന തറവാ

ട്ടിലെ പെൺകുട്ടിയുടെ സ്ഥിതി പറയുകയും വേണ്ട. ബാല്യ-കൗമാര കാലത്ത് മനംമടുപ്പിക്കുന്ന എകാന്തതയിലാണ് ആര്യ വളർന്നത്. സമപ്രായക്കാരില്ല. സ്കൂളിൽ പോയതുമില്ല. പുറംലോകത്തേക്കുള്ള ഏക വാതിലായ അതും അങ്ങനെ അടഞ്ഞു. ഇല്ലത്തിന്റെ പ്രൗഢി വിളിച്ചോതുന്നതിന്റെയും ആഭിജാത്യത്തിന്റെയും ചിഹ്നമായി ചിലപ്പോഴെല്ലാം നടത്താറുള്ള കഥകളി കാണലാണ് ഏക വിനോദം. കുമാരനെല്ലൂർ - വാസുദേവപുരം ക്ഷേത്രങ്ങളിൽ ഉത്സവനാളുകളിൽ അന്തഃപുരവാസികൾക്കൊപ്പം തൊഴാൻ പോകും. എഴുത്തും വായനയുമറിയാത്ത, പുറംലോകം കാണാത്ത, രാഷ്ട്രീയമറിയാത്ത ടിങ്ങിയയുടെ ലോകപരിചയം ഈ വൃത്തത്തിൽ ഒതുങ്ങി. ഇങ്ങനെ പുറം സമൂഹത്തിന്റെ വായു കടക്കാത്ത അടഞ്ഞ ലോകത്തിനുള്ളിൽ കഴിഞ്ഞ ആര്യ തന്റെ അനുഭവങ്ങളുടെ ഇതര ധ്രുവത്തിൽ വ്യത്യസ്തനായ വിപ്ലവകാരിയുടെ ജീവിതത്തിലേക്ക് കടന്നുചെന്നു.

തന്നെപ്പോലൊരാൾ വിവാഹം കഴിച്ചത് ഇങ്ങനെയാണോ എന്നറിഞ്ഞാൽ പുതിയ ചെറുപ്പക്കാർ അത്ഭുതപ്പെട്ടേക്കുമെന്ന് ഇ എം എസ് പറയാറുണ്ടായിരുന്നു. തികച്ചും യഥാസ്ഥിതികമായ രീതിയിലും ചടങ്ങുകളുമനുസരിച്ചായിരുന്നു വിവാഹം. വധൂവരന്മാർ പരസ്പരം കാണാതെയും ബന്ധുക്കൾ തമ്മിൽ കൂടിയാലോചിച്ചുമാണ് വിവാഹനിശ്ചയം. അതിന്റെ ഭാഗമായി സ്ത്രീധനത്തുകയും തീരുമാനിച്ചു. നടന്നു. വിവാഹത്തിനുമുമ്പ് വധൂവരന്മാർ സ്വഗൃഹങ്ങളിലിരുന്ന് ഒരേ ദിവസം നടത്തേണ്ട 'ആയനിയൂണ്' എന്ന ചടങ്ങുണ്ട്. അതു മുതൽ വിവാഹനാളിലും തുടർന്ന് മൂന്ന് ദിവസങ്ങളിലും നടത്തേണ്ട ചടങ്ങുകൾവരെ സർവ്വതും പഴയ മാമൂലനുസരിച്ചായിരുന്നു. അവസാനം വധുവിനെ വരന്റെ ഗൃഹത്തിലേക്ക് ബന്ധുസമേതം കൊണ്ടുവരികയെന്ന് അർത്ഥത്തിലുള്ള 'കുടിവെയ്പും' മാമൂൽ അനുസരിച്ച്. പഴയ പ്രകാരമുള്ള ആചാരവിധികളിലും ചടങ്ങുകളിലും തെല്ലും മാറ്റം വരുത്തിയാൽ കുടുംബവും സമുദായവും പ്രകോപിതമാകുന്ന കാലമായിരുന്നു അത്. ഇ എം എസിന്റെ ജ്യേഷ്ഠന്റെ വിവാഹ വേളയിൽ പഴയ രീതിയനുസരിച്ചുള്ള വസ്ത്രധാരണം പൂർണ്ണമായി പിന്തുടരാത്തതിനാൽ കുടുംബ പുരോഹിതൻ 'ഓതിക്കൽ' ചടങ്ങ് ബഹിഷ്കരിച്ചു. ഇതേത്തുടർന്ന് മറ്റൊരു പുരോഹിതന്റെ മേൽനോട്ടത്തിലാണ് ചടങ്ങ് പൂർത്തിയാക്കിയത്. ഇ എം എസിന്റെ വിവാഹത്തിൽ കുടുംബപുരോഹിതൻ പങ്കെടുക്കുകപോലും ചെയ്തില്ല. അടുത്ത ബന്ധുക്കളിൽത്തന്നെ ചിലർ വിവാഹം ബഹിഷ്കരിച്ചു. കുടുംബ പുരോഹിതന്റെയോ അതേ ചിന്താഗതിക്കാരായ ബന്ധുക്കളുടേയോ ബഹിഷ്കരണം ഉണ്ടായാലും അതിനെ അവഗണിച്ച് വിവാഹം നടത്തണമെന്ന നിർബ്ബന്ധം ഇ എം എസിന്റെ

സുഹൃത്തുക്കൾക്കും സഹകരിക്കാൻ തയ്യാറായ അടുത്ത ബന്ധുക്കൾക്കുമുണ്ടായിരുന്നു.

ജയിലിൽപ്പോയ കുറ്റത്തിന് സമുദായം ഭ്രഷ്ട് കല്പിച്ച മോഴിക്കുന്നത്ത് ബ്രഹ്മദത്തൻ നമ്പൂതിരിപ്പാട് പ്രായശ്ചിത്തം ചെയ്ത് ഭ്രഷ്ടകറ്റിയതിനുശേഷമേ വിവാഹിതനായുള്ളൂ. ഇ എം എസ് വിവാഹത്തിനു മുമ്പ് പ്രായശ്ചിത്തം ചെയ്തില്ല. അതില്ലാത്ത വിവാഹം യാഥാസ്ഥിതികത്വത്തിനെതിരായ പ്രഹരങ്ങളിലൊന്നായി. ചെറുപ്പക്കാർ മാത്രമായിരുന്നു വരനോടൊപ്പം എത്തിയത്. ആര്യയുടെ കുടുംബത്തിലും അസ്വാരസ്യങ്ങളുണ്ടായി. 'ഭ്രഷ്ട'ന് വിവാഹം ചെയ്തു കൊടുക്കുന്നതു കാരണം മൂത്ത ചേച്ചിപോലും പങ്കെടുക്കാത്തവർക്കൊപ്പമായിരുന്നു.

'കുഞ്ചു'വും 'ടിങ്ങിയ'യും വിവാഹിതരായത് മലയാള മാസം തുലാം ഒന്നിന്. കന്നി മുപ്പതിന് ബ്രാഹ്മണവിവാഹത്തിന്റെ ആരംഭമായ 'ആയനിയൂണ്' (വിവാഹത്തിനു മുമ്പ് വധൂവരന്മാർ സ്വന്തം വീടുകളിലിരുന്ന് ഒരേ മുഹൂർത്തത്തിൽ നടത്തുന്ന ചടങ്ങ്) അതുമുതൽ വിവാഹനാളടക്കം നാലു ദിവസങ്ങളിലും ചടങ്ങുകളുടെ പരമ്പരയാണ്. അക്കാലത്തെ മിക്ക വിവാഹങ്ങളും രാത്രിയിലാണ്. രാത്രിയിലെ വേളിക്രിയയ്ക്ക് വധു പകലേ ഊണു കഴിക്കണം. 'തറ്റുടുത്ത്, രണ്ട് തോർത്തുമുണ്ട് പിരിച്ച് ഉത്തരീയമിട്ട് ഓതിക്കിന്റെ ഒപ്പമെത്തുന്ന വരൻ. നാലു മുണ്ടുകൊണ്ട് തലയടക്കം മൂടി പ്രതിമപോലെ നിൽക്കുന്ന വധു. മൂടുപടം നീക്കിയാണ് 'മുഖംകാണൽ' ചടങ്ങ്. വേളിക്രിയ കഴിഞ്ഞാൽ വധു മൂന്നു ദിവസം കുളിക്കില്ല. അകായിൽ നെല്ലും അരിയും വിതറി അതിന്മേൽ അവിടെ കഴിച്ചുകൂട്ടണം. വരൻ മറ്റൊരു മുറിയിൽ ഹോമവും മറ്റു ചടങ്ങുകളുമായി കഴിയും. നാലാം ദിവസമാണ് ആദ്യരാത്രി. പൂക്കൾ കൊണ്ടലങ്കരിച്ച അറയിലേക്ക് ചാന്തുതൊട്ട് മുല്ലപ്പൂ തലയിൽ ചൂടി കയ്യിൽ വെള്ളവും മുല്ലപ്പൂവും ചാന്തുമായെത്തിയ വരൻ, അദ്ദേഹം വധുവിന്റെ തലയിൽ മുല്ലപ്പൂ ചൂടിച്ച് ചാന്തു തൊടുവിച്ചു. പിന്നെ മന്ത്രം ഉരുവിടുകയായി. ഈ ചടങ്ങിനെ 'സേകം' എന്നാണ് പറയുക. ആ രാത്രി വരന് ഇലയിട്ടു വിളമ്പണം. അദ്ദേഹത്തിന്റെ എച്ചിൽ ഭക്ഷിക്കണം. അതാണ് ദാമ്പത്യത്തിന്റെ തുടക്കമെന്നാണ് നമ്പൂതിരി മതം. എന്നാൽ ഇ എം എസ് അതിനു നിന്നില്ല.

വിവാഹ ചടങ്ങു കഴിഞ്ഞ് രണ്ടോ, മൂന്നോ ദിവസത്തിനു ശേഷമാണ് വധൂവരന്മാർ കാണുക. ഇതും അന്നത്തെ മാമൂലിന്റെ ഭാഗം. ഒരു മണിക്കൂറോളം ഇരുവരും തൊട്ടടുത്ത് ഇരുന്ന് ചടങ്ങ് നടത്തുമെങ്കിലും അഗ്നിസാക്ഷിയായി നടക്കുന്ന ചടങ്ങിനിടക്ക് വരനോ പങ്കെടുക്കുന്ന മറ്റ് ബന്ധുക്കളോ വധുവിന്റെ മുഖം കാണില്ല. തല അടക്കം ദേഹമാസകലം മൂടിപ്പുതച്ചാണ് ചടങ്ങ് നടക്കുന്ന സമയം ഇരിക്കുകയും നടക്കുകയുമൊക്കെ.

വധുവിനെ വരന്റെ വീട്ടിലേക്ക് ബന്ധുസമേതം കൊണ്ടുവരികയെന്ന അർത്ഥത്തിലുള്ള 'കുടിവെയ്പും' മാമൂൽ അനുസരിച്ചു തന്നെ.

വിവാഹം കഴിഞ്ഞ് അധികകാലം ഒന്നിച്ചു ജീവിക്കുംമുമ്പ് ഇ എം എസിന് ഒളിവിൽ പോകേണ്ടിവന്നു. 1940 ഏപ്രിൽ 28 ന്. പുളിങ്കാവിലെ വീട്ടിൽ ആര്യയെയും മകളെയും വിട്ട് ഒളിവുപ്രവർത്തനത്തിന്റെ സൂചന നല്കാതെ പുറത്തിറങ്ങി. എവിടെയാണ് പോയതെന്ന് മറ്റു പലരെയും പോലെ ആര്യയുമറിഞ്ഞില്ല. ദിവസങ്ങൾക്കുശേഷം പൊലീസ് വീടു വളഞ്ഞു. പലരും ഒളിവുജീവിതത്തെക്കുറിച്ച് ദുസ്സൂചനകൾ നല്കി. ഭർത്താവിന്റെ അവിചാരിതമായ തിരോധാനത്തെക്കുറിച്ച് ഇല്ലത്തും നാട്ടിലും അഭ്യൂഹങ്ങൾ. സുഭാഷ്ചന്ദ്ര ബോസിനെപ്പോലെ പട്ടാളത്തിൽ ചേർന്ന് ജർമ്മനിയിൽ പോയെന്ന്. തലയ്ക്ക് വില പറഞ്ഞിരിക്കുകയാണെന്ന്, പൊലീസ് വെടിവെച്ചു കൊന്നെന്ന്—ഇങ്ങനെ പോയി സംസാരം. അടക്കം പറച്ചിലുകൾക്കൊന്നും ഏട്ടന്മാർ ചെവികൊടുത്തില്ല. ഇത്തരം ദുരന്ത വർത്തമാനങ്ങൾ അനുജത്തിയുടെ ചെവിയിലെത്താതിരിക്കാനും ശ്രദ്ധിച്ചു.

വിധവയായാൽ താലി അഴിക്കണം, വളയൂരണം, ഭസ്മക്കുറി തൊടണം, വെള്ള ഉടുക്കണം- പിന്നെ അശ്രീകരമായില്ലേ? ജീവിച്ചരിക്കുന്നുണ്ടോ ഇല്ലയോ എന്ന് തീർച്ചയറിയാതെ ഈ ചടങ്ങുകളൊക്കെ വയ്യെന്ന് ആര്യ മനസ്സിലുറച്ചു. മനസ്സിൽ കണ്ണീര് വീണുകൊണ്ടിരിക്കുന്ന നാളുകളിലൊരിക്കൽ ബന്ധുവായ ഒളപ്പമണ്ണ ഇല്ലത്തെ ഒ എം വാസുദേവൻ നമ്പൂതിരിപ്പാടും ഭാര്യ പർവ്വതി അന്തർജ്ജനവും കുടമാളൂർ തെക്കേടത്ത് ഇല്ലത്ത് വിരുന്നു വന്നു. ദുഃഖത്തിന്റെ നോവൂറുന്ന ഏതെങ്കിലും വാർത്തയുമായായിരിക്കാം അവർ എത്തിയതെന്നായിരുന്നു ആര്യയും അമ്മയും കരുതിയത്. എന്നാൽ ഇ എം എസിന്റെ കത്തുമായെത്തിയതായിരുന്നു അവർ.

'ഞാൻ സുരക്ഷിതനാണ്. എന്നെപ്പറ്റി ഒട്ടും വിഷമിക്കേണ്ട'- ഇ എം എസ് എഴുതിയ കത്ത്. വായിക്കാൻ വിഷമമുള്ള അദ്ദേഹത്തിന്റെ കൈപ്പട. "അങ്ങനെ കത്തു കിട്ടി സമാധാനമായി. അങ്ങേയ്ക്ക് ആപത്തൊന്നുമില്ലെന്ന് കേട്ടതിൽ സന്തോഷം. ഒന്നുകൊണ്ടും വിഷമിക്കരുത്. മാലതി വലുതായി. സംസാരിക്കും. വ്യസനിക്കരുത്." എന്ന ആര്യയുടെ മറുപടിയുമായി ഒളപ്പമണ്ണ ഇല്ലത്തെ അതേ യുവാവ് മലബാറിലേക്ക് തിരിച്ചു.

ഒളിവു ജീവിതം കഴിഞ്ഞ് ഇ എം എസ് മടങ്ങിയെത്തി അധികം കഴിയുംമുമ്പ് പാർട്ടി നിയമവിധേയമായി. ആസ്ഥാനം ബോംബെയിൽ തീരുമാനിക്കപ്പെട്ടതിനാൽ ആര്യയും അവിടേക്ക്. ഈ ബോംബെ താമസമാണ് 'കമ്യൂൺ' ജീവിതം പരിചയപ്പെടുത്തിക്കൊടുത്തത്. ലീലാ സുന്ദരയ്യയെയും വിമലാ രണദിവെയെയും നേരിട്ടറിയുന്നതും അവിടെവെച്ച്. 1942 അവസാനത്തോടെ ബോംബെ വിട്ട് കോഴിക്കോട്ടെത്തിയപ്പോൾ വീ

ണ്ടും 'കമ്യൂൺ' ജീവിതം. നേതാക്കളും അനുയായികളും. അതിർരേഖയില്ലാതെ ലളിതവും ക്ലിപ്തവുമായ ജീവിതം. 'കമ്യൂൺ' രാഷ്ട്രീയ പ്രവർത്തനങ്ങളെക്കുറിച്ച് ആര്യയിൽ മതിപ്പ് സൃഷ്ടിച്ചു. അവിടുത്തെ ഇടപെടലുകളും ബന്ധങ്ങളും ആത്മവിശ്വാസത്തിന്റെ ശക്തി വളർത്തി. തെലങ്കാന സമരയോദ്ധാക്കൾക്കൊപ്പം ആയുധമെടുത്ത് പോരാടുകയും നീണ്ട നാല്പതു വർഷക്കാലത്തിലധികം കമ്യൂണിസ്റ്റ് പാർട്ടിക്കുവേണ്ടി സ്വജീവിതം മാറ്റിവെക്കുകയും ചെയ്ത ലീലാസുന്ദരയ്യയുടെയും മറ്റും സഹവാസം മാനസികമായി കരുത്തുള്ളവളാക്കി.

6

നവോത്ഥാന നക്ഷത്രം

കൊളോണിയലിസത്തിന്റെ ആരംഭകാലത്ത് ഉദയംചെയ്ത സാംസ്കാരിക-ബൗദ്ധിക-സാമൂഹിക നവീകരണത്തെയാണ് പൊതുവായ അർത്ഥത്തിൽ നവോത്ഥാനം എന്ന് അടയാളപ്പെടുത്തിയത്. ആധുനികതയുമായുണ്ടായ ബന്ധങ്ങളാണ് അതിനെ കൊളോണിയൽപൂർവ്വ പരിഷ്കരണ പ്രസ്ഥാനങ്ങളിൽനിന്ന് വ്യതിരിക്തവുമാക്കിയത്. യുക്തിചിന്ത, ശാസ്ത്രബോധം, പ്രവണതകളെ അതേപേരിൽ വിളിച്ച നേർത്ത ധീരത—തുടങ്ങിയവയായിരുന്നു യൂറോപ്യൻ നവോത്ഥാനത്തിന്റെ മുഖമുദ്ര. ആധുനിക തത്ത്വശാസ്ത്രത്തിന്റെ കേന്ദ്ര ചിന്തകരിൽ ഒരാളായി കണക്കാക്കപ്പെടുന്ന ഇമ്മാനുവൽ കാൻറിന്റെ പലപ്പോഴും ഉദ്ധരിക്കപ്പെടുന്ന വാക്കുകൾപ്രകാരം സ്വയം തീർത്ത അപക്വതയിൽ നിന്നുള്ള വിമോചനമായിരുന്നു ജ്ഞാനോദയം. മറ്റു കേന്ദ്രങ്ങളിൽനിന്നുള്ള നിർദ്ദേശങ്ങളും കൽപ്പനകളും കൂടാതെ തന്റെ തിരിച്ചറിവുകൾ ഉപയോഗിക്കാനറിയാത്ത, കഴിവില്ലായ്മയിൽ നിന്നുള്ള മോചനം. സ്വന്തം യുക്തി ഉപയോഗിക്കാനുള്ള ധീരതയെന്നതായിരുന്നു ജ്ഞാനോദയത്തിന്റെ ഹൃദയ മുദ്രാവാക്യം. കെ എൻ പണിക്കർ നിരീക്ഷിച്ചതുപോലെ, ഇന്ത്യയിൽ ആധുനികതയ്ക്ക് വ്യത്യസ്ത വിക്ഷേപസ്വഭാവമാണുണ്ടായിരുന്നത്. സ്വദേശീയ ബൗദ്ധിക-സാംസ്കാരിക ഭൂമികയിൽനിന്നായിരുന്നില്ല അതിന്റെ ഉദയം. മറിച്ച് കൊളോണിയൽ ഭരണവും ഇടനിലക്കാരും വിതച്ച വിത്തിന്റെ സ്വാധീനത്തിൽ നിന്നായിരുന്നു. ആധുനികതയുടെ ഉപഭോക്താക്കളും പ്രചാരകരും കൊളോണിയൽ ഭരണവുമായി ബന്ധമുള്ള, പുതുതായി ഉയർന്നുവന്ന മദ്ധ്യവർഗ്ഗമായതിനാൽ അവർ പാശ്ചാത്യ സംസ്കാരത്തെയാണ് ഉയർത്തിക്കാട്ടിയതും. എല്ലാവിധ അടിമത്ത ആശയങ്ങളിൽ നിന്നുള്ള മോചനം. അനാചാരങ്ങളുടെയും അന്ധവിശ്വാസങ്ങളുടെയും

ജ്യോതിബസുവിനും ഇ കെ നായനാർക്കുമൊപ്പം

ഇ എം എസും പ്രകാശ്കാരാട്ടും

കെട്ടുപാടുകളിൽ നിന്നുള്ള സ്വാതന്ത്ര്യം. സ്വയം ചോദ്യങ്ങൾ ഉന്നയിക്കാനുള്ള ആവശ്യം—സമകാലീന കേരളത്തിന് കൈമോശം വന്നുകൊണ്ടിരിക്കുന്ന ഇത്തരം നഷ്ടങ്ങൾക്കിടയിലാണ് ഇവിടുത്തെ നവോത്ഥാന പാരമ്പര്യവും ഇ എം എസിനെപ്പോലുള്ളവരുടെ സംഭാവനകളും അതീവ സാരവത്താകുന്നത്.

ഇ എം എസിന്റെ ജനനത്തിനുമുമ്പത്തെ കാലവും അദ്ദേഹം വളർന്നുകൊണ്ടിരുന്ന വർഷങ്ങളും സാമൂഹ്യ-സാംസ്കാരിക-രാഷ്ട്രീയ ചരിത്രത്തിലെ അരുണാഭയാർന്ന ഘട്ടമായിരുന്നു. കേരളത്തിലെ സാമൂഹ്യ പ്രസ്ഥാനങ്ങൾ അഖിലേന്ത്യാതലത്തിൽ പടർന്നുപിടിച്ചവയുടെ അനുബന്ധവും. ബംഗാളിൽ രാജാറാം മോഹൻറായിയുടെയും മറ്റും നേതൃത്വത്തിൽ നടന്ന നവോത്ഥാനം. സതി നിർത്തലാക്കാനും ഒറ്റപ്പെട്ട നിലയിൽ വിധവാ വിവാഹങ്ങൾ നടത്തിക്കൊടുക്കാനും അദ്ദേഹത്തിന് കഴിഞ്ഞു.

ബൂർഷ്വാ നവോത്ഥാനത്തിന്റെ കൈവഴികളിൽ കേരളവും സാന്നിദ്ധ്യം തെളിയിച്ചു. ഉത്തരേന്ത്യൻ അനുഭവങ്ങളിൽനിന്ന് വ്യത്യസ്തമായി സവർണ്ണ മേധാവിത്തത്തിനെതിരായ കലഹങ്ങളായി വേരുറപ്പിച്ചതിനാൽ ഇവിടുത്തെ പരിശ്രമങ്ങൾ ജനപിന്തുണയിലുറച്ചവയായിരുന്നു. അധഃസ്ഥിതരുടെ സാമൂഹ്യപദവി സ്ഥാപിക്കുന്ന പ്രതിഷേധ പ്രസ്ഥാനങ്ങൾക്കൊപ്പം സവർണ്ണജാതികളിലെ അനാചാരങ്ങൾക്കെതിരായ കലാപങ്ങൾ. ദൈവങ്ങളുടെയും പിശാചുക്കളുടെയും ലോകത്തുനിന്ന് നമ്പൂതിരിയെ മനുഷ്യനാക്കുകയും അവരെ വീണ്ടും പുതിയ മനുഷ്യനാക്കുകയും ചെയ്ത മുന്നേറ്റവുമായി ബന്ധപ്പെട്ടാണ് ഇ എം എസിന്റെ സാമൂഹ്യപ്രവർത്തനത്തിന്റെ തുടക്കം.

ബൂർഷ്വാ ബുദ്ധിജീവികളുടെ സങ്കല്പത്തിനനുസരിച്ചുള്ള പരിവർത്തനത്തിന്റെ തുടിപ്പുകൾക്ക് അദ്ദേഹത്തിന്റെ ജനനത്തിന് മുമ്പ് കേരളക്കര സാക്ഷിയായി. *ഇന്ദുലേഖ* (1889) യിൽ ചന്തുമേനോൻ നാലുവർഷം മുമ്പുമാത്രം രൂപീകൃതമായ കോൺഗ്രസിനോടുള്ള അനുഭാവം വ്യക്തമാക്കി. സാമൂഹ്യവിപ്ലവത്തെക്കുറിച്ചുള്ള ആശയങ്ങളിലും അത് പൊളിച്ചെഴുത്ത് നിർദ്ദേശിച്ചു.

ബ്രാഹ്മണ മേധാവിത്വത്തിനെതിരെ ശ്രീനാരായണഗുരുവിൽനിന്നും പ്രചോദനമുൾക്കൊണ്ട് ഈഴവ മുന്നേറ്റങ്ങൾ. ആരാധനാലയങ്ങളിൽ പ്രവേശനം നിഷേധിക്കപ്പെട്ട ഈഴവർക്കായി അമ്പലങ്ങൾ പണിത് ഗുരു ബ്രാഹ്മണാധീശത്വത്തെ വെല്ലുവിളിച്ചു. തിരുവിതാംകൂറിൽ ആദ്യത്തെ കർഷക തൊഴിലാളി സമരത്തിന് നേതൃത്വം കൊടുത്ത അയ്യങ്കാളി പുലയരുടെയിടയിൽ തുടങ്ങിയ മുന്നേറ്റങ്ങളും ശ്രദ്ധേയം.

ഗുരുവിന്റെ ആദർശങ്ങളിൽ പ്രചോദിതമായിട്ടാണ് കുമാരനാശാൻ സാഹിത്യക്രിയകളിൽ വ്യാപൃതനായത്. *ദുരവസ്ഥ* സാമൂഹ്യവിമർശനത്തിന്റെ സ്പന്ദനങ്ങളാണ് പ്രകാശിപ്പിച്ചതും. നായന്മാരുടെ ഇടയിലും സാമൂഹ്യപ്രസ്ഥാനങ്ങൾ. മരുമക്കത്തായ കുടുംബം തകർക്കാനുള്ള ശ്രമം

നടത്തിയതും ഇതേ കാലയളവിൽ. ജാതിവ്യത്യാസമില്ലാതെ എല്ലാ വിഭാഗങ്ങളും കൂട്ടായി നടത്തിയ ജന്മിവിരുദ്ധകലാപങ്ങൾ ഈ നാളുകളുടെ പ്രത്യേകത. ഈ അലകളിൽനിന്ന് മാറിനിൽക്കാൻ നമ്പൂതിരിമാർക്കുമായില്ല. അവരുടെ ജീവിതക്രമത്തിൽ ചില മാറ്റങ്ങൾ വന്നേ കഴിയൂ എന്ന ബോധം പരക്കാൻ തുടങ്ങി. അതിനായുള്ള പ്രവർത്തനങ്ങൾ നടത്താനും അവയുടെ കേന്ദ്രമായി യോഗക്ഷേമ സഭയ്ക്ക് രൂപം കൊടുക്കാനും ഈ വിഭാഗക്കാർക്ക് കഴിഞ്ഞു.

ഇ എം എസിന്റെ അമ്മയുടെ സഹോദരൻ യോഗക്ഷേമ സഭ സെക്രട്ടറിയായിരുന്നു കുറച്ചുകാലം. നമ്പൂതിരി ബാലന്മാർ 'ഓത്തുചൊല്ലൽ' കഴിഞ്ഞ് ഇംഗ്ലീഷ് പഠനത്തിലേർപ്പെടണമെന്ന പ്രമേയം പാസാക്കിയത് അദ്ദേഹത്തിന്റെ വീട്ടിൽ ചേർന്ന സമ്മേളനം. ഈ ആദ്യകാല പ്രസ്ഥാനത്തിന്റെ പ്രമുഖ ശക്തിയായി പരിഗണിക്കപ്പെട്ട കുറൂർ ദാമോദരൻ നമ്പൂതിരിപ്പാട് വിഷ്ണുദത്തയുടെ പിതൃസഹോദരി പുത്രൻ. തന്റെ പ്രവർത്തനരംഗമാകാൻ പോകുന്ന പ്രസ്ഥാനവുമായുള്ള ഇ എം എസിന്റെ പശ്ചാത്തല പരിചയമാണിത്.

നമ്പൂതിരി സമുദായത്തിലെ പുരുഷന്മാരെ സ്പർശിച്ച പരിഷ്കരണങ്ങൾ സ്ത്രീകൾക്ക് വഴികാട്ടിയായില്ല. അവരുടെ ജീവിതം പുതുക്കിപ്പണിയാനുള്ള ലക്ഷ്യബോധമുള്ള സന്നദ്ധതയും പരിഷ്കർത്താക്കളായ പുരുഷന്മാരിലുണ്ടായില്ലെന്നും കാണാം. ആൺകുട്ടികൾ ഇംഗ്ലീഷ് പഠിക്കണമെന്ന പ്രമേയം പാസാക്കിയ സഭ പെൺകുട്ടികളുടെ പ്രശ്നം സ്പർശിച്ചതേയില്ല. ഇതേക്കാൾ ദയനീയമായിരുന്നു സ്ത്രീയുടെ സാമൂഹ്യപദവി. 'സതി' ഓർമ്മിപ്പിക്കുംവിധം നിർബ്ബന്ധിത വൈധവ്യം ഇ എം എസിന്റെ കൺമുന്നിലെ യാഥാർത്ഥ്യമായിരുന്നു. മറ്റൊന്ന് ബഹുഭാര്യാത്വം.

കുട്ടി ജനിക്കുമ്പോഴേ അപ്രഖ്യാപിതമായ വിവേചനം. ആൺകുട്ടിയാണെങ്കിൽ പറഞ്ഞറിയിക്കാനാവാത്ത സന്തോഷം. പെണ്ണാണെങ്കിലോ, മ്ലാനതയും ബാദ്ധ്യതയാണെന്ന മനഃസ്ഥിതിയും. ആൺകുട്ടികളുടെ പിറന്നാളിന് ആഘോഷവും സദ്യയും. ഋതുമതിയായ പെൺകുട്ടി അവിവാഹിതയായിരിക്കുന്നത് അപമാനമായാണ് കണക്കാക്കിയത്. വിവാഹ സൗഭാഗ്യത്തിന് അമ്മമാർ ദൈവങ്ങളെ പ്രീതിപ്പെടുത്തി. പെൺമക്കളെ 'ഗണപതിക്കിടുക' പോലുള്ള ചടങ്ങുകൾക്ക് നിർബ്ബന്ധിപ്പിച്ചു. വിവാഹം പുതിയ ജീവിതം തുറക്കപ്പെട്ട അനുഭവമല്ല. മറിച്ച് ഭാരം ഒഴിഞ്ഞുകിട്ടിയ പ്രതീതിയാണുണ്ടാക്കിയത്. രണ്ടാം വേളിയാണെങ്കിലും മതിയെന്നതിന് അടിസ്ഥാനം ഇതാണ്.

'പാരമ്പര്യ വിദ്യാഭ്യാസത്തെയും ആചാരങ്ങളെയും മറ്റും ബാധിക്കാത്ത തരത്തിൽ' നമ്പൂതിരി ബാലന്മാർക്ക് ആധുനിക വിദ്യാഭ്യാസം നല്കുന്നതിന് മുൻകൈയെടുത്തത് യോഗക്ഷേമസഭ. സമുദായത്തിലെ വിവാഹരീതി, സ്ത്രീപദവി, കുടുംബവ്യവസ്ഥ എന്നിവയെക്കുറിച്ചും ചർച്ച തുടങ്ങി. കുടുംബഘടന, വൈവാഹിക മാമൂലുകൾ, സ്വത്ത് എന്നിവ

കേന്ദ്രീകരിച്ച് സമുദായത്തിലും സഭയ്ക്കകത്തും അലയടിച്ച പരിഷ്കാര നിർദ്ദേശങ്ങൾ ഇ എം എസിലും സ്വാധീനമായി. പതിനാലാം വയസ്സിൽ സ്ഥലത്തെ യോഗക്ഷേമസഭാ സെക്രട്ടറി സ്ഥാനം ഏറ്റെടുക്കാൻ കാരണമിതു തന്നെ. സ്കൂളിൽ ചേരാനായി പിന്നീട് പദവിയൊഴിഞ്ഞു.

ഒരു വശത്ത് തികഞ്ഞ മതവിശ്വാസത്തോടും ആത്മീയ വീക്ഷണത്തോടും ലോകത്തെ നോക്കിക്കാണുക; അതേ അവസരത്തിൽ തികഞ്ഞ ഭൗതികവാദിക്കുമാത്രം ചെയ്യാൻ കഴിയുന്നത്ര ഊക്കോടെ പ്രപഞ്ചത്തെ മാറ്റിത്തീർക്കാനുള്ള പ്രായോഗിക പ്രവർത്തനം നടത്തുക എന്ന നില പത്തുപന്ത്രണ്ടു വയസായപ്പോൾ കൈക്കൊണ്ടു. ഇതിന് സഹായകമായ നിലയിലായിരുന്നു ഗാന്ധിയൻ സിദ്ധാന്തം എന്ന ഇ എം എസിന്റെ അഭിപ്രായം, സാമൂഹ്യ പരിഷ്കരണ പ്രവർത്തനത്തിൽനിന്ന് രാഷ്ട്രീയത്തിലേക്കുള്ള പരിവർത്തനത്തിന്റെ സൂചനകളാണ്. സാമൂഹ്യപ്രസ്ഥാനത്തിലും ഇടതുപക്ഷ സ്വാധീനം വ്യക്തമായ ഘട്ടം. ഇ എം എസ് അതിന്റെ മുഖ്യപ്രചാരകനും വക്താവുമായി. നമ്പൂതിരി യുവജനസംഘത്തിന്റെയും 'ഉണ്ണിനമ്പൂതിരിയുടെയും' പ്രവർത്തനങ്ങളിൽ മുന്നിട്ടിറങ്ങി. കോളേജ് വിദ്യാർത്ഥിയായിരിക്കെ *ഉണ്ണിനമ്പൂതിരി*യുടെ സഹപത്രാധിപരുമായി.

1920 കളുടെ അവസാനപാദത്തിൽ നിലനിന്ന സാമൂഹ്യക്രമത്തിനെതിരെ കലാപക്കൊടി ഉയർത്തിയ പ്രസ്ഥാനങ്ങളുടെ അനുബന്ധമായി നമ്പൂതിരിമാർക്കിടയിലും ചലനങ്ങൾ. ഈ ചിന്തകൾ പ്രചരിപ്പിക്കുന്നതിൽ *ഉണ്ണിനമ്പൂതിരി* ഇ എം എസിന് തുണയായി. സമുദായത്തിലെ പരിഷ്കരണചിന്തകൾ ആദ്യം ഉണർന്നത് കാരണവന്മാരുടെ രീതികൾക്കെതിരെ. ഇംഗ്ലീഷ് വിദ്യാഭ്യാസത്തോടുള്ള സമീപനത്തിലും യാഥാസ്ഥിതികരും ഉൽപതിഷ്ണുക്കളും ഭിന്നചേരിയിലായി. കനിഷ്ഠ വിവാഹത്തെക്കുറിച്ചും ചൂടേറിയ വിവാദങ്ങളുയർന്നു. യോഗക്ഷേമത്തിലും ഉണ്ണി നമ്പൂതിരിയിലും അഭിപ്രായഭേദങ്ങൾ ഏറ്റുമുട്ടി. ഈ സംഘട്ടനങ്ങളിലെല്ലാം ഇ എം എസ് ഉത്പതിഷ്ണുക്കളുടെ കൂടെയാണ് നിന്നത്.

സമുദായ പ്രവർത്തകനെന്ന നിലയ്ക്കുള്ള ഇ എം എസിന്റെ വളർച്ചയിലെ നാഴികക്കല്ലായിരുന്നു 1927 ജനുവരി രണ്ടിന് കുമാരനെല്ലൂരിൽ നടന്ന യോഗക്ഷേമ സഭാ പത്തൊൻപതാം സമ്മേളനം. മലബാറിലും കൊച്ചിയിലും തിരുവിതാംകൂറിലും പിളർന്നുകിടന്ന സമുദായാംഗങ്ങൾ ഒന്നിച്ചുചേരുന്ന വേദിയാണ് വാർഷികസമ്മേളനം. അദ്ധ്യക്ഷനായിരുന്നത് പൂമുള്ളി ചെറിയ വാസുദേവൻ നമ്പൂതിരിപ്പാട്. 'യോഗക്ഷേമ'ത്തിന്റെ താളുകളിലൂടെ സുപരിചിതരായ പലരുമായും സമ്മേളനത്തിൽ ഇ എം എസ് പരിചയപ്പെട്ടു. പ്രമേയങ്ങളിൽ പഴയ ചിന്താഗതികളും പുതിയ ആശയങ്ങളും ഏറ്റുമുട്ടി. കുടുംബ റഗുലേഷൻ, സ്വജാതി വിവാഹം, നിർബ്ബന്ധ വിദ്യാഭ്യാസം, സ്ത്രീ വിദ്യാഭ്യാസം തുടങ്ങിയ വിഷയങ്ങൾ ഉയർന്നു. യാഥാസ്ഥിതികരുടെ പിടിവാശിക്കെതിരെ ഏറ്റുമുട്ടലിന്റെ വേദിയായി സമ്മേളനം. സമുദായത്തിൽ നിർബ്ബന്ധ വിദ്യാഭ്യാസം നടപ്പാക്ക

ണമെന്ന പ്രമേയം പാസാക്കി. സ്ത്രീകൾക്ക് വിദ്യാഭ്യാസം ആവശ്യമാണോയെന്ന് പരിശോധിക്കാൻ പന്ത്രണ്ടംഗ കമ്മീഷൻ. പത്ര-മാസിക പ്രസിദ്ധീകരണങ്ങളുടെ കാര്യത്തിലും പുരോഗമന-യാഥാസ്ഥിതിക വിഭാഗങ്ങൾ ഏറ്റുമുട്ടി.

'നമ്മുടെ ഭൂസ്വത്തിന്റെ രക്ഷയ്ക്കും സാമ്പത്തികാഭിവൃദ്ധിക്കും നിദാനമായ കാർഷിക ജീവിതത്തിലേക്ക് ഇറങ്ങിച്ചെല്ലുക' എന്ന പ്രമേയത്തിലൂടെ നമ്പൂതിരിമാർ കാർഷികജീവിതം ആരംഭിക്കണമെന്ന മുത്തിരിങ്ങോട് ഭവത്രാതൻ നമ്പൂതിരിപ്പാടിന്റെ അഭ്യർത്ഥന. സഭയുടെ ഇരുപതാം സമ്മേളനം അങ്ങാടിപ്പുറത്താവണമെന്ന് തീരുമാനിക്കപ്പെട്ടു. കുമാരനെല്ലൂരിൽ ഇ എം എസ് കാഴ്ചക്കാരൻ മാത്രമായിരുന്നു. യോഗക്ഷേമ സഭാനടപടികളെക്കാൾ മനസിൽ തറച്ചത് യുവജനസംഘ യോഗനടപടികൾ. പുരോഗമന ചിന്താഗതിക്കാരുടെ കൂടെ ഉറച്ച മനസ്സുമായി അങ്ങാടിപ്പുറം സമ്മേളനത്തിനായി കാത്തിരുന്നു. ഫിഫ്ത്ത് ഫോമിലെ ക്രിസ്തുമസ് അവധിക്കാലത്തായിരുന്നു സമ്മേളനം. 1927 ഡിസംബർ 29 ന്.

കുമാരനെല്ലൂരിൽനിന്ന് അങ്ങാടിപ്പുറത്തെത്തുമ്പോൾ ആവേശകരമായ പ്രവർത്തനങ്ങളാൽ തിളക്കമാർന്നതായി. യുവജനസമ്മേളനാദ്ധ്യക്ഷൻ വി നാരായണൻ നമ്പൂതിരി. വിദ്യാർത്ഥികൾക്കു കൂടി സംഘടന ആവശ്യമാണെന്ന ധാരണ. അങ്ങനെ നമ്പൂതിരി സ്റ്റുഡന്റ്സ് ലീഗ് രൂപീകൃതമായി.

അന്തർജ്ജനങ്ങൾക്ക് അന്യജാതിയിൽ വിവാഹം അനുവദിക്കുന്ന കോടനാടു നാരായണൻനമ്പൂതിരിയുടെ പ്രമേയം ഒച്ചപ്പാടുണ്ടാക്കി. പാണ്ടം വാസുദേവൻ നമ്പൂതിരിപ്പാട് 'ശുദ്ധിപ്രസ്ഥാനം' സംബന്ധിച്ച് അവതരിപ്പിച്ചത് ശ്രദ്ധേയമായി. സമുദായത്തിൽ ഭ്രഷ്ടിന് വിധേയമായവരെക്കുറിച്ചായിരുന്നു അത്. കോൺഗ്രസ് പ്രവർത്തനത്തിന്റെ ഫലമായി ജയിലിൽ പോയ കുറൂറും ഖിലാഫത്തിന്റെ പേരിൽ ജയിലിലായ മോഴിക്കുന്നത്തും ഭ്രഷ്ടന്മാരായി കഴിയുകയായിരുന്നു. വൈദിക മനോഭാവത്തിനുനേരെ വാളോങ്ങിയ പ്രമേയം പിന്താങ്ങിയത് ഇ എം എസ്. യോഗക്ഷേമസഭയുടെ മാവേലിക്കര സമ്മേളനത്തിലും പങ്കെടുത്ത അദ്ദേഹം യുവജനസംഘത്തിന്റെ വാർഷികയോഗത്തിലും സംബന്ധിച്ചു. പ്രവർത്തകസമിതിയംഗമായി.

നിയമസഭ പാസാക്കിയ നമ്പൂതിരി ബില്ലിന് അനുമതി നല്കാത്ത കൊച്ചി രാജാവിനോട് പ്രതിഷേധിച്ച് 1930 ജനുവരി 20 ന് തൃശൂർ യോഗക്ഷേമം കെട്ടിടത്തിലെ നമ്പൂതിരി യുവജനസംഘം ആപ്പീസിൽ പൊതുയോഗം നടന്നു. ഇടക്കുന്നിയിൽ സമ്മേളിച്ച യുവജനസംഘമാണ് തീരുമാനമെടുത്തത്. സാമൂഹ്യപരിഷ്കരണത്തിന്റെ നിലയ്ക്കാത്ത ചലനങ്ങൾ സൃഷ്ടിച്ച അലകളിലൊന്നാണ് നമ്പൂതിരി ബിൽ. പ്രതിഷേധത്തിന്റെ ശബ്ദമുയർത്തി അന്നവിടെ എത്തിയ എൺപതോളം യുവാക്കളിൽ ഇ എം എസും. തൃശൂരിലെ പ്രവർത്തനങ്ങൾക്ക് ദിശാബോധം കൈവന്നപ്പോൾ *ഉണ്ണിനമ്പൂതിരി* വാരികയായി. ആദ്യലക്കം പുറത്തുവന്നത് ഇ എം എസ്

സെന്റ് തോമസ് കോളേജിൽ ചേർന്ന മാസം. മംഗളോദയം പ്രസിൽ വി ടി ഭട്ടതിരിപ്പാടുമായി ബന്ധപ്പെട്ട് ചർച്ചകൾ ഗതിവേഗംകൊണ്ടു. ഈ കേന്ദ്രത്തിലെ സന്ദർശകനായി ഇ എം എസ്. നമ്പൂതിരി ബില്ലിനുവേണ്ടിയുള്ള പ്രതിഷേധ പ്രക്ഷോഭങ്ങളെക്കാൾ ഒച്ചയുണ്ടാക്കിയത് 'കുടുമമുറി'. അതേക്കുറിച്ച് മുത്തിരിങ്ങോട് യോഗക്ഷേമത്തിൽ 'അധഃപതിച്ച ശിഖ'യെന്ന ഗദ്യകവിതയെഴുതി. പെരിന്തൽമണ്ണയിലെ സ്കൂൾ പഠനകാലത്തുതന്നെ ഇ എം എസ് കുടുമ ഉപേക്ഷിച്ചിരുന്നു. ആ സമരം യോഗക്ഷേമ കെട്ടിടത്തിന്റെ പുറത്തേക്കും നാട്ടിലാകെയും വ്യാപിച്ചു.

മറക്കുടയ്ക്കുള്ളിലും ഇല്ലങ്ങളിലെ അകത്തളങ്ങളിലേക്കും അന്തർജ്ജനങ്ങളുടെ മനസ്സിന്റെ ഇടുങ്ങിയ ഇടനാഴികളിലേക്കും അത് പടർന്നു. ചിറ്റും കൊരടും നീക്കി അവർ കമ്മലുകൾ ധരിക്കാൻ തുടങ്ങി. കോളേജ് പഠനവേളയിലെ ലോഡ്ജ് താമസത്തിനിടയ്ക്ക് ഇ എം എസ് പൂണൂൽ മുറിച്ചുനശിപ്പിച്ചു. പൊട്ടിച്ച പൂണൂൽ കത്തിച്ച് ചാരം, സമുദായത്തിലെ ഏറ്റവും യാഥാസ്ഥിതികനായ ചെറുമുക്ക് വൈദികനയച്ചുകൊടുത്തു.

ബഹുഭാര്യാത്വവും സ്ത്രീകളുടെ താഴ്ന്ന പദവിയും നമ്പൂതിരി ഇല്ലങ്ങളിൽ നിലയ്ക്കാത്ത കണ്ണീരാണുതിർത്തത്. തേങ്ങിത്തീരുന്ന സ്ത്രീജീവിതങ്ങളെ മനുഷ്യലോകത്തേക്ക് കൊണ്ടുവരാനുള്ള ശ്രമങ്ങൾ ഉൽപതിഷ്ണുക്കളായ യുവാക്കൾക്കിടയിൽ വളർന്നുവന്നു. ലേഖനങ്ങളുടെയും പ്രസംഗങ്ങളുടെയും പരിമിതികൾ തിരിച്ചറിയപ്പെട്ടു. ഇത് ഇ എം എസും വി ടിയും മറ്റും ചേർന്ന ചർച്ചകളിലൂടെ നാടകമെന്ന ആശയത്തിലാണെത്തിയത്. വി ടി നാടകമെഴുതാനുള്ള ചുമതലയേറ്റു. സമുദായത്തെ സ്പർശിക്കുന്ന പ്രശ്നങ്ങളെടുത്ത് അദ്ദേഹം നോവലെഴുതാൻ ശ്രമിക്കുന്നുണ്ടായിരുന്നു. അനാചാരങ്ങളെ തുറന്നെതിർത്ത് നാടകത്തിന് രൂപംനല്കി. പ്രേംജിയാണ് അതിന്റെ സമ്പൂർണ്ണതയ്ക്കും മിഴിവിനും കരുത്ത് നല്കിയത്. ഇടക്കുന്നിയിൽ 1929 ഡിസംബർ 24 ന് *അടുക്കളയിൽ നിന്ന് അരങ്ങത്തേക്ക്* അരങ്ങേറി. സ്ത്രീവേഷത്തിൽ ഇ എം എസും.

വി ടി ഭട്ടതിരിപ്പാടിന്റെ *അടുക്കളയിൽനിന്ന് അരങ്ങത്തേക്ക്,* എം ആർ ബിയുടെ *മറക്കുടയ്ക്കുള്ളിലെ മഹാനരകം-* ഈ നാടകങ്ങളിലൂടെ നടത്തിയ പ്രചരണങ്ങൾക്ക് പ്രാവർത്തികരൂപം നല്കാനുള്ള ശ്രമവും നടന്നു. ബഹുഭാര്യാത്വവും വൃദ്ധവിവാഹവും തടയുക, വധൂവരന്മാരുടെ ഇഷ്ടമില്ലാത്ത കല്യാണങ്ങൾ നിരുത്സാഹപ്പെടുത്തുക, ജ്യേഷ്ഠന്മാരിലേതെങ്കിലുമൊരാൾ അവിവാഹിതനോ അന്യജാതി സ്ത്രീയെ വിവാഹം ചെയ്യുകയോ ആണെങ്കിൽ അനുജനും സ്വജാതീയ വിവാഹം നിഷിദ്ധമാണെന്ന നിയമം ലംഘിക്കുക തുടങ്ങി നാടകങ്ങളിലൂടെ പ്രചരിപ്പിച്ച ആശയങ്ങൾക്ക് ജനമദ്ധ്യത്തിൽ കരുത്ത് നേടാനായി. കുടുമമുറി, പൂണൂൽ പൊട്ടിക്കൽ, കനിഷ്ഠവിവാഹം തുടങ്ങി വിധവാ വിവാഹത്തിലേക്കുവരെ നവോത്ഥാന പരിശ്രമങ്ങൾ നീണ്ടു. സ്ത്രീകളുടെ ആഭരണകാര്യത്തിലും ചില മാറ്റങ്ങൾ പ്രകടമായി. 'കാതുമുറി' പ്രസ്ഥാനം

ഇതിന്റെ ഭാഗം. അർദ്ധനഗ്നതയുപേക്ഷിച്ച് നമ്പൂതിരി സ്ത്രീ ബ്ലൗസിടാൻ തുടങ്ങി. ഘോഷാ ബഹിഷ്കരണം മറ്റൊരു നാഴികക്കല്ല്. 1929 ഡിസംബറിൽ എടക്കുന്നിയിൽ ചേർന്ന യോഗക്ഷേമസഭാ സമ്മേളനം. മിസ്സിസ് മനേഴി ഘോഷ ബഹിഷ്കരിച്ച് പങ്കെടുത്തത് ആദരവ് പിടിച്ചുപറ്റി. ഒരു വർഷമാകുമ്പോഴേക്ക് ഈ നിലയിൽ പത്തിലധികം സ്ത്രീകൾ.

വിധവാ വിവാഹം നടത്തിച്ചും യുവജനസംഘം ഉൽപതിഷ്ണുക്കളുടെ ആവേശമായി. യുവജന പ്രസ്ഥാനത്തിലെ പുരോഗമനപക്ഷക്കാരിൽ പ്രധാനിയായിരുന്ന ചളവറയിലെ ഐ സി പി നമ്പൂതിരി. അദ്ദേഹത്തിന്റെ ഒരു സഹോദരി വിവാഹം കഴിഞ്ഞ് ഏറെക്കഴിയുംമുമ്പ് വിധവയായി. ആ പുനർവിവാഹത്തിന് വി ടി ഭട്ടതിരിപ്പാട് മുൻകൈയെടുത്തു. നേതൃത്വത്തിന്റെ ധാരണകളിൽ വെള്ളിടി വീഴ്ത്തി ആ വിധവയെ സ്വീകരിച്ചത് എം ആർ ബി. വിവാഹത്തിന് നേതൃത്വം കൊടുത്തത് ഏലംകുളത്തെ ശാന്തതയിൽ വിള്ളലുണ്ടാക്കി. ജയിലിൽ പോയതിനേക്കാൾ വലിയ ഭ്രഷ്ടായിരുന്നു ഇ എം എസിൽ ആരോപിതമായത്.

1931 ഡിസംബർ. തളിപ്പറമ്പിൽ യോഗക്ഷേമസഭയുടെയും യുവജനസംഘത്തിന്റെയും വാർഷികം. അക്കാലം ദേശീയപ്രക്ഷോഭം വഴിത്തിരിവിലായിരുന്നു. കൂടിയാലോചനകൾ പലത് നടന്നെങ്കിലും ബ്രിട്ടീഷ് സമീപനത്തിൽ മാറ്റം വന്നില്ല. ഇന്ത്യയിലെ തങ്ങളുടെ അധീശത്വം നീട്ടിക്കൊണ്ടുപോകാൻ തന്ത്രങ്ങൾ മെനഞ്ഞു. രാജ്യത്തിന്റെ വിവിധ ഭാഗങ്ങളിൽ അടിച്ചമർത്തൽ നടപടികളും. 1932 ജനുവരി നാലിന് ഗാന്ധിജിയും മറ്റും അറസ്റ്റിൽ. ഇത് രാജ്യവ്യാപക പ്രതിഷേധത്തിലേക്കാണ് എത്തിയത്. ഇ എം എസും കോളേജ് വിട്ട് പ്രതിഷേധക്കാറ്റിൽ അലിഞ്ഞു. പിന്നെ ജയിലിലേക്കും.

ഇ എം എസിനെ കോടതി ശിക്ഷിച്ചപ്പോൾ *ഉണ്ണിനമ്പൂതിരി* മുഖപ്രസംഗത്തിൽ പറഞ്ഞത്, നമ്പൂതിരി സമുദായസേവനം നിർത്തി മറ്റ് പൊതുകാര്യങ്ങളിലേക്ക് അദ്ദേഹം ഇറങ്ങിയതിൽ ലേശമെങ്കിലും കുണ്ഠിതമില്ല. അദ്ദേഹത്തെപ്പോലുള്ള അസാമാന്യ വ്യക്തിയുടെ പരിധി ഒരിക്കലും സമുദായത്തെപ്പോലെ വ്യാസം കുറഞ്ഞ ഒന്നായിക്കൂടാത്തതാകുന്നു എന്നാണ്.

ദ്വിമുഖമായ തന്റെ നിലപാടിന്റെ രണ്ടാം ഭാഗമായ പ്രായോഗിക പ്രവർത്തനം വിടാതെ പിടിച്ചതിനാൽ ക്രമേണ ഒന്നാംമുഖമായ ആത്മീയ വീക്ഷണം വിടാൻ ഇ എം എസ് നിർബ്ബന്ധിക്കപ്പെട്ടുവെന്നാണ് അനുഭവം. 1944 ഡിസംബറിൽ നമ്പൂതിരി യോഗക്ഷേമസഭയുടെ 34-ാം വാർഷിക സമ്മേളനം. അദ്ധ്യക്ഷൻ ഇ എം എസ്. അന്നത്തെ പ്രസംഗം സാമുദായിക പരിഷ്കരണത്തെ സംബന്ധിച്ച കാഴ്ചപ്പാടിലും പുതിയ വെളിച്ചം വിതറി. ഇല്ലങ്ങളിൽ 'കാര്യസ്ഥതയും' 'വെടി പറയലും' 'പകലുറക്കവു'മായിക്കഴിഞ്ഞ നമ്പൂതിരിമാർക്ക് 'ഉയരാനുള്ള' മാർഗ്ഗം ഉപദേശിക്കുകയായിരുന്നു അതിൽ.

പത്തുകൊല്ലം മുമ്പ് സമുദായ പ്രവർത്തനത്തിൽനിന്ന് വിട്ടുപോയ

തെന്തുകൊണ്ടായിരുന്നു? സാമുദായികമായി ഇനി ഒന്നും ചെയ്യാനില്ല, ഉദ്ദേശ്യമെല്ലാം നേടിക്കഴിഞ്ഞിരിക്കുന്നു; ഇനി രാഷ്ട്രീയ പ്രവർത്തനമേ ആവശ്യമുള്ളു എന്ന അഭിപ്രായം ഉണ്ടായതുകൊണ്ടാണോ? ഒരിക്കലുമല്ല. കാൽനൂറ്റാണ്ടുകാലത്തെ സമുദായപ്രവർത്തനത്തിന്റെ ഫലം ചെറിയ വിഭാഗത്തെ മാത്രമേ സ്പർശിച്ചിട്ടുള്ളൂവെന്നും ഭൂരിപക്ഷം സ്ത്രീ-പുരുഷന്മാർ അജ്ഞതയുടെയും അന്ധവിശ്വാസങ്ങളുടെയും അനാചാരങ്ങളുടെയും പിടിയിൽ കിടക്കുകയാണെന്നും ബോദ്ധ്യമുണ്ടായിരുന്നു. അങ്ങനെയുള്ള സമുദായത്തെ ഇനി മുന്നോട്ട് നീക്കേണ്ടത് ഏത് വഴിക്കാണെന്നും അതിനെന്തു ചെയ്യണമെന്നും വ്യക്തമായ അഭിപ്രായമുണ്ടായിരുന്നു എന്നതായിരുന്നു പ്രസംഗത്തിന്റെ കാതൽ.

സാമ്പത്തിക ലാഭത്തിനുവേണ്ടി മഴക്കാടുകൾ നശിപ്പിക്കുന്നത് ഭക്ഷണം പാകംചെയ്യാൻ നവോത്ഥാന പെയിന്റിങ് തീയിടുംപോലെയാണെന്ന അമേരിക്കൻ ബയോളജിസ്റ്റും സൈദ്ധാന്തികനുമായ ഇ ഒ വിൽസന്റെ വിമർശനം ഓർമ്മപ്പെടുത്തുംപോലെയാണ് കേരളത്തിന്റെ പിൻനടത്തങ്ങൾ. ഇ എം എസിനെപ്പോലൊരാൾ കത്തിച്ചുകളഞ്ഞ പുനരുത്ഥാനവാദത്തിന്റെ അസംഖ്യം അസംബന്ധങ്ങൾ മാന്യമായാണ് ഇപ്പോൾ തിരിച്ചെത്തിക്കൊണ്ടിരിക്കുന്നത്. എല്ലാ നവോത്ഥാനവും ലോകത്തേക്ക് കടന്നുവരുന്നത് കരച്ചിലോടെയാണ്. സ്വതന്ത്രമാവാനുള്ള മനുഷ്യചേതനയുടെ കരച്ചിലെന്നാണ് ആന്നെ സുള്ളിവെൻ അഭിപ്രായപ്പെട്ടത്. ഹെലൻ കെല്ലറുടെ ആജീവനാന്ത സുഹൃത്തായിരുന്ന അവർക്ക് എട്ടാം വയസ്സിൽ കാഴ്ച നഷ്ടമായിരുന്നു. എന്നിട്ടും വൈകല്യത്തിനെതിരെ പൊരുതി ജീവിച്ച സുള്ളിവെൻ നിശ്ചയദാർഢ്യമുള്ള പ്രഖ്യാപനങ്ങളാലും ശ്രദ്ധേയയായി. പ്രതിസന്ധികൾ ഉയരുമ്പോൾ താൻ ചകിതയോ സംശയാലുവോ ആവാറില്ലെന്നും അവയെ എങ്ങനെ അഭിമുഖീകരിക്കേണ്ടതെന്ന് അറിയാമെന്നും പറയാറുണ്ടായിരുന്നു. അങ്ങനെ സാമൂഹ്യ പ്രതിഭാസങ്ങൾക്കുമുന്നിൽ സംശയാലുക്കളാവാത്ത പോരാളികൾ അനുരഞ്ജനരഹിതമായി നിലയുറപ്പിച്ച് തൂത്തുകളഞ്ഞ വൈകൃതങ്ങൾ ഭീമാകാരം പൂണ്ടുനിൽക്കുമ്പോൾ നിശ്ചയമായും ഇ എം എസിനെപ്പോലൊരു വിപ്ലവകാരിയെ നാം ഓർത്തുകൊണ്ടേയിരിക്കും.

ഒരു പ്രസംഗവേദിയിൽ

7

എന്നും ജനങ്ങൾക്കൊപ്പം

ആയിരത്തിത്തൊള്ളായിരത്തി അറുപത്തിയൊൻപത് മെയ് പത്തിന് ഹാനോയിൽ വെച്ച് ഹോചിമിൻ എഴുതിയ മരണപത്രിക അത്യന്തം വികാരപരവും ആവേശകരവുമായിരുന്നു. അതിന് നാലു മാസത്തിനുള്ളിൽ അദ്ദേഹം ലോകത്തോട് വിടവാങ്ങി. എഴുപത്തിയൊൻപതാം വയസ്സിലായിരുന്നു അന്ത്യം. അമേരിക്കൻ ആക്രമണത്തിനെതിരെ ദേശീയ വിമോചനത്തിനായി വിയത്നാം ജനത നടത്തിയ സമരം കൂടുതൽ പ്രയാസങ്ങളും ത്യാഗങ്ങളും നിറഞ്ഞ മാർഗ്ഗങ്ങളിലൂടെ പോകേണ്ടിവരുമെങ്കിലും പൂർണ്ണവിജയം നേടുമെന്ന നിശ്ചയത്തോടെയാണ് ഹോ മരണപത്രിക ആരംഭിച്ചത്. അങ്ങനെയുണ്ടായാൽ സോഷ്യലിസ്റ്റ് രാഷ്ട്രങ്ങളടക്കം ലോകത്തിലെ മുഴുവൻ സൗഹൃദരാജ്യങ്ങളും സന്ദർശിച്ച് അമേരിക്കൻ അക്രമികൾക്കെതിരെ നടത്തിയ ദേശാഭിമാന പോരാട്ടത്തിന് നല്കിയ ഹൃദയപൂർവ്വമായ പിന്തുണയ്ക്ക് സ്വന്തം ജനങ്ങളുടെ പേരിൽ നന്ദി പറയുമെന്നും അദ്ദേഹം പ്രഖ്യാപിച്ചിരുന്നു. താങ് കാലഘട്ടത്തിൽ ജീവിച്ച പ്രശസ്തകവി തു ഫുവിന്റെ, എഴുപതിൽ എത്തുന്നവർ എല്ലാക്കാലത്തും ഏറെ വിരളമാണ് എന്ന വരി സൂചിപ്പിക്കുന്നുണ്ട് ഹോയുടെ പത്രികയുടെ രണ്ടാം ഭാഗത്ത്.

ആ വർഷം തനിക്ക് എഴുപത്തിയൊൻപത് വയസ്സാകും. അപ്പോൾ വിരളം എന്ന് വിശേഷിപ്പിച്ചവരിൽ തന്നെയുംപെടുത്താം എന്നും അദ്ദേഹം വ്യക്തമാക്കി. പാർട്ടിയെയും തൊഴിലാളിവർഗ്ഗത്തെയും ജനങ്ങളെയും രാജ്യത്തെയും ലോകത്തിലെ സുഹൃത്തുക്കളെയുമെല്ലാം അഭിവാദ്യം ചെയ്താണ് മരണപത്രികയ്ക്ക് പൂർണ്ണവിരാമമിട്ടതും. നദികൾ വറ്റിവരണ്ടുപോകാം, മലകൾ തേഞ്ഞുതീരാം, എന്നാൽ, വാസ്തവങ്ങൾക്ക് ഒരി

ക്കലും മാറ്റമില്ലെന്നും കൈവിരലുകൾ അഞ്ചും നീളത്തിൽ വ്യത്യാസപ്പെട്ടിരിക്കുന്നുവെങ്കിലും കൈപ്പത്തിയിൽ ഒന്നായി ചേർന്നുനിൽക്കുന്നുവെന്നും ഫ്രാൻസിലേക്ക് പോകുംമുമ്പ് 1946 മെയ് 31 ന് ഹോ കാവ്യാത്മകമായി പറഞ്ഞുവെച്ചിരുന്നു. ഐക്യം ഇല്ലെങ്കിൽ വൃന്ദവാദ്യത്തിലെ പെരുമ്പറ ഒരു താളമായും കുഴൽവാദ്യം മറ്റൊരു ഈണത്തിലും മുഴങ്ങിയാലുള്ള അപതാളം സംഭവിക്കുമെന്ന മുന്നറിയിപ്പും നല്കുകയുണ്ടായി.

1993 ജൂൺ 13 ന് 84 തികഞ്ഞ ഇ എം എസിന് ഒട്ടേറെ സുഹൃത്തുക്കളും സഖാക്കളും സംഘടനകളും ആശംസകൾ അർപ്പിക്കുകയുണ്ടായി. ഒട്ടുമിക്ക പത്രങ്ങളും മാഗസിനുകളും ആ ജീവിതത്തെയും ജനസേവനങ്ങളെയും പ്രശംസിച്ച് ലേഖനങ്ങളും കുറിപ്പുകളും എഴുതുകയും ചെയ്തു. അവയ്ക്ക് വ്യക്തിപരമായ മറുപടി നല്കുന്നതിന് പകരം പത്രപ്രസ്താവന വഴി കൃതജ്ഞത പ്രകാശിപ്പിക്കുകയാണുണ്ടായത്. ആ ലേഖനങ്ങളിലും മുഖപ്രസംഗങ്ങളിലും അതിശയോക്തി ഉണ്ടെന്നായിരുന്നു ഇ എം എസിന്റെ പക്ഷം. അത് വിവരിക്കാനോ കേരളത്തിലും അഖിലേന്ത്യാതലത്തിലും ആഗോളവുമായുള്ള മാറ്റങ്ങൾക്ക് നല്കിയ സ്വന്തം സംഭാവനയെക്കുറിച്ച് അഭിപ്രായം വ്യക്തമാക്കാനോ തുനിഞ്ഞില്ല. ആ ജോലി ചരിത്രത്തിന് വിട്ടുകൊടുക്കുകയായിരുന്നു. 89 വയസ്സ് നീണ്ട ആയുസ്സിന്റെ മുക്കാൽ നൂറ്റാണ്ടും പൊതുപ്രവർത്തനത്തിനായി സമർപ്പിച്ച ഇ എം എസിന്റെ അവസാന നാളുകളും വിടവാങ്ങലും കേരളം അത്യന്തം വേദനയോടെയാണ് കണ്ടുനിന്നത്. ഹോചിമിന്റെ മരണപത്രം പോലെ മഹാകവി രബീന്ദ്രനാഥ ടാഗോറിന്റെ അന്ത്യനാളുകൾ മുൻനിർത്തി ഈസ്റ്റേൺ റെയിൽവേയുടെ അന്നത്തെ ജനറൽ മാനേജർ എഴുതിയ കുറിപ്പും മനസിലെത്തുകയാണ്. 1941 ജൂൺ 25 ന് രോഗിയായ ടാഗോറിനെ ശാന്തിനികേതിനു സമീപത്തെ ബോൽപൂർ റെയിൽവേ സ്റ്റേഷനിൽനിന്ന് കൊൽക്കത്തവരെ കൊണ്ടുപോയതിന്റെ വിവരണമാണ് 'അന്ത്യയാത്ര' എന്ന കുറിപ്പ്. അദ്ദേഹത്തിന്റെ യാത്രയ്ക്ക് റെയിൽവേ പ്രത്യേക സലൂൺ അനുവദിക്കുകയായിരുന്നു. ഇരുവശവും നീലക്കണ്ണാടി ജാലകങ്ങൾ. നടുവിൽ ചാരുകസേര പോലെ ഇരിപ്പിടം. അതിൽ കിടന്നാൽ ഇരുവശങ്ങളിലെയും കാഴ്ചകൾ കാണാം. ചികിത്സിക്കുന്ന ഡോക്ടറും മറ്റുപ്രധാനികളും ഒപ്പം. വേഗം കുറച്ചോടുന്ന വണ്ടി. ഓരോ പ്രദേശം കടക്കുമ്പോഴും ടാഗോർ കൈകളുയർത്തി മണ്ണിനോടും മരങ്ങളോടും മനുഷ്യരോടും വിട പറയും. അങ്ങനെ ഓരോ ഗ്രാമത്തോടും പട്ടണത്തോടും യാത്ര പറഞ്ഞ് കൊൽക്കത്തയിൽ. അവിടെയെത്തി ഒരു മാസത്തിനകമായിരുന്നു മഹാകവിയുടെ വിയോഗം. ഇത്തരം പ്രതീകാത്മകമായ ആത്മബന്ധത്തിന്റെ സൂചനകൾ ഇ എം എസിന്റെ ജീവിതത്തിലുമുണ്ടായി.

ഫ്യൂഡൽ കുടുംബത്തിലെ ജനനം അതിനനുയോജ്യമായ രീതിയിലുള്ള വിദ്യാഭ്യാസമാണ് ഇ എം എസിന് നല്കിയത്. *ഋഗ്വേദ*പാഠത്തിന്റെ

ഭാഗമായി ശ്ലോകങ്ങൾ പദം മുറിച്ച് മേലോട്ടും കീഴ്പ്പോട്ടും ചൊല്ലുകയെന്ന അഭ്യാസത്തിന് നിയോഗിക്കപ്പെട്ടത് അങ്ങനെ. സ്കൂൾ പഠനകാലം ആ ബാലന്റെ ജീവിതമാകെ മാറ്റിത്തീർത്തു. അദ്ദേഹത്തിന്റെ ഒരു സുഹൃത്തിന്റെ വാക്ക് കടമെടുത്താൽ പിന്നീട് *ഋഗ്വേദ*ത്തിൽനിന്ന് മാർക്സിന്റെ *മൂലധന*ത്തിലേക്കും ബ്രഹ്മശ്രീയിൽനിന്ന് സഖാവിലേക്കുമായിരുന്നു ആ മാറ്റം.

സോഷ്യലിസ്റ്റ് എന്ന നിലയ്ക്കുള്ള പൊതുപ്രവർത്തനം തൊഴിലാളികളുടെയും കൃഷിക്കാരുടെയും ജീവിതവും സമരവുമായി അടുപ്പിച്ചു. തൊഴിലാളിവർഗ പ്രസ്ഥാനത്തിന്റെ മുമ്പിലുള്ള പ്രശ്നങ്ങൾ ക്രിയാത്മകമായി സിദ്ധാന്തവൽക്കരിക്കുന്നതിലും അവ പ്രയോഗത്തിൽ വരുത്തുന്നതിലും ഇ എം എസിനുണ്ടായിരുന്ന അസാമാന്യമായ കഴിവ് സുവിദിദമാണ്. വിപ്ലവപ്രസ്ഥാനം വളർത്തിയെടുക്കുന്നതിനും മുന്നോട്ടുനയിക്കുന്നതിനും വിലപ്പെട്ട സൈദ്ധാന്തിക പ്രവർത്തനങ്ങൾ വിനിയോഗിച്ചു. ഈ ലക്ഷ്യം നിറവേറ്റുന്നതിന് വിപ്ലവസംഘടന കെട്ടിപ്പടുക്കേണ്ടതിന്റെ പ്രാധാന്യം തുടക്കം തൊട്ടേ ബോദ്ധ്യപ്പെട്ടിരുന്നു.

കമ്യൂണിസ്റ്റ് പാർട്ടിയുടെ സംഘടനാപ്രശ്നങ്ങളെക്കുറിച്ച് അദ്ദേഹം ഒന്നാമതായി സമഗ്രപഠനം നടത്തിയത് 1953-56 കാലത്ത് അഖിലേന്ത്യാതലത്തിൽ പ്രവർത്തിക്കുമ്പോഴാണ്. പൊളിറ്റ്ബ്യൂറോ അംഗവും കേന്ദ്രനേതൃത്വത്തിൽ പങ്കാളിയുമെന്ന നിലയ്ക്ക് ഇന്ത്യയെപ്പോലുള്ള രാജ്യത്ത് പാർട്ടി സംഘടിപ്പിക്കേണ്ടത് എങ്ങനെയെന്നത് സംബന്ധിച്ച് പ്രത്യക്ഷത്തിലുള്ള അനുഭവജ്ഞാനവും ധാരണയും സ്വായത്തമാക്കി. പാർട്ടി സംഘടന സംബന്ധിച്ച അദ്ദേഹത്തിന്റെ ആദ്യകാല ആശയങ്ങൾ 1954 ൽ കേന്ദ്ര പാർട്ടിസ്കൂളിൽ ചെയ്ത നാല് പ്രഭാഷണങ്ങളിൽ അടങ്ങിയിട്ടുണ്ട്. അവ അക്കാലത്ത് ലഘുപുസ്തകരൂപത്തിൽ പ്രസിദ്ധീകരിച്ചു. സ്വാതന്ത്ര്യാനന്തര ഇന്ത്യയിലെ ശ്രദ്ധിക്കപ്പെടേണ്ട സുപ്രധാനകാര്യം പാർട്ടി സംഘടനയെക്കുറിച്ചുള്ള ഇ എം എസിന്റെ ആശയങ്ങൾ കമ്യൂണിസ്റ്റ് പാർട്ടിയുടെ സംഘടനാതത്ത്വങ്ങളുടെ അമൂർത്തമായ ആവർത്തനമായിരുന്നില്ല എന്നതാണ്. ബൂർഷ്വാപാർട്ടികളിലെ, വിശേഷിച്ചും സ്വാതന്ത്ര്യസമരകാലത്ത് കോൺഗ്രസിലെ സംഘടനാപരമായ ധാരണയുടെ വികാസപരിണാമം പ്രഭാഷണത്തിൽ പരിശോധിക്കുകയുണ്ടായി. ജനാധിപത്യ കേന്ദ്രീകരണം, കൂട്ടായ നേതൃത്വം, വ്യക്തിഗത ഉത്തരവാദിത്തം, നിർവ്വഹിച്ച ജോലിയെ സംബന്ധിച്ച് പരിശോധന എന്നീ തത്ത്വങ്ങൾ മുന്നോട്ടുവച്ചു. സ്വാതന്ത്ര്യലബ്ധിക്ക് തൊട്ടുമുമ്പും ശേഷവും 1952 ലെ ഒന്നാം പൊതുതിരഞ്ഞെടുപ്പ് വരെയുള്ള കാലത്തെ അനുഭവങ്ങളുടെ വെളിച്ചത്തിൽ പാർട്ടി പത്രങ്ങളുടെയും സാഹിത്യത്തിന്റെയും പ്രാധാന്യവും എടുത്തുകാട്ടി.

സി പി ഐ എം സ്ഥാപിതമായതിൽ പിന്നെ മൂന്ന് സുപ്രധാ

നഘട്ടങ്ങളിലൂടെയാണ് ഇ എം എസ് സംഘടനാരംഗത്ത് സംഭാവന നല്കിയത്. ആദ്യത്തേത് 1967 ൽ 'പാർട്ടി സംഘടന സംബന്ധിച്ച കടമകൾ' എന്ന രേഖ അംഗീകരിക്കുന്നതിലേക്ക് നയിച്ച ചർച്ചകളിൽ നല്കിയതാണ്. കരുതൽ തടങ്കലിലായ സി പി ഐ എം നേതാക്കളും പ്രവർത്തകരും ജയിൽമോചിതരായശേഷം പാർട്ടിയുടെ സംഘടനാപരമായ മൗലിക കടമകളിൽ ശ്രദ്ധചെലുത്താൻ കേന്ദ്രകമ്മിറ്റിക്ക് കഴിഞ്ഞു. മേൽപ്പറഞ്ഞ രേഖയെത്തുടർന്ന് കർഷക-ട്രേഡ് യൂണിയൻ മുന്നണികളിലെ കടമകളെക്കുറിച്ചുള്ള രേഖകളും അംഗീകരിക്കപ്പെട്ടു.

രണ്ടാംഘട്ടം ഒരു പതിറ്റാണ്ടിനുശേഷം പാർട്ടി സംഘടനയുടെ സ്ഥിതി, സാൽക്കിയ പ്ലീനം പുനരവലോകനം ചെയ്ത സന്ദർഭമാണ്. ഈ ഘട്ടത്തിൽ ജനറൽസെക്രട്ടറിയായിരുന്നു ഇ എം എസ്. സാൽക്കിയ പ്ലീനത്തിലൂടെ പാർട്ടി സംഘടനയ്ക്ക് പുതിയ ദിശാബോധം നല്കുന്നതിലേക്ക് നയിച്ച ചർച്ചകളിൽ നല്കിയ സംഭാവന അർത്ഥവത്താണ്. ബഹുജന വിപ്ലവപാർട്ടി വളർത്തിക്കൊണ്ടുവരികയെന്ന സാൽക്കിയ പ്ലീനത്തിന്റെ തീരുമാനത്തിലടങ്ങിയ ആശയത്തിന് ജീവൽപ്രധാന സംഭാവന നല്കി. മൂന്നാംഘട്ടം സാൽക്കിയാപ്ലീന തീരുമാനങ്ങൾ നടപ്പാക്കുന്നതിനുള്ള പോരാട്ടത്തിനിടക്കാണ്.

പാർലമെന്ററി ജനാധിപത്യം നിലവിലുള്ളതും തെരഞ്ഞെടുക്കപ്പെട്ട വിവിധ സ്ഥാപനങ്ങൾ പ്രവർത്തിച്ചുവരുന്നതുമായ ഇന്ത്യൻ പരിതസ്ഥിതിയിൽ പാർട്ടി സംഘടന എങ്ങനെ വളർത്തിക്കൊണ്ടുവരാമെന്ന കാര്യത്തിലും പാർലമെന്ററി-പാർലമെന്റേതര പ്രവർത്തനങ്ങൾ കൂട്ടിയിണക്കേണ്ടതിന്റെ ആവശ്യകതയിലും മാർഗ്ഗദർശനം നല്കി. ബഹുജന സംഘടന എന്ന ആശയത്തെ പാർട്ടിയുടെ നിയന്ത്രണത്തിലുള്ള അനുബന്ധമായി ചുരുക്കുകയും പരിമിതപ്പെടുത്തുകയും ചെയ്യാതിരിക്കേണ്ടതിന്റെ ആവശ്യകത ഇ എം എസ് ഊന്നിപ്പറഞ്ഞു.

നിസ്സഹകരണ പ്രസ്ഥാനവും ഖിലാഫത്തും സംയുക്തമായി സാന്നിദ്ധ്യം തെളിയിച്ച കാലയളവിലാണ് ഇ എം എസിൽ ദേശീയപ്രസ്ഥാനത്തെക്കുറിച്ചുള്ള അവ്യക്ത ധാരണ മുളയ്ക്കുന്നത്. മനസ്സിൽ ഏറ്റവുമധികം ചലനമുണ്ടാക്കിയ ആ പ്രസ്ഥാനത്തിന്റെ പ്രതീകങ്ങളായി ആദ്യം കേട്ടത് ഹോംറൂൾ, ആനിബസന്റ്, ബാലഗംഗാധരതിലകൻ എന്നീ പേരുകൾ. അയൽവാസി പുതുമന ശങ്കരൻനമ്പൂതിരി ഹോംറൂൾ അനുഭാവിയായിരുന്നു. 1920 ലെ മഞ്ചേരി രാഷ്ട്രീയസമ്മേളനത്തിൽ പങ്കെടുത്ത അദ്ദേഹം കുടിയായ്മ നിയമത്തെ എതിർത്ത് സംസാരിച്ചുവത്രെ. കുടുംബസദസ്സിലെ അദ്ദേഹത്തിന്റെ സംസാരങ്ങൾ ഹോംറൂളിനെപ്പറ്റിയും മറ്റുമായി. അർത്ഥം പൂർണ്ണമായും മനസ്സിലായില്ലെങ്കിലും ഇ എം എസിന് സൂചന ലഭിച്ചു.

തിലകന്റെ മരണത്തെതുടർന്ന് അദ്ദേഹത്തെക്കുറിച്ച് ബഹുമാനാദ

രങ്ങൾ ചൊരിഞ്ഞ ചർച്ച. ആ വ്യക്തിത്വത്തോട് ആദരവ് പുലർത്തിയവരിൽ ഇ എം എസിന്റെ ഗുരുനാഥൻ പള്ളിശ്ശേരിയും. തിലകന്റെ മരണത്തോടെയാണ് ഗാന്ധിജിയെപ്പറ്റി കേൾക്കുന്നത്. ഇ എം എസ് ആദ്യം വായിച്ച രാഷ്ട്രീയഗ്രന്ഥങ്ങൾ കെ പി കേശവമേനോനെഴുതിയ ഗോഖലെ, തിലകൻ, ഗാന്ധി എന്നിവരുടെ ജീവചരിത്രം.

ഗാന്ധിയൻ സങ്കല്പത്തിലുള്ള ആദ്യപ്രവർത്തനങ്ങളുടെ അലകൾ ഇ എം എസിന്റെ കുടുംബവൃത്തങ്ങളിലും. കോൺഗ്രസ്-ഖിലാഫത്ത് പ്രവർത്തനത്തിന്റെ സന്ദേശവുമായി ചിലർ വീട്ടിലെത്തി. പഠിപ്പ് നിർത്തിയ ബന്ധു കുറൂർ നീലകണ്ഠൻ നമ്പൂതിരിപ്പാടിനെക്കുറിച്ചുള്ള ചർച്ചകൾ കുടുംബവൃത്തങ്ങളിൽ ആരവമുണ്ടാക്കി. ഉറച്ച ഗാന്ധിഭക്തന്മാരായ ചില സമുദായ പ്രവർത്തകരും ഇ എം എസിന്റെ സുഹൃത്തുക്കളായി. ഈ പശ്ചാത്തലവും പത്രലേഖനങ്ങളും അദ്ദേഹത്തെ കോൺഗ്രസ് അനുഭാവിയാക്കി.

ഖിലാഫത്ത്-നിസ്സഹകരണ പ്രസ്ഥാനത്തിൽ മലബാറിലെ മാപ്പിളമാർ കരുത്തോടെ മുന്നോട്ടുവന്നു. ഇ എം എസിന്റെ പ്രദേശമായ വള്ളുവനാട് താലൂക്കിൽ സമരാവേശം അഗ്നി പടർത്തി. ഒറ്റപ്പാലത്ത് നടന്ന ഒന്നാം കേരള രാഷ്ട്രീയസമ്മേളനത്തിൽ പങ്കെടുത്ത പ്രതിനിധികളെ യാത്രയാക്കാൻ പോയപ്പോൾ പറഞ്ഞുകേട്ട വിവരങ്ങളും ആവേശകരമായിരുന്നു. ദേശീയ പ്രസ്ഥാനത്തിൽ മുസ്ലീങ്ങൾ വഹിച്ച പങ്കിനെക്കുറിച്ച് ബോദ്ധ്യമായി. 1921 ലെ മലബാർ കലാപം. ചെറുത്തുനില്പുകളുടെ വീര്യവും ചില്ലറ അതിക്രമങ്ങളും ഇല്ലത്തെ ചർച്ചകളിലും. ചില കാരണവന്മാർ സാങ്കൽപ്പിക കഥകൾ വരച്ചു. പന്ത്രണ്ട് വയസ്സുകാരനായ കുഞ്ചുവിൽ അവ്യക്തചിത്രങ്ങൾ.

ഒരു ഘട്ടത്തിൽ പ്രതാപികളായ ജന്മിമാർ കലാപകാരികളുടെ അതിക്രമത്തിന്റെ നിറം പിടിച്ച കഥകൾ പ്രചരിപ്പിച്ചു. ചിലർ ലഹള പേടിച്ച് സുരക്ഷിതകേന്ദ്രങ്ങളിൽ ചേക്കേറി. ഏലംകുളം ഇല്ലത്തുകാർ കൊച്ചി സംസ്ഥാനത്ത് വെള്ളാങ്കല്ലൂരിലെ മേച്ചേരി നാരായണൻ നമ്പൂതിരിപ്പാടിന്റെ ഇല്ലത്തേക്ക്. മലബാർ കലാപത്തോടനുബന്ധിച്ച് എം പി നാരായണമേനോന്റെ ജയിൽവാസം. ജീവപര്യന്തം തടവ്. ആത്മാഭിമാനം കൈവിട്ട് തല കുനിക്കില്ലെന്ന് പ്രതിജ്ഞയെടുത്ത ആ ധീരന്റെ നടപടി പുത്തനനുഭവമായി. 1925-27 കാലത്ത് കുഞ്ചുവിന്റെ സ്കൂളിലെ പ്രധാനാദ്ധ്യാപകനായിരുന്ന ഗോവിന്ദമേനോൻ അദ്ദേഹത്തിന്റെ അനുജനായിരുന്നു. കലാപം കത്തിയ കാലയളവിൽ കൊച്ചി ഭാഗത്തേക്ക് കുടിയേറിയെങ്കിലും ഏലംകുളം മനയുടെ സ്വത്തുക്കളിലൊന്നും അതിക്രമമുണ്ടായില്ല. ജന്മിത്വത്തിന്റെ കരിനഖങ്ങളമർന്ന പ്രദേശങ്ങളിലും അധികാരത്തിന്റെ ദംഷ്ട്രകൾ ചോര വീഴ്ത്തിയയിടങ്ങളിലും മാത്രമായിരുന്നു കലാപകാരികളുടെ ശക്തമായ പ്രവർത്തനം. ഇത് കുഞ്ചുവിന്റെ മനസ്സിൽ പ്ര

ത്യേകം പതിഞ്ഞു. കേട്ട കഥകളിൽനിന്ന് വ്യത്യസ്തമായ യാഥാർത്ഥ്യം. പിൽക്കാലത്ത് കലാപത്തിന്റെ യഥാർത്ഥ ചാലകശക്തി കണ്ടറിയാൻ ഈ അനുഭവം തുണയായി.

സംസ്കൃത പണ്ഡിതനും വ്യാകരണ വിദഗ്ദ്ധനുമായ കിള്ളിമംഗലത്തു നടുവത്തുമനയ്ക്കൽ നാരായണൻ നമ്പൂതിരിപ്പാട്, അന്ധവിശ്വാസങ്ങൾക്കും അനാചാരങ്ങൾക്കുമെതിരെ പൊരുതിയ കുറൂർ ഉണ്ണി നമ്പൂതിരിപ്പാട്—ഈ പാരമ്പര്യം കുഞ്ചുവിന്റെ അമ്മവീടായ വടക്കിനിയേത്ത് ഇല്ലത്തിന്റെ ഇരുട്ടിലെ പ്രകാശഗോപുരങ്ങൾ. നന്നേ ചെറുപ്പത്തിലേ പത്രവായന. *യോഗക്ഷേമം പത്രം*, *ഉണ്ണിനമ്പൂതിരി* മാസിക, പാലിയത്ത് ചെറിയ കുഞ്ഞുണ്ണിയച്ഛന്റെ പത്രാധിപത്യത്തിലിറങ്ങിയ *ഭജേകേരളം*, കൃഷ്ണസ്വാമി അയ്യരുടെ *യുവഭാരതം*, യു ഗോപാലമേനോന്റെ *നവീനകേരളം*, പിന്നെ കെ പി കേശവമേനോന്റെ *മാതൃഭൂമി.* ദൈവം തെറ്റുചെയ്താൽ അതും റിപ്പോർട്ട് ചെയ്യുമെന്ന് പ്രഖ്യാപിച്ച സ്വദേശാഭിമാനിയുടെ വേറിട്ട ശബ്ദം. അദ്ദേഹത്തിന്റെ *വൃത്താന്ത പത്രപ്രവർത്തനം* കുഞ്ചു പതിമൂന്നാം വയസ്സിൽ വായിച്ചു.

സ്വാതന്ത്ര്യ സമരമുന്നേറ്റത്തിൽ പുതിയ ധാര പരിചയപ്പെടുത്തിയ തിലകൻ. ആ പോരാളിയുടെ മരണം 1920 ആഗസ്ത് 20 ന്. ഇതേ തുടർന്നുള്ള അനുശോചനജാഥകളും അനുസ്മരണങ്ങളും. ഗാന്ധിജിയുടെ സ്വരാജ്യം എന്ന മുദ്രാവാക്യം. 1921 ലെ ഒറ്റപ്പാലം സമ്മേളനം. മാധവൻ നായരുടെയും ഗോപാലമേനോന്റെയും അറസ്റ്റ്- കുഞ്ചുവിന്റെ മനസ്സിൽ ഒരു കാലഘട്ടം ത്രസിച്ചു. തിലക-സ്വരാജ്യനിധിക്ക് പണം പിരിക്കുന്ന ഘട്ടം. അതിനായി പ്രചരിച്ച സ്വരാജ്യനോട്ട് കുഞ്ചു ഒരു രൂപ കൊടുത്ത് വാങ്ങി. ഏറെക്കാലം സൂക്ഷിച്ചുവെക്കുകയും ചെയ്തു. (ഭംഗിയായി അച്ചടിച്ച രസീത്. ബ്രിട്ടീഷ് ഗവൺമെന്റിന്റെ നോട്ടിനെതിരായ രാജ്യനോട്ട് എന്നാണ് ദേശീയവാദികൾ വിളിച്ചത്). 1922-23 ൽ ഖാദി പ്രചാരണം ശക്തമായി. ഇക്കാലം തൊട്ട് ശങ്കരൻ ഖദർധാരിയായി. തൃശൂരിലെ ബ്രഹ്മസ്വം മഠത്തിലെ 'ത്രിസന്ധ്യ' അടിയന്തിരത്തിന് പോയത് പുതിയ അനുഭവം. പുതുമക്കാരും പഴമക്കാരും സമ്മേളിക്കുന്ന സ്ഥലം കൂടിയായി ആ പരമ്പരാഗതചടങ്ങിന്റെ വേദി. യോഗക്ഷേമസഭയുടെ പ്രവർത്തകരും ഗാന്ധിഭക്തരും അക്കൂട്ടത്തിലുണ്ടായി. സാമൂഹ്യ പരിഷ്കരണ പ്രസ്ഥാനത്തെയും രാഷ്ട്രീയകാര്യങ്ങളെയും കുറിച്ചുള്ള ഇ എം എസിന്റെ അറിവ് വിപുലമാക്കുന്നതിൽ ഈ ഇടപഴകൽ ശക്തി നല്കി.

പതിനാലാം വയസ്സിൽ കടവല്ലൂരന്യോന്യത്തിന് പോയപ്പോഴും ബ്രഹ്മസ്വം മഠത്തിലെ അന്തരീക്ഷം. സാമൂഹ്യ പരിഷ്കരണ പ്രസ്ഥാനത്തിന്റെ മുൻനിരയിൽ നിൽക്കുന്നവർ. ഖദർധാരികളും ഗാന്ധിഭക്തന്മാരും. ഹിന്ദി പഠനവും ദേശീയ സാഹിത്യചർച്ചയും നടത്തുന്നവർ--ഇവരെല്ലാം അക്കൂട്ടത്തിലുണ്ടായത് സഹായകമായി. സാമൂഹ്യപരിഷ്കാരത്തിന്റെ

അന്തരീക്ഷമായിരുന്നു തൃശൂർ മഠത്തിലും കടവല്ലൂരും. ഖിലാഫത്ത്-നിസ്സഹകരണ പ്രസ്ഥാന സംയുക്തത്തിന്റെ വളർച്ചയോടെ മുളപൊട്ടിയ ഇ എം എസിന്റെ രാഷ്ട്രീയതാല്പര്യം വളർത്തുന്നതിൽ കേശവമേനോന്റെ പത്രാധിപത്യത്തിൽ തുടങ്ങിയ *മാതൃഭൂമിയു*ടെ സ്വാധീനമുണ്ടായി. അഖിലേന്ത്യാ രാഷ്ട്രീയം സംബന്ധിക്കുന്ന കാര്യങ്ങൾ വിശദമാക്കാനും കേരളത്തിലെ മങ്ങിയ പ്രവർത്തനങ്ങൾ വെളിച്ചത്തുകൊണ്ടുവരാനും ആ പത്രം തയ്യാറായി. സമുദായ പരിഷ്കാരത്തിന്റെയും സാഹിത്യകൗതുകത്തിന്റെയും കാര്യത്തിൽ മറ്റുചില പ്രസിദ്ധീകരണങ്ങളും. *യോഗക്ഷേമം, ഉണ്ണിനമ്പൂതിരി, കൈരളി, സാഹിതി* തുടങ്ങിയവ. പത്രപ്രസിദ്ധീകരണങ്ങൾ ശ്രദ്ധിക്കുക മാത്രമല്ല, ഒ ചന്തുമേനോൻ, സി വി രാമൻ പിള്ള, തെരവത്തമ്മാളു അമ്മ, കേരളവർമ്മ കോയിത്തമ്പുരാൻ മുതലായവരുടെ നോവലുകൾ വായിക്കുകയും ചെയ്തു, ഇ എം എസ്.

സാമൂഹ്യ പരിഷ്കരണത്തിലും രാഷ്ട്രീയത്തിലും പത്രപ്രവർത്തന-സാഹിത്യരംഗങ്ങളിലുമെല്ലാം മുളപൊട്ടിയ ആദ്യാവേശത്തിന് മൂർത്തരൂപം നല്കുന്നതിൽ നിരന്തര വായനയും പഠനവും തുണയായി. നിസ്സഹകരണ പ്രസ്ഥാനം നിർത്തിവച്ചശേഷം കോൺഗ്രസ് ശയ്യാവസ്ഥയിലായി. വൈക്കം സത്യഗ്രഹം, പാലക്കാട് സമ്മേളനം, അയിത്ത ജാതിക്കാർക്കിടയിൽ കേളപ്പനും മറ്റും നടത്തിയ പ്രവർത്തനങ്ങൾ—ഇതിന്റെയെല്ലാം വിവരങ്ങൾ പത്രങ്ങളിലൂടെ അറിഞ്ഞു. അത്തരം പ്രസ്ഥാനങ്ങളിൽ ഭാഗഭാക്കാകാൻ ആഗ്രഹിച്ചു. 1923 ലെ കേരള പര്യടനവേളയിൽ ഗാന്ധിജി തൃശൂരിലെത്തിയപ്പോൾ കാണാൻ പോയി. *ലോകമാന്യൻ* മാസികയിൽ പ്രസിദ്ധീകരിച്ച ചില ലേഖനങ്ങളുടെ പേരിൽ രണ്ട് പത്രാധിപന്മാർക്കെതിരെ കേസെടുത്തത് നമ്പൂതിരി സമുദായത്തിൽ വലിയ കോളിളക്കമുണ്ടാക്കി. ഇതിലൊരാൾ ഇ എം എസിന്റെ അമ്മയുടെ പിതൃസഹോദരി പുത്രനായ കുറൂർ നീലകണ്ഠൻ നമ്പൂതിരിപ്പാട്. ഖിലാഫത്ത് പ്രക്ഷോഭകാലത്ത് അറസ്റ്റ് ചെയ്യപ്പെട്ട മോഴിക്കുന്നത്ത് ബ്രഹ്മദത്തൻ നമ്പൂതിരിപ്പാടും കുടുംബചർച്ചകളിൽ വിഷയമായി. ഈ അനുഭവങ്ങളെല്ലാം ഇ എം എസിന് രാഷ്ട്രീയ പ്രസ്ഥാനത്തിലുള്ള സജീവതാല്പര്യം ത്വരിതമായി വളർത്തി. സമാന്തരമായി സമുദായ പരിഷ്കരണ പ്രവർത്തനങ്ങളും. സ്കൂളിൽ ചേർന്ന ആദ്യവർഷം ക്രിസ്തുമസ് അവധിക്കാലത്ത് പിടികൂടിയ മലമ്പനിയെത്തുടർന്ന് ഗുരുവായൂർ ക്ഷേത്രത്തിൽ പോയി പന്ത്രണ്ട് ദിവസം ഭജനമിരിക്കണമെന്ന് അമ്മയും ഗുരുനാഥനും പ്രതിവിധി നേർന്നു. ഇതിനുശേഷമാണ് ജാതിവ്യവസ്ഥ, ദൈവ വിശ്വാസം തുടങ്ങിയ കാര്യങ്ങളിൽ പുനർവിചിന്തനമുണ്ടായത്. അങ്ങനെ ആദ്യ ഗുരുവായൂർ ഭജനം അവസാനത്തെ ക്ഷേത്രഭജനമായി കലാശിച്ചു.

ഇ എം എസ് ആദ്യമായി പങ്കെടുത്ത രാഷ്ട്രീയ കൂടിച്ചേരൽ 1927 ൽ

മദിരാശിയിൽ നടന്ന കോൺഗ്രസ് സമ്മേളനം—ഫിഫ്ത്ത് ഫോമിൽ പഠിക്കുമ്പോൾ. ഡോ. അൻസാരിയായിരുന്നു കോൺഗ്രസ് പ്രസിഡന്റ്. ആനി ബസന്റ്, ജവഹർലാൽ നെഹ്റു, മാളവ്യ തുടങ്ങിയവരും. പൂർണ്ണസ്വാതന്ത്ര്യവും ഡൊമീനിയൻ പദവിയും ഏറ്റുമുട്ടി. പൂർണ്ണ സ്വാതന്ത്ര്യ പ്രമേയാവതാരകൻ നെഹ്റുവായിരുന്നു. ഈ വിഭാഗത്തോടായിരുന്നു ഇ എം എസിന്റെ ചായ്വ്. 1928 മെയ് 25 മുതൽ പയ്യന്നൂരിൽ നടന്ന നാലാം രാഷ്ട്രീയസമ്മേളനത്തിലും പങ്കെടുത്തു. യുവജനങ്ങൾക്കിടയിൽ ആരാദ്ധ്യനായ നെഹ്റുതന്നെ അദ്ധ്യക്ഷൻ. സാഹിത്യ യോഗം, നായർ സമ്മേളനം എന്നിവയുമുണ്ടായി. പൂർണ്ണ സ്വാതന്ത്ര്യമാണ് ആവശ്യമെന്ന വാദം നെഹ്റുവിന്റെ പ്രസംഗത്തിൽ ജ്വലിച്ചു. പൂർണ്ണ സ്വാതന്ത്ര്യ പ്രമേയം അവതരിപ്പിച്ചത് കെ മാധവൻ. ഇത് കോൺഗ്രസിനെ ജനങ്ങളിൽ നിന്നകറ്റുമെന്ന് മഞ്ചേരി രാമയ്യർ, യു ഗോപാലമേനോൻ, പി അച്യുതൻ തുടങ്ങിയവർ വാദിച്ചു. പൂർണ്ണ സ്വാതന്ത്ര്യത്തിന്റെ പ്രശ്നത്തിൽ വാശിയേറിയ വിവാദം ഉയർന്നു. ഇതാകട്ടെ ഇ എം എസിന് പ്രയോജനകരമായ രാഷ്ട്രീയ വിദ്യാഭ്യാസമായി. പൂർണ്ണ സ്വാതന്ത്ര്യ പ്രമേയം വോട്ടിനിട്ടപ്പോൾ അദ്ദേഹം അനുകൂലമായി നിന്നു. പയ്യന്നൂർ സമ്മേളനത്തിലെ മറ്റൊരു പ്രമേയം കുടിയാന്മാരെ സംബന്ധിക്കുന്നതായിരുന്നു. എം എം കുഞ്ഞിരാമമേനോൻ അവതരിപ്പിച്ച അത് ജന്മി പക്ഷപാതികളുടെ കടന്നാക്രമണത്തിന് വിധേയമായി. പൂർണ്ണ സ്വാതന്ത്ര്യത്തിന്റെ ചർച്ചയിലെടുത്ത താല്പര്യം കുടിയാന്മാരെ തുണയ്ക്കുന്ന പ്രമേയത്തിൽ ഇ എം എസ് കാണിച്ചില്ല. വോട്ടിനിട്ടപ്പോൾ എതിരായിനിന്നു.

കറാച്ചി കോൺഗ്രസിന്റെ സന്ദേശം വിശദീകരിക്കുന്നതിനും കേരളത്തിലെ കോൺഗ്രസ് സംഘടനയ്ക്ക് ഉണർവ്വ് നല്കുന്നതിനും 1931 മെയ് മാസത്തിൽ വടകരയിൽ സംസ്ഥാനസമ്മേളനം ചേർന്നു. ദേശീയ പ്രക്ഷോഭത്തിന് നിറഭേദം വരുമെന്ന് ഇ എം എസ് കരുതി. സമ്മേളനത്തിൽ ഏറ്റവുമധികം ജനസമ്മിതി നേടിയ നേതാവ് കേളപ്പനായിരുന്നു. ഉപ്പുസത്യഗ്രഹം നടപ്പിലാക്കരുതെന്ന് കെ പി സി സി നേതാക്കൾ വാദിച്ചപ്പോൾ യുവ കോൺഗ്രസുകാരുടെ വികാരങ്ങൾക്ക് സമരരൂപം നല്കാൻ മുന്നിട്ടിറങ്ങിയത് അദ്ദേഹം. ഇതായിരിക്കാം കേളപ്പനെ ശ്രദ്ധാകേന്ദ്രമാക്കിയത്.

കോൺഗ്രസ് നേതൃത്വത്തിനകത്ത് സവിശേഷമായ വ്യക്തിത്വം പുലർത്തിയ നേതാവായിരുന്നു *അൽ അമീൻ* പത്രനടത്തിപ്പിലൂടെ ശ്രദ്ധേയനായ മുഹമ്മദ് അബ്ദുറഹിമാൻ. പുതിയ തലമുറയുടെ വികാരാവേശങ്ങൾ ഉൾക്കൊണ്ടതിനാൽ അദ്ദേഹം കേളപ്പനേക്കാൾ ജനപിന്തുണ നേടി. ഈ സ്വാധീന വ്യത്യാസത്തിൽ പ്രകടമായിരുന്നത് വ്യക്തി സവിശേഷതകളല്ല, മറിച്ച് കോൺഗ്രസിനകത്ത് പടർന്നുകയറിക്കൊണ്ടിരുന്ന ആശയസംഘട്ടനത്തിന്റെ സ്ഫുരണങ്ങളായിരുന്നു. നേതൃത്വത്തെ

സ്വാധീനിച്ച ഗാന്ധിയൻ ചിന്താഗതിയും അണികളിൽ കത്തിക്കയറിയ വിപ്ലവബോധവും തമ്മിലുള്ള ഏറ്റുമുട്ടൽ.

അഭിപ്രായവ്യത്യാസം തളർത്തിയ കോൺഗ്രസിന് നവോന്മേഷം നല്കുന്നതിൽ ഗുരുവായൂർ സത്യഗ്രഹം കാരണമായി. സാമൂഹ്യ പരിഷ്കരണത്തിൽ സജീവമായി പങ്കുകൊള്ളുകയും രാഷ്ട്രീയ പ്രവർത്തനത്തിൽ ഇറങ്ങാൻ തുടങ്ങുകയും ചെയ്യുന്ന ഇ എം എസിനെപ്പോലൊരാളെ പരിപാടി ആവേശം കൊള്ളിച്ചു. അത് ഉണ്ണിനമ്പൂതിരിക്കുവേണ്ടി റിപ്പോർട്ട് ചെയ്തത് അദ്ദേഹം.

ജാതിസമ്പ്രദായം അടിയുറച്ച വ്യവസ്ഥിതിയിൽ സമുദായസംഘടനകൾ ചരിത്രപരമായ അനിവാര്യതയാണെന്ന തിരിച്ചറിവാണ് ഇ എം എസിനെ നമ്പൂതിരിമാർക്കിടയിലെ പരിഷ്കരണത്തിലേക്ക് ആകർഷിച്ചത്. ആചാര പരിഷ്കാരങ്ങൾക്കായുള്ള പ്രവർത്തനം നിരീശ്വരവാദത്തിലേക്കും രാഷ്ട്രീയകാര്യങ്ങളിലുള്ള താല്പര്യം ആദ്യം ഗാന്ധിയൻ ചിന്താപദ്ധതിയിലേക്കും പതുക്കെ സോഷ്യലിസ്റ്റ് കമ്യൂണിസ്റ്റ് നിലപാടുകളിലേക്കും നയിച്ചു.

1931 ൽ തിരുവനന്തപുരം കേന്ദ്രമായി എൻ സി ശേഖറിന്റെ നേതൃത്വത്തിൽ കമ്യൂണിസ്റ്റ് ലീഗ് രൂപീകൃതമായി. ഇത് 1937 ലെ കമ്യൂണിസ്റ്റ് പാർട്ടി രൂപീകരണത്തിന് മുന്നോടിയായിരുന്നു. കമ്യൂണിസ്റ്റ് ലീഗിന്റെ പ്രവർത്തനം തിരുവനന്തപുരം കേന്ദ്രീകരിച്ചുള്ളതായിരുന്നുവെങ്കിലും അതിന്റെ പ്രേരകബിന്ദു അഖിലകേരള വ്യാപകമായ രാഷ്ട്രീയമാറ്റങ്ങൾ. 1930 കളുടെ ആദ്യപകുതിയിലെ ദേശീയസമരവും നേതൃത്വം കൊടുത്തവരുടെ നയസമീപനങ്ങളും പുതിയ ചലനങ്ങൾ സൃഷ്ടിച്ചു. ലോകമുതലാളിത്തത്തെ പിടികൂടിയ സങ്കീർണ്ണ സാമ്പത്തികക്കുഴപ്പം, സോവിയറ്റ് യൂണിയൻ നേടിയ മുന്നേറ്റങ്ങൾ കേരളത്തിലും സോഷ്യലിസ്റ്റ് -കമ്യൂണിസ്റ്റ് ചിന്താഗതിയുടെ വഴിയിലേക്ക് ജനങ്ങളെ ആകർഷിച്ചു. കമ്യൂണിസ്റ്റ് ലീഗ് മറ്റിടങ്ങളിലെന്നപോലെ പ്രാദേശിക ഗ്രൂപ്പ് മാത്രമായിരുന്നെങ്കിൽ അഖിലേന്ത്യാ നിലവാരത്തിലുള്ള സംഘടനയായിരുന്നു കോൺഗ്രസ് സോഷ്യലിസ്റ്റ് പാർട്ടി.

ഇടതുപക്ഷധാരയെ കോൺഗ്രസ് സോഷ്യലിസ്റ്റ് പാർട്ടിയായും പിന്നീട് കമ്യൂണിസ്റ്റ് പാർട്ടിയായും രൂപാന്തരപ്പെടുത്തുന്നതിൽ ഇ എം എസ് വഹിച്ച പങ്ക് ശ്രദ്ധേയം. അഖിലേന്ത്യാ നിലവാരത്തിൽ കോൺഗ്രസ് സോഷ്യലിസ്റ്റ് പാർട്ടി രൂപീകരിക്കാനുള്ള ശ്രമങ്ങൾക്ക് പിന്തുണയേകാൻ ജയിൽജീവിതകാലത്തെ ബുദ്ധിപരവും രാഷ്ട്രീയവുമായ വികാസം കരുത്ത് നല്കി. 1934 മേയിൽ പാട്നയിൽ ചേർന്ന കോൺഗ്രസ് സോഷ്യലിസ്റ്റ് പാർട്ടി രൂപീകരണത്തിനായുള്ള ആലോചനായോഗം. ഒക്ടോബറിൽ ബോംബെയിൽ കൂടിയ ഒന്നാം സമ്മേളനം. രണ്ടിലും പങ്കാളിയായി. സി എസ് പിയുടെ മീററ്റ് സമ്മേളനം അഖിലേന്ത്യാ ജോ

യിന്റ് സെക്രട്ടറിമാരിലൊരാളായി തിരഞ്ഞെടുത്തു.

കോൺഗ്രസ് സോഷ്യലിസ്റ്റ് പാർട്ടി അഖിലേന്ത്യാനേതൃത്വം തുടർന്നുപോന്ന മിതവാദസമീപനങ്ങൾക്കെതിരെ കേരളഘടകം പലപ്പോഴും ഏറ്റുമുട്ടി. കോൺഗ്രസ് സോഷ്യലിസ്റ്റുകാർക്ക് ട്രേഡ് യൂണിയനുകൾ സംഘടിപ്പിക്കുന്ന കാര്യത്തിൽ കമ്യൂണിസ്റ്റ് പാർട്ടി മാതൃകയായി. എന്നാൽ, എല്ലാ രാഷ്ട്രീയ-സാമൂഹ്യ-സാംസ്കാരിക പ്രശ്നങ്ങളും തൊഴിലാളിവർഗ്ഗ വീക്ഷണകോണിൽ അവതരിപ്പിക്കുന്നതിലേക്ക് വളരുന്നതിൽ കോൺഗ്രസ് സോഷ്യലിസ്റ്റ് പ്രവർത്തകർക്ക് അഖിലേന്ത്യാ നേതൃത്വം പലപ്പോഴും തടസ്സമായിരുന്നു. കോൺഗ്രസിനകത്ത്, ബൂർഷ്വാ നേതൃത്വത്തിന്റെ കാൽപ്പാടുകൾ പിന്തുടർന്ന് തൊഴിലാളി-കർഷക ബഹുജനങ്ങളെ ആകർഷിക്കുകയെന്ന ലക്ഷ്യം മുൻനിർത്തിയാണ് ജെ പി യുടെയും മറ്റും നേതൃത്വം പ്രവർത്തിച്ചത്. തൊഴിലാളികളെയും കൃഷിക്കാരെയും സ്വതന്ത്ര രാഷ്ട്രീയ ശക്തിയായി വളർത്തി, സാമ്രാജ്യത്വവിരുദ്ധ സമരത്തിൽ മാത്രം ബൂർഷ്വാ നേതൃത്വത്തിലുള്ള കോൺഗ്രസുമായി സഹകരണമെന്ന സമീപനമായിരുന്നു കമ്യൂണിസ്റ്റ് പാർട്ടിയുടേത്. ഈ ആശയസംഘട്ടനത്തിൽ കേരളത്തിലെ കോൺഗ്രസ് സോഷ്യലിസ്റ്റുകാർ കമ്യൂണിസ്റ്റ്പാർട്ടിയുടെ സമീപനമാണ് ശരിയെന്ന് മനസ്സിലാക്കി. ഒരർത്ഥത്തിൽ സംഘടന ഒന്നടങ്കം കമ്യൂണിസ്റ്റ് പാർട്ടിയായി മാറുകയായിരുന്നു. കോൺഗ്രസിനകത്ത് നടന്ന ആശയസംഘട്ടനങ്ങളുടെ പ്രതിദ്ധ്വനി കേരളത്തിൽ ഇടത്-വലത് ധാരകളായി പ്രത്യക്ഷപ്പെട്ടു. അത് ഇ എം എസിനെ പോലുള്ളവരിൽ ചെലുത്തിയ സ്വാധീനം ചെറുതല്ല. 1934 സെപ്തംബർ 9 ന് കൂടിയ കെ പി സി സി, സെക്രട്ടറിമാരിലൊരാളായി തിരഞ്ഞെടുത്തു. നാട്ടുരാജ്യങ്ങളോട് കോൺഗ്രസ് പുലർത്തുന്ന അവഗണനയ്ക്കെതിരെ, എ ഐ സി സിയുടെ നയത്തെ ചോദ്യം ചെയ്യുന്ന പ്രമേയം ഇവിടെ പാസാക്കപ്പെട്ടു. ഈ യോഗത്തോടെയും അത് ഏല്പിച്ച ഉത്തരവാദിത്വത്തോടെയുമാണ് ഇ എം എസ് സംസ്ഥാനതലത്തിൽ സംഘടനാ ഭാരവാഹിത്വം ഏറ്റെടുത്ത് പൂർണ്ണസമയ പ്രവർത്തനത്തിനിറങ്ങിയത്.

പാട്നയിൽ ചേർന്ന കോൺഗ്രസ് സോഷ്യലിസ്റ്റ് പാർട്ടിയുടെ ആദ്യയോഗത്തിനുമുമ്പ് കോഴിക്കോട്ട് ഇടതുപക്ഷ ചിന്താഗതിക്കാർ ചേർന്ന് കോൺഗ്രസ് സോഷ്യലിസ്റ്റ് പാർട്ടിക്ക് ജന്മം നല്കി. വർഷം പി കൃഷ്ണപിള്ളയായിരുന്നു നേതൃത്വത്തിൽ. അദ്ധ്യക്ഷൻ കെ കേളപ്പൻ. കേരളഘടകം പ്രസിഡന്റായി സി കെ ഗോവിന്ദൻനായരും സെക്രട്ടറിയായി കൃഷ്ണപിള്ളയും തിരഞ്ഞെടുക്കപ്പെട്ടു. അഖിലേന്ത്യാ സമ്മേളന പ്രതിനിധിയായി ഇ എം എസും.

ഇടതുപക്ഷവിഭാഗത്തിന്റെയും തുടർന്ന് കോൺഗ്രസ് സോഷ്യലിസ്റ്റ് പാർട്ടിയുടെയും പരസ്യപ്രവർത്തനങ്ങൾ ഏറ്റെടുക്കുമ്പോൾ തന്നെ

കേരളത്തിൽ രഹസ്യമായി പ്രവർത്തിക്കുന്ന കമ്യൂണിസ്റ്റ് പാർട്ടി ഘടകം 1937 ജൂണിലോ ജൂലൈയിലോ രൂപീകരിക്കപ്പെട്ടിരുന്നു. പി കൃഷ്ണപിള്ള സെക്രട്ടറിയായ ഘടകത്തിൽ ഇ എം എസ്, കെ ദാമോദരൻ, എൻ സി ശേഖർ എന്നിവർ അംഗങ്ങളും. ഔപചാരികമായി ഇ എം എസ് ഇതിനും ഒരുവർഷം മുമ്പ് പാർട്ടി അംഗമായിരുന്നു. അക്കാര്യം കൃഷ്ണപിള്ളയ്ക്കേ അറിയുമായിരുന്നുള്ളു.

കോൺഗ്രസിന്റെ 1936 ലെ ലഖ്നൗ സമ്മേളനത്തിൽ കമ്യൂണിസ്റ്റ് പ്രവർത്തകർ ലഘുലേഖ തയ്യാറാക്കി വിതരണം ചെയ്യാൻ തീരുമാനിച്ചു. നഗരിക്കടുത്ത് രഹസ്യമായി സൂക്ഷിച്ച ലഘുലേഖ അവിടെനിന്നും എടുക്കുന്നതിന് സുന്ദരയ്യയെ സഹായിക്കാൻ ഇ എം എസും. ലഖ്നൗ സമ്മേളനത്തിനുശേഷം കേരളത്തിലേക്കുള്ള ലഘുലേഖകൾ ഇ എം എസിന് കൊടുത്തതും സുന്ദരയ്യ. അദ്ദേഹവും കേരളത്തിലെ പ്രവർത്തകരുമായുള്ള ബന്ധം ഇടതുപക്ഷ വീക്ഷണത്തിന് ശക്തമായ അടിത്തറയിട്ടു. 1936ൽ കമ്യൂണിസ്റ്റ്പാർട്ടിയിൽ ഔപചാരികമായി അംഗത്വം നേടിയ ഇ എം എസ് കോൺഗ്രസ് സോഷ്യലിസ്റ്റ് പാർട്ടി അഖിലേന്ത്യാ എക്സിക്യൂട്ടീവംഗങ്ങളായ ബട്ലിവാല, ദിനകർമേത്ത, അഹമദ്സഹീർ എന്നിവർക്കൊപ്പം കമ്യൂണിസ്റ്റ് ഫ്രാക്ഷനിൽ പ്രവർത്തിക്കാൻ തുടങ്ങി. ഇതിനു വെളിയിൽ പി കൃഷ്ണപിള്ള, കെ ദാമോദരൻ, എൻ സി ശേഖർ എന്നിവർ സംഘടിത കമ്യൂണിസ്റ്റ് ഗ്രൂപ്പായും നിന്നു.

കമ്യൂണിസ്റ്റ് പാർട്ടി അഖിലേന്ത്യാ നിലവാരത്തിൽ നിയമവിധേയമായത് 1942 ജൂലൈയിൽ. 1943 മെയ് മാസത്തിൽ ബോംബെയിൽ ഒന്നാം പാർട്ടി കോൺഗ്രസ്. അതിനുമുമ്പ് 1939 ൽ പിണറായിയിൽ ചേർന്ന രഹസ്യ സമ്മേളനത്തിലാണ് ഇ എം എസിന്റെ നേതൃത്വത്തിലുള്ള കോൺഗ്രസ് സോഷ്യലിസ്റ്റ് പാർട്ടി ഒന്നാകെ കമ്യൂണിസ്റ്റ് പാർട്ടിയായത്. ഒന്നാം കോൺഗ്രസിൽ ഇന്ത്യൻ കർഷകപ്രസ്ഥാനത്തിന്റെ കടമകൾ പരാമർശിക്കുന്ന റിപ്പോർട്ട് ഇ എം എസിന്റേതായിരുന്നു. 1942 ൽ കേന്ദ്രകമ്മിറ്റിയംഗമായ അദ്ദേഹം 1950 ൽ പൊളിറ്റ്ബ്യൂറോയിലെത്തി.

പൊതുപ്രവർത്തനത്തിന്റെ ആദ്യഘട്ടത്തിൽ ഇ എം എസിന് ആശയപരമായ കരുത്ത് ഗാന്ധിജിയായിരുന്നു. ആത്മീയ വീക്ഷണത്തോടെ ലോകത്തെ നോക്കിക്കണ്ട അദ്ദേഹത്തെ ലോകത്തെ മാറ്റിത്തീർക്കാനുള്ള പ്രായോഗിക പ്രവർത്തനത്തിന് സജ്ജമാക്കിയത് ഗാന്ധിയൻ സിദ്ധാന്തമാണ്. ഈയർത്ഥത്തിൽ ആദ്യകാല രാഷ്ട്രീയ താല്പര്യമുയർത്തുന്നതിലും വ്യക്തിജീവിതത്തെ രൂപപ്പെടുത്തുന്നതിലും ഗാന്ധിജി പ്രേരകശക്തിയായി. ഗാന്ധിസത്തിൽനിന്ന് അതിന്റെതന്നെ ബൂർഷ്വാ വികസിതരൂപമായിരുന്ന നെഹ്റുവിയൻ സങ്കല്പത്തിലേക്ക് മുന്നേറിയ ഇ എം എസ് പ്രകടമായ സോഷ്യലിസ്റ്റ് പാതയിലേക്കും പിന്നീട് കമ്യൂണിസ്റ്റ് പാർട്ടിയിലേക്കും നീങ്ങി. സോഷ്യലിസത്തിന്റെ ചില അമൂർത്ത സങ്കല്പങ്ങൾ വേരുറപ്പിക്കുന്നതിൽ ജയപ്രകാശ് നാരായണൻ എഴുതിയ

എന്തുകൊണ്ട് സോഷ്യലിസം ആദ്യകാല പൊതുപ്രവർത്തകർക്ക് വഴികാട്ടിയായിരുന്നു.

ഗാന്ധി, നെഹ്‌റു, ജയപ്രകാശ് എന്നീ ബൂർഷ്വാ പ്രസ്ഥാനത്തിലെ വിവിധ പ്രവണതകളുടെ പ്രതിനിധികളുമായുള്ള ആശയബന്ധം വഴിത്തിരിവിലെത്തിയത് പി സുന്ദരയ്യ, പി കൃഷ്ണപിള്ള, ഘാട്ടെ തുടങ്ങിയവരുമായുള്ള സമ്പർക്കത്തിലൂടെ. ഔപചാരികമായ നിലയിൽ ഇ എം എസിന് കമ്യൂണിസ്റ്റ് പാർട്ടി അംഗത്വം കൊടുക്കുന്നത് സുന്ദരയ്യയും ഘാട്ടെയുമാണ്; 1936 ജനുവരി ആദ്യം, ചെറുകരയിലെ വീട്ടിൽവെച്ച്. 1935 ഒക്ടോബറിൽ മദിരാശിയിൽ നടന്ന സമ്മേളനത്തിലാണ് ഇ എം എസും പി കൃഷ്ണപിള്ളയും സുന്ദരയ്യയെ കണ്ട് ദീർഘമായ ആശയവിനിമയം നടത്തിയത്. ദേശീയ രാഷ്ട്രീയത്തിലും സാർവ്വദേശീയ സംഭവവികാസങ്ങളിലും കേരളത്തിലെ ഇടതുപക്ഷ കോൺഗ്രസുകാരെ ആശയവ്യക്തതയുള്ളവരാക്കുന്നതിൽ സുന്ദരയ്യ വഹിച്ച പങ്ക് നിസ്സാരമല്ല. അദ്ദേഹവും ഇ എം എസും തമ്മിലുള്ള ബന്ധം ഇന്ത്യൻ കമ്യൂണിസ്റ്റ് പ്രസ്ഥാനത്തിനകത്തെ അചഞ്ചലമായ വിപ്ലവ സൗഹൃദത്തിന്റേതുകൂടിയാണ്. ഇരുവരും പരസ്പരം കാണിച്ചിരുന്ന സ്നേഹാദരങ്ങൾ തിരിച്ചറിയുന്നതിന് ആത്മകഥകൾ സാക്ഷിയാണ്. ഭ്രൂണാവസ്ഥയിലായിരുന്ന കേരളത്തിലെ കമ്യൂണിസ്റ്റ് പ്രസ്ഥാനത്തിന്റെ ഹൃദയം സ്പർശിച്ച വൈകാരിക സമീപനം പുലർത്തിയ പി കൃഷ്ണപിള്ളയ്ക്കും ഇ എം എസിനെ കമ്യൂണിസ്റ്റാക്കുന്നതിൽ വലിയ പങ്കുണ്ട്. സുന്ദരയ്യയുമായി ഇരുവരും നടത്തിയ ചർച്ചകളിലെല്ലാം കമ്യൂണിസ്റ്റ് പാർട്ടിയിലേക്ക് അതിവേഗം നീങ്ങാനുള്ള പ്രവണത കൃഷ്ണപിള്ള കാണിച്ചിരുന്നു.

8

ജയിൽ വാസം

ജയിലിൽ കിടക്കുന്നതുവരെ ഒരാൾക്കും രാജ്യത്തെ ശരിയാംവണ്ണം അറിയാനാവില്ലെന്ന് പറയാറുണ്ട്. ഉയർന്ന പൗരന്മാരെ എങ്ങനെ പരിഗണിക്കുന്നതെന്ന് മാത്രം നോക്കി ഒരു രാജ്യത്തെയും വിലയിരുത്തിക്കൂട, മറിച്ച് ഏറ്റവും സാധാരണക്കാരോടുള്ള സമീപനമാണ് കണക്കിലെടുക്കേണ്ടതെന്ന് പറഞ്ഞത് ഇരുപത്തിയേഴ് വർഷം കാരാഗൃഹത്തിൽ കിടന്ന നെൽസൺ മണ്ടേല. സ്വന്തം വിശ്വാസമനുസരിച്ച് ജീവിക്കാനുള്ള അവകാശം നിഷേധിക്കപ്പെട്ടാൽ നിയമവിരുദ്ധനാവുകയല്ലാതെ മറ്റൊരു പോംവഴിയുമില്ലെന്നും ഒരിക്കലും വിട്ടുകളയാതെ സ്വപ്നം കാണുന്നവനാണ് വിജയിക്കുകയെന്നും അദ്ദേഹം വിശദീകരിച്ചു. ഇന്ത്യൻ ജയിലുകളിൽ ഇത്തരം ആവശ്യങ്ങൾക്കൊപ്പം എപ്പോഴും ഊർജ്ജസ്വലനായി നിന്ന നേതാക്കളിൽ ഏറ്റവും പ്രമുഖനാണ് മഹാത്മാഗാന്ധി. *യങ് ഇന്ത്യ*യിലെഴുതിയ മൂന്നു ലേഖനങ്ങൾ രാജ്യദ്രോഹപരമാണെന്ന് വിധിയെഴുതിയായിരുന്നു ബ്രിട്ടീഷ് ഭരണം 1922 ൽ അദ്ദേഹത്തെ സബർമതി ജയിലിലിട്ടത്. മാർച്ച് പത്തിനായിരുന്നു ബാപ്പുജിയെയും *യങ് ഇന്ത്യ*യുടെയും *നവജീവ*ന്റെയും പ്രസാധകനായ ശങ്കർ ലാൽ ബാങ്കറെയും അറസ്റ്റ് ചെയ്തതും. 6357-ാം നമ്പർ തടവുപുള്ളിയായ ഗാന്ധിജി കേസ് വിചാരണയും ജയിൽവാസവുമെല്ലാം സ്വന്തം നിലപാടുകൾ സുവ്യക്തമാക്കാനുള്ള അവസരങ്ങളുമാക്കി.

കേരളത്തിലെ വലതുപക്ഷ കോൺഗ്രസുകാരെ ആശയപരമായും പ്രായോഗിക പ്രവർത്തനങ്ങളിലും കരുത്തരാക്കിത്തീർക്കുന്നതിൽ ജയിൽ അനുഭവങ്ങൾ മുതൽക്കൂട്ടാണ്. യുവജന പ്രസ്ഥാനത്തിന്റെ ചരിത്രത്തിൽ അവിസ്മരണീയ അദ്ധ്യായങ്ങൾ രചിച്ച അഭിനവ ഭാരത് യുവക് സംഘം. കരിവെള്ളൂർ കേന്ദ്രമായി എ വി കുഞ്ഞമ്പു നേതൃത്വം നല്കി

ഒരു സ്വീകരണത്തിനിടെ

രൂപീകരിച്ച ആ സംഘടന ആശയപരമായ കരുത്തും പ്രായോഗികമായ ഊർജ്ജവും നേടിയത് ബംഗാളി വിപ്ലവകാരികളുമായുള്ള ബന്ധത്തിലൂടെയാണ്. വിപ്ലവപ്രസ്ഥാനത്തിന്റെ പാഠങ്ങൾക്ക് ഇ എം എസിന്റെ ജയിൽ ജീവിതം വഴികാട്ടിയായിരുന്നു.

1937 ലെ ക്രിസ്തുമസ് അവധിക്കാലത്ത് തളിപ്പറമ്പിൽ യോഗക്ഷേമസഭയുടെയും നമ്പൂതിരി യുവജനസംഘത്തിന്റെയും സമ്മേളനങ്ങൾ. അഖിലേന്ത്യാ രാഷ്ട്രീയം തിളച്ചു മറിയുകയായിരുന്നു. രണ്ടാം നിയമലംഘന പ്രസ്ഥാനം അനിവാര്യമായിത്തീർന്ന അവസ്ഥ. ഈ ചലനങ്ങളോട് മാനസികമായി ഐക്യപ്പെടുക മാത്രമായിരുന്നില്ല. സമരാഗ്നിയിൽ കാലെടുത്തുവെയ്ക്കാനും ഇ എം എസ് തീരുമാനിച്ചു. നേതാക്കളുടെ അറസ്റ്റിനെയും രാജ്യത്തെ ഇതര ഭാഗങ്ങളിലെ ചെറുത്തുനില്പുകളെയും കുറിച്ചുള്ള റിപ്പോർട്ടുകൾ തീരുമാനം ഉറപ്പിക്കുകയായിരുന്നു.

ക്രിസ്തുമസ് അവധി കഴിഞ്ഞ് തുറന്ന ദിവസം ഭൂരിപക്ഷം വിദ്യാർത്ഥികളും ക്ലാസ് ബഹിഷ്കരിച്ചു. കോളേജിലേക്കുള്ള ഇ എം എസിന്റെ അവസാന യാത്രയായിരുന്നു അന്ന്. അതു കഴിഞ്ഞ് നാലഞ്ച് ദിവസത്തിനുള്ളിൽ നിയമലംഘന പ്രസ്ഥാനത്തിന്റെ കേന്ദ്രമായ കോഴിക്കോട്ടേക്കുള്ള യാത്ര മനസ്സിൽവെച്ച് തൃശൂർ വിട്ടു. 1932 ജനുവരി 10 ന് *ഉണ്ണിനമ്പൂതിരി* പത്രവുമായി ബന്ധപ്പെട്ട ചുമതലകൾ ഒഴിയാനും തീരുമാനിച്ചു. പത്രത്തിൽ പ്രസിദ്ധീകരിക്കുന്നതിന് വിടവാങ്ങൽ പ്രസ്താവനയും എഴുതി വെച്ചാണ് തൃശൂർ വിട്ടത്.

കോഴിക്കോട്ടേക്കുള്ള യാത്രയ്ക്കിടയിൽ പട്ടാമ്പിയിലിറങ്ങി. അന്നവിടെ മോഴിക്കുന്നത്തിന്റെ വീട്ടിൽ യുവജനസംഘം പ്രവർത്തക കമ്മിറ്റി യോഗം. അതിനെത്തിയ സുഹൃത്തുക്കളുമായി സംസാരിച്ച് വൈകിട്ട് കോഴിക്കോട്ടെത്തി. പി എസ് കേശവൻ നമ്പൂതിരിയും കുറുമാപ്പിള്ളി പുരുഷോത്തമൻ നമ്പൂതിരിയും മറ്റും താമസിക്കുന്നിടത്ത് തങ്ങി. പിറ്റേന്ന് രാവിലെ കോങ്ങോട്ടിൽ രാമൻ മേനോന്റെ വീട്ടിലേക്കും. സാധാരണ വളണ്ടിയറായി നിയമലംഘനത്തിൽ പങ്കെടുക്കാനുറച്ചു ഇ എം എസ്. കേരളത്തിന്റെ രണ്ടാം ഡിക്റ്റേറ്ററായി സമരത്തിൽ പങ്കുകൊള്ളണമെന്നായിരുന്നു രാമൻ മേനോന്റെ അഭിപ്രായം. കമ്മിറ്റിയും അദ്ധ്യക്ഷനുമൊന്നും പ്രവർത്തിക്കാൻ കഴിയാത്ത സാഹചര്യമായതിനാലാണ് 'സർവ്വാധിപതി'യെ നിശ്ചയിക്കുന്നത്.

നിയമലംഘനാരംഭത്തിന് മുമ്പുണ്ടായിരുന്ന കെ പി സി സിയുടെ എല്ലാ അധികാരങ്ങളും നിക്ഷേപിക്കപ്പെടുന്നയാൾ 'ഡിക്ടേറ്റർ' (സർവ്വാധിപതി) എന്ന പേരിലാണറിയപ്പെട്ടത്. ഒരു സർവ്വാധിപതി അറസ്റ്റ് ചെയ്യപ്പെടുമ്പോൾ അയാൾ പിൻഗാമിയെ നിശ്ചയിക്കുമായിരുന്നു. ഒന്നാം നിയമലംഘന കാലത്തെന്നപോലെ രണ്ടാമത്തേതിലും ആദ്യമായി അറസ്റ്റ് വരിക്കാൻ തീരുമാനിക്കപ്പെട്ട 'ഒന്നാം സർവ്വാധിപതി കെ പി സി സി പ്രസിഡന്റായിരുന്ന എൽ എസ് പ്രഭു. വീട്ടിലെ ഒരു മരണം അതിന് തടസ്സമായി. അങ്ങനെ ഒന്നാം സർവ്വാധിപതിയായി എം പി ഗോവി

ന്ദമേനോനെ തീരുമാനിച്ചു. ഈ സമയത്താണ് ഇ എം എസ് രണ്ടാം ഡിക്റ്റേറ്ററായി പത്രങ്ങളിൽ സ്ഥാനം പിടിച്ചത്.

പട്ടാമ്പിയിലെ നമ്പൂതിരി യുവജനസംഘം സമ്മേളനത്തിൽ പങ്കെടുത്ത ചില ബന്ധുക്കൾ വഴിയും പത്രവാർത്തയിൽക്കൂടിയും ഇ എം എസ് നിയമം ലംഘിക്കാൻ പോകുന്നുവെന്ന വാർത്ത ഇല്ലത്തെത്തി. അമ്മയുടെ ഉദ്വേഗം മകനെ സമരപന്ഥാവിലിറങ്ങുന്നതിൽനിന്ന് വിലക്കാനുള്ള ശ്രമങ്ങളിലാണെത്തിയത്. അതിനായി അവർ രണ്ടുപേരെ ചുമതലപ്പെടുത്തി. ഒരാൾ ഇ എം എസിന്റെ ഋഗ്വേദ- സംസ്കൃത വിദ്യാഭ്യാസ കാലത്തെ ഗുരുനാഥൻ പള്ളിശ്ശേരി അഗ്നിതാത്രൻ നമ്പൂതിരി. മറ്റേയാൾ കുടുംബവക്കീലായ പെരിന്തൽമണ്ണയിലെ അനന്തനാരായണയ്യർ. ഗുരുനാഥന്റെ സ്നേഹപൂർണ്ണമായ അഭിപ്രായങ്ങളും അനന്തനാരായണയ്യരുടെ യുക്തികളും സ്വീകരിക്കാൻ ഇ എം എസ് തയ്യാറായില്ല. സൈമൺ കമീഷൻ ബഹിഷ്കരണ കാലത്ത് ഇ എം എസ് പെരിന്തൽമണ്ണ ഹൈസ്കൂളിൽ ഫോർത്ത് ഫോമിലായിരുന്നു. അദ്ദേഹമടക്കം പങ്കെടുത്ത യോഗത്തിലാണ് ക്ലാസ് ബഹിഷ്കരിക്കാൻ തീരുമാനമുണ്ടായത്. സമയമടുത്തപ്പോൾ മനസ്സുറപ്പിക്കാനായില്ല. ഈ 'ഭീരുത്വം' മനസ്സിൽ വെച്ച ഇ എം എസ് പറഞ്ഞത് ഇത്തവണ ഇതിൽ നിന്ന് പിന്തിരിയേണ്ടിവരികയാണെങ്കിൽ ജീവിച്ചിരുന്നിട്ടു കാര്യമില്ല എന്നായിരുന്നു. 1930 ലെ ഉപ്പു സത്യഗ്രഹത്തിലും ഇ എം എസ് പങ്കെടുത്തിരുന്നില്ല. 1930 മെയ് 11 ന് കൃഷ്ണപിള്ളയുടെ നേതൃത്വതിൽ കോഴിക്കോട് കടപ്പുറത്ത് നടന്ന മാർച്ച് പൊലീസ് തല്ലിപ്പിരിക്കുകയായിരുന്നു. ഈ വാർത്ത കേട്ട് കേരളം ഉണർന്നു. ഇ എം എസും.

രണ്ടാം സർവ്വാധിപതിയെന്ന ചുമതലയ്ക്ക് മാനസികമായി തയ്യാറായ ഇ എം എസ് അതിനു മുന്നിലെ പ്രയാസങ്ങളും തരണംചെയ്തു കഴിഞ്ഞു. പ്രസ്ഥാനത്തിന്റെ രൂപഭാവങ്ങളും അതിന്റെ സംഘാടനവും മനസ്സിലാക്കാൻ രണ്ടുമൂന്നു ദിവസം നേതാക്കളും പ്രധാന പ്രവർത്തകരുമായി ആശയവിനിമയം നടത്തി. 1932 ജനുവരി 17 ന് ഇ എം എസ് മറ്റ് മൂന്നുപേരോടൊപ്പം അറസ്റ്റ് ചെയ്യപ്പെട്ടു. "....ഇതോടെ എന്റെ ജീവിതത്തിലൊരു പുതിയ ഘട്ടം തുടങ്ങി. മറ്റ് പലതിലുമെന്നപോലെ രാഷ്ട്രീയ കാര്യങ്ങളിലും താല്പര്യം കാണിച്ചിരുന്ന ബാലനിൽനിന്ന് മുഴുവൻ സമയവും രാഷ്ട്രീയ പ്രവർത്തനത്തിനായി ഉപയോഗിക്കുന്ന യുവാവെന്ന നിലയിലേക്കുള്ള മാറ്റം പൂർത്തിയായി...'' എന്നാണ് സംഭവത്തെ വിലയിരുത്തിയത്. ഏലംകുളം മനയ്ക്കലെ ഒരംഗം ആദ്യമായി പൊലീസ് ലോക്കപ്പിൽ. മോഴിക്കുന്നത്തിനും കുറൂർ നീലകണ്ഠൻ നമ്പൂതിരിപ്പാടിനും ശേഷം ഒരു ബ്രാഹ്മണൻ ജയിലിലേക്കും. സർവ്വാധിപനായതിനാൽ ഉയർന്ന ശിക്ഷ വിധിച്ചു. മൂന്നു വർഷത്തെ കഠിന തടവും നൂറു രൂപ പിഴയും. പിഴ അടയ്ക്കുന്ന കീഴ്വഴക്കമില്ലാത്തതിനാൽ 1935 വരെയാണ് ജയിൽ കാലാവധി. കുടുംബസ്വത്ത് പിടിച്ചെടുക്കുമെന്ന ഭീഷണി ഉയർന്നപ്പോൾ കുടുംബാംഗങ്ങൾ പിഴയൊടുക്കി. അങ്ങനെ ശിക്ഷ 1935 ജനുവരിവരെ

എന്നായി. ഇതിലും ഇളവ് കിട്ടി. 1933 ആഗസ്ത് 31 ന് ഇ എം എസ് വിട്ടയയ്ക്കപ്പെട്ടു. കോഴിക്കോട് സബ്ജയിലിൽ ഒരാഴ്ച, കണ്ണൂർ സെൻട്രൽ ജയിലിൽ മൂന്നാഴ്ച. ബാക്കി നാളുകൾ വെല്ലൂർ സെൻട്രൽ ജയിലിൽ.

കോഴിക്കോട് ജയിലിൽ ഇ എം എസിനെ സ്വീകരിച്ചത് പില്ക്കാലത്ത് അദ്ദേഹത്തിന്റെ രാഷ്ട്രീയ-ജീവിത ദർശനങ്ങളിൽ ആഴത്തിൽ സ്വാധീനം ചെലുത്തിയ പി കൃഷ്ണപിള്ള. അഖിലേന്ത്യാതലത്തിൽ ബ്രിട്ടീഷ് തിരുമനസ്സിന്റെ ഔദാര്യങ്ങൾ പ്രതീക്ഷിച്ച് യാചനാ പ്രക്ഷോഭങ്ങൾക്ക് മാത്രം തയ്യാറായ നേതൃത്വം. അതിന്റെ കേരള പതിപ്പായിരുന്നു ഞായറാഴ്ച കോൺഗ്രസുകാർ. അവരുടെ അസംബന്ധങ്ങൾക്കെതിരെ കത്തിനിന്ന സമാന്തര പ്രക്ഷോഭധാരയുടെ അനിഷേധ്യ ആകർഷകകേന്ദ്രം അന്ന് കൃഷ്ണപിള്ളയായിരുന്നു. അത്തരത്തിൽ അദ്ദേഹത്തെക്കുറിച്ച് ധാരാളം കേട്ടറിവുണ്ടെങ്കിലും നേരിൽ കാണുന്നത് ആദ്യം.

പിന്നീട് സഹപ്രവർത്തകരായ പലരുമായും ഇ എം എസ് അടുത്തിടപഴകിയത് കണ്ണൂർ ജയിലിൽ. എ കെ ജിയും മറ്റും സി ക്ലാസ് തടവുകാരായിരുന്നു. കോഴിക്കോട്- കണ്ണൂർ ജയിലുകളിൽനിന്ന് വ്യത്യസ്തമായ അനുഭവലോകമായിരുന്നു വെല്ലൂരിൽ. എ ക്ലാസ് തടവുകാരനെന്ന പരിഗണന ക്രമീകൃതമായ ജീവിതം നയിക്കാൻ സഹായിച്ചു. പകൽ മുഴുവൻ എഴുത്തും വായനയും. ഇടയ്ക്ക് ചർച്ചകളും യോഗങ്ങളും - രാഷ്ട്രീയ വിദ്യാഭ്യാസത്തിന്റെ മറ്റൊരു ഘട്ടം. അന്ന് വെല്ലൂരിൽ പല ഉയർന്ന കോൺഗ്രസ് നേതാക്കളും തടവുകാരായുണ്ടായിരുന്നു. കോൺഗ്രസിന്റെ ഔദ്യോഗിക ചരിത്രകാരനായി പിന്നീടറിയപ്പെട്ട പ്രശസ്ത ഗ്രന്ഥകാരൻ പട്ടാഭി സീതാരാമയ്യ, രാജഗോപാലാചാരി തുടങ്ങിയവർ. കോങ്ങാട്ടിൽ രാമൻ മേനോൻ, കോഴിപ്പുറത്ത് മാധവ മേനോൻ, ആർ രാഘവമേനോൻ, എൽ എസ് പ്രഭു മുതലായവരായിരുന്നു മലയാളി തടവുകാരിൽ ശ്രദ്ധേയർ.

കോൺഗ്രസ് നയിച്ച പ്രക്ഷോഭങ്ങളിൽ പങ്കെടുത്ത് ജയിലിലേക്ക് വന്നവരാണെങ്കിലും വ്യത്യസ്ത സംസ്കാരവും പശ്ചാത്തലവും കാരണം അവരിൽ പലരും യാഥാസ്ഥിതികത്വത്തിന്റെ പിടിയിലായിരുന്നു. ബ്രാഹ്മണനായ ഇ എം എസ് പൂണൂൽ ഇടാതെ നടക്കുന്നതുകണ്ട് വിഷമിച്ച കോൺഗ്രസ് നേതാവ് സത്യമൂർത്തി ഒരു പൂണൂൽ കൊടുത്തു. അദ്ദേഹം അതിടാതെ ബ്രാഹ്മണനല്ലാത്ത മറ്റൊരു തടവുകാരന് കൈമാറിയത് സത്യമൂർത്തിയെ ഏറെ ദുഃഖിപ്പിച്ചു. ജയിൽ ജീവിതം ക്രമീകൃതവും തുടർച്ചയായതുമായ പഠനങ്ങൾക്കാണ് ഇ എം എസ് ഉപയോഗിച്ചത്. താൻ കൂടി ഭാഗമായി വളർത്തിയെടുത്ത സാമുദായിക പരിഷ്കരണ പ്രസ്ഥാനത്തിന്റെ സ്പന്ദനങ്ങൾ അദ്ദേഹം ജയിലിലിരുന്നും മനസ്സിലാക്കി. *ഉണ്ണി നമ്പൂതിരി* പത്രത്തിനുവേണ്ടി എഴുതിയ ചില കൃതികൾ അക്കാലത്ത് വെളിച്ചം കണ്ടില്ല. അവ പിന്നീട് നശിപ്പിക്കുകയാണുണ്ടായത്. ഇംഗ്ലീഷ്

പുസ്തക വായനയും കൃത്യമായി നടന്നു. ചരിത്രം, ധനതത്വശാസ്ത്രം തുടങ്ങിയ വിഷയങ്ങളിൽ പ്രത്യേക ശ്രദ്ധ. ഹിന്ദി, ഉറുദു, തമിഴ് ഭാഷകളും പഠിക്കാൻ തുടങ്ങി. ആന്ധ്രാകേസരി എന്ന പേരിലറിയപ്പെട്ട ടി പ്രകാശവും 'ദേശപ്രിയ' കൊണ്ടവെങ്കിടപ്പൈയും സംസ്കൃത പഠനത്തിന്റെ കാര്യത്തിൽ ശിഷ്യന്മാരായിരുന്നുവെങ്കിൽ ഇ എം എസിനെ ഉറുദു പഠിപ്പിച്ചത് ഡോ. പട്ടാഭി. ഗുരുവായൂർ സത്യഗ്രഹ വേളയിൽ കേളപ്പന്റെ വലംകൈയായി പ്രവർത്തിക്കുകയും കേരളത്തിലാകെ ശ്രദ്ധേയനാവുകയും ചെയ്ത എ കെ ഗോപാലൻ നമ്പ്യാർ എന്ന എ കെ ജിയെ കണ്ണൂർ ജയിലിൽ വെച്ചാണ് ഇ എം എസ് പരിചയപ്പെട്ടത്. തളിപ്പറമ്പിൽ യുവജനസംഘം സമ്മേളനം നടക്കും മുമ്പ് ഗുരുവായൂരിൽ എ കെ ജിക്കേറ്റ മർദ്ദനത്തെപ്പറ്റി മാതൃഭൂമിയിൽ വാർത്തയുണ്ടായിരുന്നു. യാഥാസ്ഥിതികരിൽനിന്നേറ്റ മർദ്ദനത്തിനെതിരെ ഗർജ്ജിച്ച *മാതൃഭൂമി* മുഖപ്രസംഗം ഇ എം എസിന്റെ മനസ്സിൽ മായാതെ നിന്നു. ജയിലിൽ 'എ' ക്ലാസ് തടവുകാർക്കുള്ള പരിഗണന 'സി'ക്ലാസുകാർക്ക് ലഭിച്ചിരുന്നില്ല. അനുവദിക്കപ്പെട്ട റേഷൻപോലും തടഞ്ഞു. ഇതിനെതിരെ തടവുകാർ പ്രതിഷേധിച്ചു. ഈ എതിർപ്പിനെ ലാത്തിച്ചാർജോടെയാണ് അധികൃതർ നേരിട്ടത്. 1932 മാർച്ച് 17 ന് നടന്ന ലാത്തിച്ചാർജിൽ എ കെ ജിക്ക് ഗുരുതരമായി പരിക്കേറ്റു.

പുതിയ പോർമുഖങ്ങൾ. തല്ലിക്കെടുത്താനാവാത്ത സമരാവേശം. മർദ്ദനമുറകൾക്കെതിരായ നിശ്ചയദാർഢ്യം. പുതിയ രാഷ്ട്രീയ വീക്ഷണത്തിന്റെ സന്ദേശം—ജയിൽ അനുഭവങ്ങൾ ഇ എം എസിനെപ്പോലുള്ള തടവുകാർക്ക് നല്കിയത് സ്വാതന്ത്ര്യപ്പോരാളികളുടെ മറ്റൊരു മുഖം. സ്വാതന്ത്ര്യം ഇരന്നുവാങ്ങാമെന്ന ശുഭസൂചനകൾക്കിടയിൽ സമരത്തിന്റെ മറ്റൊരു ദിശ. പോരാട്ടത്തിന്റെ മറ്റൊരു ഭാഷ. ഇത്തരം വിപ്ലവഗ്രൂപ്പുകളുടെ നേതാക്കളുമായും ഇ എം എസ് ബന്ധംവെച്ചു— അനുശീലൻ, യുഗാന്തർ സംഘടനകൾ. അനുശീലൻ ഗ്രൂപ്പിന്റെ മൂന്ന് പ്രമുഖ നേതാക്കളെ കണ്ണൂർ ജയിലിൽ പരിചയപ്പെട്ടു. ത്രൈലോക്യ ചക്രവർത്തി, രമേശ് ആചാര്യ, രബിസെൻ ഗുപ്ത. 1818 ലെ ഒരു കിരാത നിയമമുപയോഗിച്ച് വിചാരണയുടെ ആനുകൂല്യംപോലും നല്കാതെ, കൂടുതൽ അപകടകാരികളെന്ന് മുദ്രകുത്തി നാടുകടത്തലിന്റെ പ്രതീതിയോടെ അവർ കരുതൽ തടങ്കലിൽ.

ലാഹോർ- മീററ്റ് ഗൂഢാലോചനക്കേസുകളിലെ പ്രവർത്തകരും ഭഗത്സിങ്ങിന്റെ സമരസഖാക്കളായ ചിലരും ജയിലിൽ. രാഷ്ട്രീയ പ്രവർത്തനത്തെക്കുറിച്ച് അവർ തീർത്തും വ്യത്യസ്തമായ ധാരണകളാണവതരിപ്പിച്ചത്. ലാഹോർ ഗൂഢാലോചന കേസിലെ പ്രതികളിലൊരാളും രണ്ടു മാസം നീണ്ട നിരാഹാര സമരത്തെത്തുടർന്ന് ജയിലിൽ മരിച്ചയാളുമായ യതീന്ദ്രദാസിന്റെ സഹോദരനായ കിരൺ ദാസ് കണ്ണൂർ ജയിലിലുണ്ടായിരുന്നു. യതീന്ദ്രദാസിന്റെ നിരാഹാരം, മരണം അതുമായി ബന്ധപ്പെട്ട പ്രചാരണങ്ങളിലെല്ലാം സജീവമായി പങ്കെടുത്ത ഇ എം

എസ് അദ്ദേഹത്തിന്റെ വിപ്ലവകാരിയായ സഹോദരനെ കൂട്ടുകാരനായി കിട്ടിയതിൽ ഏറെ ആഹ്ലാദിച്ചു.

കേരളത്തിലെ പോരാളികളെ സ്വാതന്ത്ര്യത്തെക്കുറിച്ചുള്ള പുതിയ സങ്കല്പങ്ങൾ പഠിപ്പിച്ചതും അതിനായുള്ള സമാന്തര പ്രസ്ഥാനങ്ങളെക്കുറിച്ച് ബോദ്ധ്യപ്പെടുത്തിയതും ബംഗാളിലെയും മറ്റ് സംസ്ഥാനങ്ങളിലെയും യുവ വിപ്ലവകാരികൾ. ജയിൽ അനുഭവങ്ങളിൽ അത്തരത്തിൽ ഏറ്റവും ശ്രദ്ധേയ വ്യക്തിത്വം ഭഗത്സിങ്ങിന്റെ സഹപ്രവർത്തകരിലൊരാളും ലാഹോർ ഗൂഢാലോചനാ കേസിലെ പ്രതികളിൽ ഏറ്റവും പ്രായം കുറഞ്ഞയാളുമായ കമൽനാഥ് തിവാരിയുടേത്. കോൺഗ്രസ് തടവുകാരെ വിപ്ലവാവേശം കൊണ്ട് ജ്വലിപ്പിച്ച് സംഘടനാബോധത്തിന്റെ ആദ്യാക്ഷരങ്ങൾ വിതറി. ജയിലിലാകെ അദ്ദേഹത്തിന്റെ സാന്നിദ്ധ്യം പുതിയ അന്തരീക്ഷം സൃഷ്ടിച്ചു. പിന്നീട് രൂപംകൊണ്ട കേരളത്തിലെ ഇടതുപക്ഷ കോൺഗ്രസിന്റെയും കോൺഗ്രസ് സോഷ്യലിസ്റ്റ് പ്രസ്ഥാനത്തിന്റെയും ബീജാവാപം നടന്നത് കണ്ണൂർ ജയിലിൽവെച്ചാണെന്നും അത് നടത്തിയത് തിവാരി ആയിരുന്നുവെന്നുമാണ് ഇ എം എസ് എഴുതിയത്.

സഹതടവുകാരിലെന്നപോലെ ഇ എം എസിലും അദ്ദേഹം വിപ്ലവ പ്രസ്ഥാനത്തിന്റെ വൈകാരികത പകർന്നുവെങ്കിൽ, അതിന്റെ വിചാരപരമായ വശം വേരുപിടിപ്പിച്ചത് അനുശീലൻ ഗ്രൂപ്പിൽപ്പെട്ട രമേശ് ആചാര്യ. ബഹുജനപ്രസ്ഥാനത്തിന്റെ താത്വിക പശ്ചാത്തലത്തെയും മറ്റ് നിരവധി പ്രശ്നങ്ങളെയുംകുറിച്ച് ഉൾക്കനമുള്ള ചർച്ചകളും സംവാദങ്ങളും ഇ എം എസിനെപ്പോലുള്ളവരെ സ്പർശിച്ചു. വിപ്ലവ പ്രസ്ഥാനത്തിന്റെ വികാസരേഖകളെക്കുറിച്ചുള്ള ആശയലോകം വിപുലമാക്കാൻ ആചാര്യ ഏറെ സഹായിച്ചിരുന്നു. പുസ്തകകുതുകിയാണ് ഇ എം എസ് എന്നറിഞ്ഞ ആചാര്യ വായിക്കേണ്ട പുസ്തകങ്ങളുടെ പട്ടിക കൊടുക്കുകയുണ്ടായി.

ദേശീയ വിമോചനവുമായി ബന്ധപ്പെട്ട വിപ്ലവധാരയ്ക്കകത്ത് പല തരത്തിലുള്ള മാറ്റങ്ങൾ നടക്കുമ്പോൾത്തന്നെ, കോൺഗ്രസിനുള്ളിലും ആശയപരമായ കയറ്റിറക്കങ്ങളുടെ അലകൾ ദൃശ്യമായി. കർഷകർ, തൊഴിലാളികൾ-- ഈ വിഭാഗങ്ങൾക്കിടയിലും അവരുടെ അടിയന്തര സാമ്പത്തിക പ്രശ്നങ്ങൾ ഉയർത്തി പ്രസ്ഥാനം സംഘടിപ്പിക്കേണ്ട ആവശ്യകത ചിലർക്ക് ബോദ്ധ്യപ്പെടാൻ തുടങ്ങി. ഇത്തരം പ്രവർത്തനങ്ങൾക്ക് മുന്നിട്ടിറങ്ങിയതിന്റെ ഫലമായി ജയിലിലടയ്ക്കപ്പെട്ട ചിലരുമായും വെല്ലൂരിൽ ഇ എം എസ് ബന്ധപ്പെട്ടു. സെമിന്ദാരി പ്രദേശങ്ങളിലെ കർഷകർക്കെതിരായ ചൂഷണത്തിനെതിരെ പ്രത്യക്ഷ സമരത്തിനിറങ്ങിയ എൻ ജി രങ്കയടക്കം. ആദ്യകാല തൊഴിലാളി പ്രവർത്തകനായ വി വി ഗിരിയുടെ സുഹൃത്തുക്കളിൽ ഒരാളായ പ്രൊഫസർ രാമലിംഗം, പിന്നീട് ജയിലിലെത്തിയ മുകുന്ദലാൽ സർക്കാർ എന്നിവരിൽനിന്ന് ഇന്ത്യൻ തൊഴിലാളി പ്രസ്ഥാനത്തെക്കുറിച്ച് ചിലതെല്ലാം മനസ്സിലാക്കാനായി. ഉത്തരേന്ത്യൻ വിപ്ലവകാരികളുമായി ബന്ധപ്പെടുന്നതിനുമുമ്പ്,

അവരെക്കുറിച്ച് പ്രചരിച്ചിരുന്ന പല ധാരണകളിലും ജയിൽ അനുഭവങ്ങൾ മാറ്റം വരുത്തി. വ്യക്തിനിഷ്ഠയും ഇടുങ്ങിയതുമായ കാല്പനിക വിപ്ലവാഭി നിവേശമാണ് അവരുടേത് എന്നുപോലും മനസ്സിലാക്കപ്പെട്ടിരുന്നു. വ്യ ക്തിനിഷ്ഠവും ബലപ്രയോഗത്തിന്റെ ഘട്ടത്തിൽനിന്ന് വിടുതൽനേടി അവ സംഘടിതമായ പ്രസ്ഥാനമായി മാറാൻ തുടങ്ങിതായി ബോദ്ധ്യ പ്പെട്ടു. ഗാന്ധിയൻ നേതൃത്വത്തിനകത്ത് പ്രവർത്തിക്കുമ്പോൾ തന്നെ ആശയപരമായി ഗാന്ധിസത്തോട് വിടപറഞ്ഞ്, കൂടുതൽ വിപ്ലവകരമാ യ പാതയ്ക്കുവേണ്ടിയുള്ള അന്വേഷണം നടത്താൻ കേരളത്തിലെ കോൺഗ്രസ് പ്രവർത്തകരെ പ്രാപ്തരാക്കിയത് കണ്ണൂർ, വെല്ലൂർ ജയി ൽ അനുഭവങ്ങളാണ്. യുവ കോൺഗ്രസുകാരെ വിപ്ലവ ഗ്രൂപ്പുകളായി രൂപാന്തരപ്പെടുത്തുന്നതിലും ഈ സഹവാസം തുണയായി. ബംഗാളി ലും വടക്കേ ഇന്ത്യയിലും മുളച്ചുപൊന്തിയ വിപ്ലവച്ചെടിയുടെ 'പറിച്ചു നടൽ' നടത്തി, തെക്കേയിന്ത്യയിലും അത് പടർന്ന് വ്യാപകമാക്കാൻ 1930-32 കാലത്തെ ജയിൽ ജീവിതം ഉപകരിച്ചു. അതിൽ ഒരു ചെറിയ പങ്ക് തനിക്കും കിട്ടി എന്നാണ് ഇ എം എസ് എഴുതിയത്. ജയിലിൽപ്പോ യ മറ്റ് രാഷ്ട്രീയ തടവുകാരെപ്പോലെ അദ്ദേഹവും പുതിയ മനുഷ്യനാ യാണ് തിരിച്ചുവന്നത്. സ്വാതന്ത്ര്യ പ്രസ്ഥാനത്തെക്കുറിച്ച്, ഗാന്ധിയൻ ചിന്താപദ്ധതിയെപ്പറ്റി തീർത്തും വ്യത്യസ്തമായ സമീപനത്തോടെ. വിധവാ വിവാഹത്തിന് നേതൃത്വം കൊടുത്തതിനാൽ ഭ്രഷ്ട് കല്പിച്ച സമു ദായം ജയിലിൽ പോയതിനും അത് ആവർത്തിച്ചു.

9

1957 ഏപ്രിൽ അഞ്ച്

"ഇന്നത്തെ ഭരണ വ്യവസ്ഥയിലുള്ള അനവധി തകരാറുകൾ തീർക്കുന്നതിനുവേണ്ടി പ്രവർത്തിക്കുന്നതിനുള്ള ഒരു മന്ത്രിസഭയാണിത്. കഴിഞ്ഞ രണ്ടു മാസമായി മാത്രം പ്രവർത്തിച്ചുപോരുന്നതാണ് ഇതെന്നുകൂടി പറയാൻ ഞാനാഗ്രഹിക്കുന്നു. ആ ചുരുങ്ങിയ കാലയളവിൽ ചെയ്ത പ്രവൃത്തികളിൽനിന്ന് സംസ്ഥാന ഭരണത്തിലുള്ള തകരാറുകളും ജനങ്ങൾ അനുഭവിക്കുന്നതടക്കമുള്ള കഷ്ടപ്പാടുകളും തീർക്കുന്നതിന് എല്ലാ കഴിവും ഉപയോഗിച്ചിട്ടുണ്ടെന്ന് കാണാം. ഇന്നത്തെ ഭരണവ്യവസ്ഥയുടെ കീഴിൽ ഒരു മന്ത്രിസഭയ്ക്ക് ചെയ്യാവുന്നതിന്റെ അങ്ങേയറ്റമാണിതെന്നും പറയാം." 1957 ജൂൺ 13 ന് ധനാഭ്യർത്ഥന അവതരിപ്പിച്ച് മുഖ്യമന്ത്രി ഇ എം എസ് നിയമസഭയിൽ ചെയ്ത പ്രസംഗത്തിന്റെ ഒരു ഭാഗമാണിത്. ഗവർണ്ണർ, മന്ത്രിമാർ, സ്റ്റാഫംഗങ്ങൾ എന്നിവരുടെയും സെക്രട്ടേറിയറ്റ് ജീവനക്കാരുടെയും ചെലവിനുള്ള ധനാഭ്യർത്ഥനയിലായിരുന്നു ഈ അഭിപ്രായപ്രകടനം. ഗവർണ്ണർ ഡോ. ബി രാമകൃഷ്ണറാവുവിന്റെ നയപ്രഖ്യാപന പ്രസംഗത്തിനുള്ള നന്ദി പ്രമേയം പാസാക്കണമെന്നഭ്യർത്ഥിച്ച് മെയ് ഏഴിന് മുഖ്യമന്ത്രി നടത്തിയ പ്രസംഗത്തിൽ അതിലെ അപൂർണ്ണതകളും കുറവുകളും സമ്മതിച്ചിട്ടുണ്ട്. ഭരണകാര്യങ്ങളിൽ വളരെ പാടവമുള്ളവരല്ല തങ്ങളെന്ന് തുറന്നുപറഞ്ഞ അതിൽ, കാര്യങ്ങൾ പഠിച്ചുകൊണ്ടിരിക്കുകയാണെന്നും കൂട്ടിച്ചേർത്തു. പ്രസംഗം പൂർണ്ണതയിൽ വരികയെന്നത് ജനാധിപത്യത്തിന്റെ ഭാഗമാണെന്നും വിശദീകരിച്ചു. കേരളത്തിൽ ആദ്യമായി അധികാരമേറ്റ കമ്യൂണിസ്റ്റ് മന്ത്രിസഭയുടെ ബാലാരിഷ്ടതകൾ ഇ എം എസ് സ്വയം മനസ്സിലാക്കിയിരുന്നെന്നർത്ഥം.

കേരളം മൂന്നാം ലോകത്തിനും ഇന്ത്യയ്ക്കും വിസ്മയമാണ്. ജീവിതഗുണമേന്മാ സൂചകങ്ങളുടെ പുരോഗതി സാമൂഹ്യ ശാസ്ത്രജ്ഞരുടെ

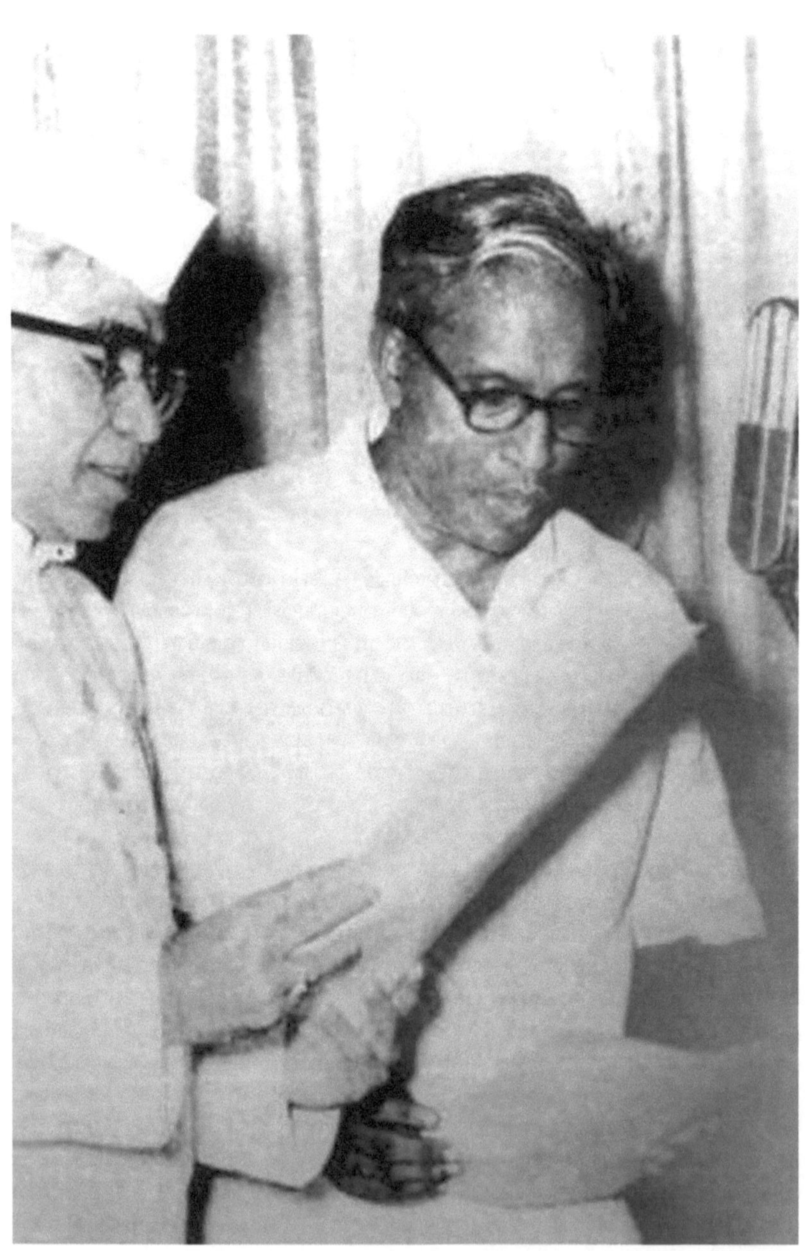

മുഖ്യമന്ത്രിയായി സത്യപ്രതിജ്ഞ

ശ്രദ്ധാകേന്ദ്രമായി ഈ കൊച്ചു സംസ്ഥാനത്തെ മാറ്റി. ഉയർന്ന ഉൽപതിഷ്ണുതാ പാരമ്പര്യത്തിന്റെ ഉറവിടമായും പരിഗണിക്കപ്പെടുന്നു. ചരിത്രത്തിലേക്ക് വേരുള്ള, ഈ മുന്നേറ്റങ്ങൾക്ക് അടിത്തറ പാകിയത് സാമൂഹ്യ പ്രസ്ഥാനങ്ങളിലൂടെ ആർജ്ജിച്ച രാഷ്ട്രീയാവബോധമാണ്. അതോടൊപ്പം കമ്യൂണിസ്റ്റ് മന്ത്രിസഭകൾ കൊണ്ടുവന്ന പുരോഗമനാത്മകങ്ങളായ നിയമ നിർമ്മാണങ്ങളും. ആദ്യ കമ്യൂണിസ്റ്റ് മന്ത്രിസഭയുടെ തലവൻ എന്ന നിലയിൽ ഈ പ്രവർത്തനങ്ങളിൽ ഇ എം എസിന് അനിഷേധ്യമായ സ്ഥാനമുണ്ട്. 1957 ഏപ്രിൽ അഞ്ചിന് അധികാരമേറ്റ പതിനൊന്നംഗ മന്ത്രിസഭയിലൂടെ കേരളത്തിലെ കമ്യൂണിസ്റ്റ് പാർട്ടിയെ, ലോകപ്രസ്ഥാനത്തിന്റെ ആകർഷണ കേന്ദ്രമാക്കിയതിനു പിന്നിലും അദ്ദേഹത്തിന്റെ ദീർഘദൃഷ്ടി തന്നെ.

ഇരുപത്തിയെട്ട് മാസം മാത്രം നിലനിന്ന ആ ഗവൺമെന്റ് അംഗീകരിച്ചതും പിന്നീട് സർവ്വതോമുഖമായ പുരോഗതിക്ക് ഊർജ്ജവുമായി പ്രവർത്തിച്ചത് 1959 ജൂണിൽ നിയമസഭ പാസാക്കിയ കാർഷികബന്ധ ബില്ലാണ്. അത് അവതരിപ്പിക്കുന്നതിന് മുമ്പ് ഒഴിപ്പിക്കലും കുടിയിറക്കലും തടയുന്ന ഓർഡിനൻസ് (1957 ഏപ്രിൽ 11) പുറത്തിറക്കിയതും ചരിത്രപ്രസിദ്ധം. ചൂഷണത്തിന്റെ സാദ്ധ്യത നിലനിർത്തിയുള്ള നാമമാത്ര പരിഷ്കാരമെന്ന കോൺഗ്രസ് രീതിയിൽനിന്ന് വ്യത്യസ്തമായ സാഹചര്യത്തിലേക്ക് ഇത് നയിച്ചു. കോൺഗ്രസ് ഗവൺമെന്റുകൾ തുടർന്ന കാർഷിക പരിഷ്കാരത്തിലെ പരിമിതികളും ഒഴികഴിവുകളും അവരുടെ തന്നെ പഠനങ്ങൾ വിമർശന രൂപേണ ചൂണ്ടിക്കാട്ടിയിട്ടുണ്ട്. ഇതിൽനിന്ന് വ്യത്യസ്തമായി ഫലപ്രദമായ നിലയിൽ പരിഷ്കാരത്തിന് തുടക്കമിടണമെന്ന് കണ്ടാണ് ഒഴിപ്പിക്കലും കുടിയിറക്കലും തടഞ്ഞുകൊണ്ടുള്ള ഓർഡിനൻസും ആദ്യം പുറപ്പെടുവിച്ചത്.

നിയമത്തിന്റെ പഴുതുപയോഗിച്ചും ഭരണത്തിന്റെ ശക്തികൊണ്ടും ഒഴിപ്പിക്കലിന് വേറൊരു തരത്തിൽ സാധുത നല്കുന്നതാണ് കോൺഗ്രസ് വിഭാവനം ചെയ്ത കാർഷിക പരിഷ്കരണം. കേരളത്തിലെ പുതിയ ഓർഡിനൻസും കാർഷികബന്ധ ബില്ലും ഈയർത്ഥത്തിൽ വിവാദങ്ങൾക്ക് തിരികൊളുത്തി. കേന്ദ്ര ഗവൺമെന്റും കേരളത്തിലെ പ്രതിപക്ഷവും അതിലെ വ്യവസ്ഥകൾക്ക് 'ജന്മിത്ത്വത്തിന്റെ ചായ്‌വ്' നല്കുന്നതിന് ആവതെല്ലാം ചെയ്തു. "കാർഷികബന്ധം പരിഷ്കരിക്കുന്നതും മുന്നോടിയെന്ന നിലയ്ക്ക് ഒഴിപ്പിക്കൽ, കുടിയിറക്കൽ എന്നിവ തടയുന്നതും സ്വാഗതാർഹമാണ്. പക്ഷേ, ചെറുകിടക്കാരും ഇടത്തരക്കാരുമായ ഭൂവുടമകളുടെ ജീവിതം നശിപ്പിക്കരുത്" എന്ന വാദത്തിന്റെ രൂപത്തിൽ കോൺഗ്രസിന്റെ ജന്മിപക്ഷപാതം തലപൊക്കി. നിയമസഭാവേദിയിൽ ബിൽ ചർച്ചയ്ക്കെടുത്തപ്പോഴും 1969 ൽ ഭൂനിയമം പാസാക്കിയശേഷവും ഇത് തുടർന്നു. ഇതിന്റെ അടിസ്ഥാനത്തിലുള്ള പ്രക്ഷോഭങ്ങളാണ് പീഡിത ജന്മി സംഘത്തിന്റെ രൂപീകരണത്തിലെത്തിയത്.

ബൂർഷ്വാ സംവിധാനത്തിലെ തന്നെ മൃദുവായ ചുവടുവെപ്പാണ് ഓർഡിനൻസിലും നിയമനിർമ്മാണത്തിലുമുണ്ടായത്. നിലവിലെ ചൂഷണ

വ്യവസ്ഥയുടെ അടി തെറ്റിക്കുന്നതായിരുന്നില്ല ഈ പ്രക്രിയയാകെ. ഭൂവുടമാ ബന്ധത്തെ മാത്രമാണ് തെല്ല് പിടിച്ചുലച്ചത്. ഇത് അസ്വതന്ത്രരായ വലിയ വിഭാഗത്തെ ചങ്ങലപൊട്ടിച്ച് മുന്നേറാൻ പ്രാപ്തരാക്കി. അധികാരവും പദവിയുമുണ്ടായിരുന്നവർക്ക് ഒന്നും നഷ്ടപ്പെടാതെ ജന്മിമേധാവിത്വം നശിപ്പിക്കാനാവില്ലെന്നതാണ് പ്രായോഗികാനുഭവം.

കോൺഗ്രസ് സംസ്ഥാനങ്ങളിലെന്നപോലെ നിയമ നിർമ്മാണ പ്രക്രിയ പൂർത്തിയാവുമ്പോഴേക്ക്, ഫലം നുകരേണ്ടവർക്ക് കഴിയാതാവുന്ന സ്ഥിതി കേരളത്തിൽ ഒഴിവാക്കപ്പെട്ടു. പുതിയ നിയമവും പ്രേരക ശക്തിയായ സംഘടിത കർഷകപ്രസ്ഥാനവും പുതിയ മാനങ്ങളിലേക്കുയർന്നു. അതേവരെ നിലനിന്ന കോൺഗ്രസ് ഗവൺമെന്റുകളും കമ്യൂണിസ്റ്റ് ഗവൺമെന്റും തമ്മിൽ മൗലികമായി വ്യത്യാസമുണ്ടെന്ന് ബോദ്ധ്യപ്പെടുത്താൻ ഓർഡിനൻസും നിയമ നിർമ്മാണവും സഹായകമായി.

കമ്യൂണിസ്റ്റ് ഗവൺമെന്റിന്റെ തൊപ്പിയിൽ നേട്ടത്തിന്റെ മറ്റൊരു തൂവലായത് വിദ്യാഭ്യാസ ബിൽ. മേഖലയിലെ സ്വകാര്യ താല്പര്യങ്ങളുടെ കച്ചവട മനഃസ്ഥിതിക്ക് അത് കടിഞ്ഞാണിട്ടു. ബ്രിട്ടീഷ് നയങ്ങളുടെ തുടർച്ചയെന്നോണം വിദ്യാഭ്യാസം സാർവ്വത്രികമാക്കുന്നതിന്റെ ഉത്തരവാദിത്വം ഇല്ലെന്ന അർത്ഥത്തിലാണ് കൊച്ചി- തിരുവിതാംകൂർ നാട്ടുരാജ്യങ്ങളിലെ ഗവൺമെന്റുകൾ പ്രവർത്തിച്ചത്. ഈ വിടവിൽ ക്രിസ്ത്യൻ, നായർ പ്രമാണിമാരും സംഘടനകളും നുഴഞ്ഞുകയറി. വിദ്യാഭ്യാസത്തിന്റെ കാര്യത്തിൽ ഗവൺമെന്റിന് ഉത്തരവാദിത്വമില്ലെന്ന നിലപാടിനോട് പുരോഗമനകാരികൾക്ക് യോജിക്കാനാവില്ല. വിദ്യാഭ്യാസ സ്ഥാപനങ്ങളാകെ കയ്യടക്കിവെച്ച ജാതി-മത പ്രമാണിമാർ വരേണ്യവും കച്ചവടാധിഷ്ഠിതവുമായ നയങ്ങളാണ് പിന്തുടർന്നത്. ഇതോടുള്ള പ്രതിഷേധങ്ങൾ പുതിയ രൂപഭാവങ്ങളാർജ്ജിച്ചു. 1930 കൾ തൊട്ട് മലബാറിലെ അദ്ധ്യാപക സംഘടന ഈ സാഹചര്യങ്ങളോട് പ്രതികരിക്കാനും തുടങ്ങി. ദേശീയ പ്രസ്ഥാനത്തിന്റെ രണോത്സുകത അദ്ധ്യാപകരിലും അലകളുയർത്തി. ഈ പശ്ചാത്തലവുമായി ബന്ധപ്പെടുത്തിയാണ് 1957 ലെ വിദ്യാഭ്യാസ ബില്ല് പരിശോധിക്കേണ്ടത്.

സ്വകാര്യ മാനേജ്മെന്റിന്റെ കച്ചവട താല്പര്യത്തിനും ജാതി-മത പരിഗണനകൾക്കും കടിഞ്ഞാണിട്ട വിദ്യാഭ്യാസ ബില്ല് പിന്തിരിപ്പന്മാരുടെ അണിയറയിൽ ഉദ്വേഗമുണ്ടാക്കി. മതത്തിനെതിരായ കടന്നാക്രമണമാണിതെന്നും ന്യൂനപക്ഷാവകാശ ധ്വംസനമാണെന്നും പ്രചാരണം നടന്നു. സംഘടിത മതനേതൃത്വത്തിന്റെ സഖ്യശക്തിയായ പത്രങ്ങളടക്കമുള്ളവയും മുറവിളി ഏറ്റെടുത്തു. നിലവിലെ ഇന്ത്യൻ സഹചര്യമനുസരിച്ച് വിദ്യാഭ്യാസ ദേശസാല്ക്കരണം പ്രായോഗികമല്ല. ഭരണഘടനയുടെ പരിധിക്കുള്ളിൽനിന്ന് അതിനെ ജനാധിപത്യവല്ക്കരിക്കാനാണ് കമ്യൂണിസ്റ്റ് പാർട്ടി ശ്രമിച്ചത്. അദ്ധ്യാപക നിയമനം, ശമ്പള വ്യവസ്ഥ, പിരിച്ചുവിടാനും ശിക്ഷാനടപടികൾ കൈക്കൊള്ളാനും മാനേജ്മെന്റിനുള്ള അവകാശം— മുതലായവയിൽ പരിമിത നിയന്ത്രണം കൊണ്ടുവരിക മാത്രമാണ് കരട് ബിൽ ചെയ്തത്. അത് നിയമസഭയിൽ അവതരിപ്പിച്ച അവസരത്തിൽ

തിരുവനന്തപുരത്ത് ജാതി മേധാവികളും വിദ്യാഭ്യാസ കച്ചവടക്കാരും സംഘടിപ്പിച്ച റാലി രണ്ടു വർഷത്തിനിടയ്ക്ക് തുടങ്ങാനിരുന്ന 'വിമോചന സമര'ത്തിന്റെ തുടക്കമായിരുന്നുവെന്നാണ് ഇ എം എസ് വിലയിരുത്തിയത്.

പ്രതിഷേധത്തിന്റെ പ്രതികൂല മനോഭാവത്തോടൊപ്പം വിദ്യാഭ്യാസ ബിൽ രാഷ്ട്രീയ തലത്തിൽ പുതിയൊരു വിഭാഗത്തെ കമ്യൂണിസ്റ്റ് പാർട്ടിയോടും ഗവൺമെന്റിനോടുമടുപ്പിച്ചു. ബില്ലിനെതിരായിട്ടെന്നവണ്ണം അനുകൂലമായും പൊതുജനാഭിപ്രായം സംഘടിപ്പിക്കപ്പെട്ടു. ഇത്തരം ഒരു സംഘട്ടനം വിദ്യാഭ്യാസ ബില്ലിന്റെ അടിസ്ഥാനത്തിൽ വേണമായിരുന്നോ എന്ന് സൂചിപ്പിച്ച്- *കമ്യൂണിസ്റ്റ് പാർട്ടി കേരളത്തിൽ* ഇ എം എസ് പറഞ്ഞു: കാർഷിക-വിദ്യാഭ്യാസ-ഭരണ വ്യവസ്ഥാ പരിഷ്കാരങ്ങൾ വെള്ളം കടക്കാത്ത അറകളാക്കി അവയിൽ ചിലതിന് മുൻഗണനയും മറ്റ് ചിലതിന് രണ്ടും മൂന്നും നാലും സ്ഥാനങ്ങളും കൊടുക്കുകയെന്നത് പ്രായോഗികമല്ല. എന്തുകൊണ്ടെന്നാൽ, ഈ ഓരോ രംഗത്തും ജനങ്ങൾക്കുള്ള പരാതി, അവരുന്നയിക്കുന്ന പ്രശ്നങ്ങൾ എന്നിവ ചേർന്നതാണ് ജനാധിപത്യ പ്രസ്ഥാനം.

കാർഷികബന്ധ—വിദ്യാഭ്യാസ ബില്ലുകൾ പുരോഗമന പ്രസ്ഥാനങ്ങൾക്കും ജനാധിപത്യത്തിലേക്കുള്ള ചുവടുവെപ്പിലും ഗതിവേഗം നല്കിയതുപോലെ വലതുപക്ഷ രാഷ്ട്രീയ ഗൂഢാലോചന വളർത്തുന്നതിനും ഇടയായി. കാർഷികബില്ലിന്റെ ഫലമായി അധികാരഭ്രഷ്ടമായ ജന്മി താല്പര്യവും വിദ്യാഭ്യാസ ബില്ല് പോറലേല്പിച്ച ജാതി-മത പ്രമാണിമാരും ഒരുമിച്ചു നിന്ന് 'വിമോചന സമരം' നയിക്കുന്നതിലേക്കാണെത്തിയത്. ഈ സങ്കുചിത രാഷ്ട്രീയ സമരത്തിന് ഉത്തേജനമാവുകയായിരുന്നു കേന്ദ്ര കോൺഗ്രസ് നേതൃത്വവും ഒരു പരിധിവരെ പ്രധാനമന്ത്രി ജവഹർലാൽ നെഹ്റുവും.

കേരളീയ ജനാധിപത്യ മുന്നേറ്റത്തിന് വിലങ്ങുതടിയായിനിന്ന വിമോചന സമരത്തിന്റെ താത്ത്വികാടിത്തറയെയും അത് ജന്മം നല്കിയ വലതുപക്ഷ സാംസ്കാരികാക്രമണ പദ്ധതികളെയും സൈദ്ധാന്തികമായി നേരിടുന്നതിൽ കമ്യൂണിസ്റ്റ് പാർട്ടിക്ക് താങ്ങായി നിന്നത് ഇ എം എസിന്റെ സംഭാവനകൾ. കേരളത്തിന്റെ ജനാധിപത്യ വികാസഘട്ടത്തിലെന്നപോലെ, പ്രതിലോമ രാഷ്ട്രീയത്തിന്റെ ചുവടുകളിലും അങ്ങനെ 1959 അവിസ്മരണീയമായി. കേന്ദ്ര ഗവൺമെന്റ് 1957 ലെ കമ്യൂണിസ്റ്റ് മന്ത്രിസഭയുടെ കഴുത്തറുത്തത് ഭരണഘടനയുടെ 356-ാം വകുപ്പ് ഉപയോഗിച്ചായിരുന്നു. ഈ ദുരുപയോഗത്തെക്കുറിച്ച് നടന്ന ദേശീയ ചർച്ചകളിലെല്ലാം കേരളത്തിന്റെ ആദ്യാനുഭവം ചർച്ച ചെയ്യപ്പെടുക പതിവായി. ഈയർത്ഥത്തിൽ കേന്ദ്ര-സംസ്ഥാന ബന്ധങ്ങളെക്കുറിച്ചുള്ള വിചാരങ്ങളിലും 1957 ലെ കമ്യൂണിസ്റ്റ് ഗവൺമെന്റിന്റെ വിജയങ്ങളും പരിമിതികളും ദുരന്താനുഭവങ്ങളും പ്രസക്തമായി ചൂണ്ടിക്കാണിക്കപ്പെടുന്നു.

ഭൂപേഷ് ഗുപ്തയും ഇ എം എസും

ഇന്ദിരാഗാന്ധിക്കൊപ്പം

10

താത്ത്വിക ഇടപെടലുകൾ

കാർഷികബന്ധബിൽ ജന്മിമാർക്ക് അനുകൂലമാക്കി മാറ്റിയതിനെതിരെ 1963 ഒക്ടോബർ മുപ്പതിന് ഇ എം എസ് നിയമസഭയിൽ ചെയ്ത പ്രസംഗം സുപ്രധാന യാഥാർത്ഥ്യങ്ങൾ ഉയർത്തിയെന്നതിനേക്കാൾ ഗൗരവതരമാകുന്നത്, രീതിശാസ്ത്രപരമായ ചില വിയോജിപ്പുകൾ അമർത്തിപ്പറഞ്ഞതിനാലുമാണ്. ഏതെങ്കിലും സാമൂഹ്യപരിഷ്കാരം നടപ്പിലാക്കുമ്പോൾ അവയുടെ ഗുണം ഒരുകൂട്ടർക്കും ദോഷം വേറൊരു വിഭാഗത്തിനും വരാൻ പാടില്ലെന്നും ഗുണവും ദോഷവും എല്ലാവർക്കും ഒരുപോലെയായിരിക്കണമെന്നുമുള്ള മന്ത്രിയുടെ വിചിത്രമായ വാദം സ്പർശിക്കുന്നുമുണ്ട് ആ പ്രസംഗത്തിൽ. പാട്ടം കുറവുചെയ്താൽ കിട്ടുന്ന ഗുണം കൃഷിക്കാർക്കാണെന്നപോലെ ജന്മിക്കും വേണം. ഒഴിപ്പിക്കൽ തടയുന്നതിന്റെ ദോഷം ജന്മിക്കെന്നപോലെ കൃഷിക്കാരനുമുണ്ടാകേണ്ടതുണ്ട്. ഭൂപരിധി നിശ്ചയിച്ച് മിച്ചഭൂമി ഏറ്റെടുക്കുമ്പോൾ വൻകിട ഭൂവുടമയുടേതിൽനിന്ന് എന്നപോലെ രണ്ടുമൂന്ന് സെന്റ് മാത്രമുള്ളവരെയും ഒഴിവാക്കരുത്. മിച്ചഭൂമി വിതരണം ചെയ്യുമ്പോൾ ഭൂരഹിതർക്കുമാത്രം കൊടുത്താൽ പോരെന്നും വൻകിടക്കാരെയും പരിഗണിക്കണമെന്നുമുള്ള ആവശ്യത്തെ ഇ എം എസ് തുറന്നുകാട്ടുകയുണ്ടായി. ഭൂമി ദേവസ്വത്തിന്റെയോ ജന്മിയുടെയോ അല്ല, കർഷകന്റേതാണ്. ജന്മിതാല്പര്യം സംരക്ഷിക്കാനാഗ്രഹിക്കുന്ന നമ്പൂതിരിമാർ യോഗക്ഷേമസഭയെ അതിനുള്ള ഉപകരണമാക്കാൻ ശ്രമിക്കുകയല്ല വേണ്ടത്. മറിച്ച് ഒരു ജന്മിസഭയുണ്ടാക്കി പ്രവർത്തിക്കുകയാണ് ചെയ്യേണ്ടത് എന്ന ധീരമായ പ്രഖ്യാപനത്തിന്റെ അനുബന്ധമായിരുന്നു 1963 ഒക്ടോബർ മുപ്പതിന്റെ പ്രസംഗം. സുപ്രസിദ്ധമായ ഓങ്ങല്ലൂർ പ്രഭാഷണത്തിലാകട്ടെ സ്വസമുദായത്തിൽ രൂപപ്പെട്ട വ്യത്യസ്ത ധാരകൾ തമ്മിൽ നടന്ന സംഘർ

ഷങ്ങളുടെ സൂചനകളായിരുന്നു. വിവാഹം കഴിച്ചോ കഴിക്കാതെയോ പണിക്കു പോയും പണി കിട്ടിയില്ലെങ്കിൽ തെണ്ടിയും അന്യസമുദായങ്ങളിലെ മുതിർന്ന സ്ത്രീപുരുഷന്മാർ ഏറ്റവും ദയനീയമായ രീതിയിൽ നാളുകൾ കഴിക്കുന്നതെന്തുകൊണ്ട്? ബ്രാഹ്മണ്യം നമ്മിൽ ഇഴുകിപ്പിടിച്ചിട്ടുള്ളതിനാൽ. നമ്മുടെ അമ്മ പെങ്ങന്മാർ സപത്നികളായും വിധവകളായും നരകിക്കുന്നതെന്തുകൊണ്ട്? നമ്മുടെ സഹോദരിമാർക്കും മരുമക്കൾക്കും മക്കൾക്കും ഇഷ്ടമുള്ളപ്പോൾ ഇഷ്ടമുള്ള വരന്മാരെ സ്വീകരിക്കാനും ഇഷ്ടമില്ലെങ്കിൽ വിവാഹം ചെയ്യാതിരിക്കാനും കഴിയാത്തതെന്തുകൊണ്ട്?- തുടങ്ങിയ പ്രശ്നങ്ങളെല്ലാം ഉന്നയിച്ചു ഇ എം എസ് അന്നവിടെ. 'നമ്പൂതിരിയെ മനുഷ്യനാക്കാൻ' ആഹ്വാനം ചെയ്ത ഓങ്ങല്ലൂർ പ്രഭാഷണത്തിന്റെ മുഖ്യ ബലഹീനത തിരുത്തി അദ്ദേഹം നടത്തിയ നവീകരണം ഉജ്ജ്വല മുഴക്കമായിരുന്നു. നമ്പൂതിരിതൊട്ട് കീഴോട്ടുള്ള ജാതികളും മുസ്ലീമും ക്രിസ്ത്യാനിയുമടക്കമുള്ള മതവിഭാഗങ്ങളും വെവ്വേറെനിന്ന് തന്താങ്ങളുടെ പ്രശ്നങ്ങൾ പരിഹരിക്കുകയെന്ന കാഴ്ചപ്പാടോടെയായിരുന്നു ഓങ്ങല്ലൂർ പ്രസംഗം. അതിന്റെ കാലം കഴിഞ്ഞെന്നും ജാതിക്കും മതവിഭജനത്തിനും പകരം തൊഴിലാളി- കർഷകാദിവർഗ്ഗങ്ങളെ ആസ്പദമാക്കിയുള്ള സാമൂഹ്യ-രാഷ്ട്രീയ പ്രസ്ഥാനങ്ങൾക്ക് മുൻകൈ ലഭിക്കാൻ തുടങ്ങിയിരിക്കുന്നു. മനുഷ്യനാകാൻ കൊതിക്കുന്ന നമ്പൂതിരി ആശ്രയിക്കേണ്ടത് ജാതിസംഘടനകളെയല്ല, ജാതിവിരുദ്ധവും മതനിരപേക്ഷവുമായ ബഹുജന സംഘടനകളെയാണ് എന്ന സത്യം പുറത്തുകൊണ്ടുവരികയായിരുന്നു ഓങ്ങല്ലൂർ പ്രഭാഷണത്തിനു ശേഷമുണ്ടായ സംഭവവികാസങ്ങൾ ഇ എം എസിനെ സംബന്ധിച്ച്.

മലയാളിയുടെ ജീവിതത്തെയും ചലനങ്ങളെയും സൈദ്ധാന്തികമായി സ്ഥാനപ്പെടുത്താനുള്ള ആദ്യ പരിശ്രമങ്ങളിലൊന്ന് ഇ എം എസിന്റേതായിരുന്നു. ജീവിക്കുക മാത്രം ചെയ്ത ജനതതിയെ നിയതമായ സാമൂഹ്യ ശാസ്ത്രത്തിന്റെ വെളിച്ചത്തിൽ കൊണ്ടുവന്നത് അദ്ദേഹത്തിന്റെ ധൈഷണിക സംഭാവനയിൽ പ്രധാനമാണ്. മാർക്സും എംഗൽസും ലോകചരിത്രത്തിലേക്ക് നടത്തിയ ഇടപെടലുകൾ ഇ എം എസ് മലയാളിയുടെ ജീവിതത്തെ മാറ്റിത്തീർക്കാനുതകുംവിധത്തിൽ വ്യാഖ്യാനിച്ചു. മാർക്സിന്റെയും എംഗൽസിന്റെയും സംഭാവനകളെ ലെനിൻ ഏറ്റവും ചുരുക്കി വിശദീകരിച്ചത് ശ്രദ്ധേയമാണ്. തങ്ങളെക്കുറിച്ചറിയാനും സ്വയം ബോദ്ധ്യം വളർത്താനും തൊഴിലാളി വർഗ്ഗത്തെ പഠിപ്പിച്ച അവർ സ്വപ്നങ്ങൾക്കു പകരം ശാസ്ത്രം മുന്നോട്ടുവെച്ചുവെന്ന നിലയിലാണത്.

ഈയൊരു ചരിത്രദൗത്യവും ശാസ്ത്രബോദ്ധ്യവും വർഗ്ഗരീതികളും അനുഭവമാതൃകകൾ മുന്നിലില്ലാതെ കേരള ചരിത്രത്തിൽ മുന്നോട്ടുവെച്ചുവെന്നതാണ് ഇ എം എസിന്റെ പ്രത്യേകത. മലബാർ കലാപത്തെ വിശേഷിപ്പിക്കാനുപയോഗിച്ച *ആഹ്വാനവും താക്കീതും* സമാനതകളില്ലാത്ത ദീർഘവീക്ഷണത്തിന്റെ ലിഖിതസാക്ഷ്യമാവുന്നു. ശാസ്ത്രീയാന്വേ

ഷണങ്ങളുടെ മേഖലയിൽ ഗൗരവ പഠനങ്ങൾ വേണ്ടത്ര പുറത്തുവരാത്ത ഘട്ടത്തിലായിരുന്നു ആ ഇടപപെടലുകൾ. കലാപത്തിന്റെ പ്രധാന്യം വിലയിരുത്തിക്കൊണ്ടുള്ള ആദ്യ പരിശ്രമങ്ങളിലൊന്നായി അത്. 1943 ൽ പുറത്തുവന്ന ഇ എം എസിന്റെ *മലബാറിലെ കർഷക പ്രസ്ഥാനത്തിന്റെ ചരിത്രം* എന്ന ലഘു കൃതിയുടെ പ്രധാന്യം രീതിശാസ്ത്രപരമായ വിച്ഛേദം കുറിച്ചുവെന്നതാണ്.

മലബാർ കലാപം മുൻനിർത്തിയുള്ള *ആഹ്വാനവും താക്കീതും* എഴുതുംമുമ്പ് ഇ എം എസ് കുട്ടികൃഷ്ണമേനോൻ കമ്മിറ്റിക്ക് സമർപ്പിച്ച ഭിന്നാഭിപ്രായ കുറിപ്പും പഠനാർഹമാണ്. സാഹിത്യത്തിലെ വർഗ്ഗസമരത്തിന്റെ സൂചനകൾ ഉറപ്പിച്ച് നടത്തിയ ആദ്യ ഇടപെടലുകൾ നിരന്തരം നവീകരണങ്ങൾക്ക് വിധേയമായതായി കാണാം. തൊഴിലാളി വർഗ്ഗ സൗന്ദര്യശാസ്ത്രത്തിന്റെ സമീപന രീതികൾ ഉറപ്പിക്കുന്നതിൽ അവ വഹിച്ച പങ്ക് സമാനതകളില്ലാത്തതാണ്. കാഴ്ചപ്പാടിലും മുദ്രാവാക്യങ്ങളിലും വരുത്തുന്ന രൂപമാറ്റങ്ങൾ വിശദീകരിക്കുമ്പോൾ അവയെല്ലാം 'തെറ്റുതിരുത്തലുകൾ' മാത്രമായി സ്വീകരിക്കപ്പെട്ടത് വിസ്മരിച്ചുകൊണ്ടല്ല ഇങ്ങനെ പറയുന്നതും.

നിലനിന്ന രാഷ്ട്രീയ ധാരയിൽനിന്ന് വ്യത്യസ്തമായി തൊള്ളായിരത്തി മുപ്പതുകൾ ശക്തമായ സമാന്തര കാഴ്ചപ്പാടുകൾക്കും മുന്നേറ്റങ്ങൾക്കും കരുത്തേകി. തെളിമയാർന്ന സൈദ്ധാന്തിക വിചാരങ്ങൾക്കും അത് പിൻബലമായി. മലബാർ കുടിയായ്മാ നിയമത്തിൽ വരുത്തേണ്ട ഭേദഗതികൾ പരിശോധിച്ച് റിപ്പോർട്ട് സമർപ്പിക്കുന്നതിന് മദിരാശി ഗവൺമെന്റ് നിയമിച്ച കുട്ടികൃഷ്ണമേനോൻ കമ്മിറ്റിക്ക് ഇ എം എസ് നല്കിയ ഭിന്നാഭിപ്രായക്കുറിപ്പ് ഇത്തരത്തിലാണ് പരിശോധിക്കേണ്ടത്.

1921 ലെ മലബാർ കലാപത്തിന്റെ പ്രേരകശക്തികളിൽ പ്രധാനം കുടിയാൻ പ്രക്ഷോഭമായിരുന്നു. അതിന്റെ ഉയർന്നതും വേറൊരർത്ഥത്തിൽ നിഷേധവുമായ കുടിയാൻ പ്രക്ഷോഭത്തിന്റെ രണ്ടാം ഘട്ടമാണ് 1936 ലെ കർഷകസംഘ രൂപീകരണത്തോടെ ആരംഭിച്ചത്. 1920 കളിലെ കുടിയാൻ പ്രസ്ഥാനം മൊത്തം കുടിയാന്മാരുടെ പേരിൽ സംഘടിപ്പിക്കപ്പെട്ടതായിരുന്നെങ്കിലും, അത് അവരിൽ ഒരു ചെറു ന്യൂനപക്ഷത്തെ മാത്രമേ പ്രതിനിധീകരിച്ചുള്ളൂ. യഥാർത്ഥ കുടിയാന്മാരായിരുന്ന വെറുംപാട്ടക്കാർക്കും ജന്മിമാർക്കുമിടയിലായിരുന്ന കാണക്കുടിയാന്മാരുടെ അവകാശങ്ങൾക്ക് വേണ്ടിയാണ് 1920 കളിലെ പ്രസ്ഥാനം ശബ്ദമുയർത്തിയത്. കാണക്കുടിയാന്മാർക്ക് ജന്മികളിൽനിന്ന് അനുഭവിക്കേണ്ടിവന്ന കഷ്ടപ്പാടുകളല്ലാതെ ബഹുഭൂരിപക്ഷം വരുന്ന വെറുംപാട്ടക്കാരുടെ ദുരിതങ്ങൾ അന്നത്തെ കുടിയാൻ പ്രസ്ഥാനത്തിന്റെ മുന്നിൽ വന്നില്ല.

വെറുംപാട്ടക്കാരായ ബഹുഭൂരിപക്ഷം കൃഷിക്കാരുടെ പ്രശ്നങ്ങൾ ആദ്യം ഉയർത്തിയത് കോൺഗ്രസ് സോഷ്യലിസ്റ്റ് പാർട്ടി. പിന്നെ അതിന്റെ നേതൃത്വത്തിൽ വന്ന കർഷകസംഘം. കാണക്കുടിയാന്മാരുടെ

ലക്ഷ്യങ്ങൾ ഉയർത്തിപ്പിടിച്ച ആദ്യത്തെ കുടിയാൻ പ്രസ്ഥാനത്തിന് ജന്മി മേധാവിത്വത്തിനെതിരെ രൂക്ഷമായ രാഷ്ട്രീയാക്രമണങ്ങൾ നടത്തേണ്ടിയുംവന്നു. അതിനാൽ കുടിയാൻ മുന്നേറ്റത്തെ ഭൂപരിഷ്കരണത്തിന്റെയും കുടിയാൻ പ്രശ്നത്തിന്റെയും ആദ്യ ചുവടുവെപ്പാണെന്ന് സ്ഥാനപ്പെടുത്താം.

കുടിയാൻ സംഘത്തിന്റെ നേതാക്കൾ ആവശ്യപ്പെട്ടതും പിന്നീട് നിയമവുമായ 1931 ലെ കുടിയാൻ നിയമ പരിഷ്കാരങ്ങളുടെ ഫലം കാണക്കാരുടെ രക്ഷയായിരുന്നു. കാണക്കാരെ ഒഴിപ്പിക്കുന്നത് തടയുക, പൊളിച്ചെഴുത്ത് സംഖ്യ നിജപ്പെടുത്തുക തുടങ്ങിയവയിലൂന്നിയ നിയമത്തിന്റെ ആനുകൂല്യം കാണക്കുടിയാന്മാർക്കായിരുന്നു. വെറുംപാട്ടക്കാരുടെ രക്ഷയെക്കുറിച്ച് നിശ്ശബ്ദമായിരുന്നുവെന്നർത്ഥം. ഈ യാഥാർത്ഥ്യത്തിന്റെ തിരിച്ചറിവാണ് കർഷകസംഘത്തിന്റെ മുദ്രാവാക്യങ്ങൾ. കൃഷിഭൂമി ഇല്ലെങ്കിലും ജന്മിയുടെയോ കാണക്കുടിയാന്റെയോ കീഴിൽ കുടിയിരുപ്പ് കൈവശം വെച്ച് ജീവിക്കുന്ന ദരിദ്രരെയും ഒഴിപ്പിക്കാതിരിക്കുക, അവരെ സംബന്ധിച്ചും പാട്ടത്തോത് ക്രമീകരിക്കുക മുതലായ ആവശ്യങ്ങൾ അതിൽ സ്ഥാനം പിടിച്ചു.

കർഷകസംഘം രൂപീകരണം വെറുംപാട്ടക്കാരടക്കം കൃഷി ചെയ്യുന്ന എല്ലാവർക്കും, ഭൂരഹിതമായ ഗ്രാമീണ ദരിദ്രർക്കും രക്ഷ കിട്ടണമെന്ന ആവശ്യത്തിലൂന്നി പ്രക്ഷോഭ പരമ്പരകൾക്ക് ഇന്ധനമായി. കർഷകസംഘം പ്രവർത്തകർ സംഘടനാപരമായി കോൺഗ്രസിനകത്തുതന്നെയായിരുന്നതിനാൽ, പ്രചാരണങ്ങളുടെ അല അവിടെയും പ്രതിദ്ധ്വനിച്ചു. ഇതിനാലാണ് 1937 ലെ മദിരാശി നിയമസഭാ തിരഞ്ഞെടുപ്പിൽ പ്രശ്നം ഉയർന്നുവന്നത്. കോൺഗ്രസ് ഗവൺമെന്റ് അധികാരത്തിലേറിയപ്പോൾ അത് സജീവമായി. കോൺഗ്രസ് സോഷ്യലിസ്റ്റുകാരുടെ നേതൃത്വത്തിലായ കെ പി സി സിയും കുടിയാൻ പരിഷ്കാരത്തിനായി ശബ്ദമുയർത്തി. ഈ ചലനങ്ങളെല്ലാം കുട്ടികൃഷ്ണമേനോൻ അദ്ധ്യക്ഷനായി കമ്മിറ്റി രൂപീകരിക്കുന്നതിലേക്കാണ് ഗവൺമെന്റിനെ നയിച്ചത്. കമ്മിറ്റിയിലെ 19 അംഗങ്ങളിൽ കാണക്കുടിയാന്മാരെ പ്രതിനിധീകരിച്ച് 12 പേരും ജന്മി പ്രതിനിധികൾ നാലുപേരും. കെ പി സി സി പ്രസിഡന്റ് മുഹമ്മദ് അബ്ദുറഹിമാൻ, ഇ കണ്ണൻ, ഇ എം എസ് എന്നീ മൂന്ന് കർഷകസംഘം പ്രതിനിധികൾ. റിപ്പോർട്ട് ഏകകണ്ഠമായിരുന്നില്ല. ജന്മി പ്രതിനിധിയായ ആർ എം പാലാട്ട് അടക്കം ഭൂരിപക്ഷം അംഗങ്ങൾ ഒരു വശത്തും ഇ എം എസ് അടക്കമുള്ള മൂന്ന് ഇടതുപക്ഷ കോൺഗ്രസ് എം എൽ എമാർ മറുവശത്തുമായി. അഭിപ്രായഭേദങ്ങളോടെ ഭൂരിപക്ഷ—ന്യൂനപക്ഷ റിപ്പോർട്ടുകൾ തയ്യാറാക്കിക്കൊണ്ടാണ് കമ്മിറ്റി പ്രവർത്തനമവസാനിപ്പിച്ചത്. കോഴിപ്പുറത്ത് മാധവമേനോനടക്കം കമ്മിറ്റിയിലെ മിക്ക കോൺഗ്രസ് അംഗങ്ങളും ജന്മിപ്രതിനിധികൾക്കൊപ്പമായിരുന്നു.

കാണക്കുടിയാന്മാരുടെ താല്പര്യ സംരക്ഷണത്തിനായി പ്രവർത്തിച്ച 'മലബാർ കുടിയാൻ സംഘം' കുടിയാൻ നിയമം പ്രാബല്യത്തിൽ

വന്നതോടെ ഇല്ലാതായി. കാണക്കാരുടെ ആവശ്യങ്ങൾ സാധിച്ചുകിട്ടി യെങ്കിലും വെറുംപാട്ടക്കാരന്റെയും ദരിദ്ര കർഷകരുടെയും പ്രശ്നങ്ങൾ പരിഹാരമാവാതെ കിടന്നു. ഇക്കാര്യങ്ങൾ ഉയർത്തിപ്പിടിക്കുന്ന പുതിയ രാഷ്ട്രീയ ധാരയാണ് ഇ എം എസിന്റെ ഭിന്നാഭിപ്രായ കുറിപ്പിന്റെ പ്രചോ ദനം. അദ്ദേഹത്തിന്റെ വ്യക്തിപരമായ വളർച്ചയും ഒരു ദശാബ്ദത്തിനു ള്ളിലെ രാഷ്ട്രീയ മാറ്റത്തിന്റെ കൂടി നിദർശനമാകയാൽ അതും നിസ്സാ രമല്ല. 1928 ൽ പയ്യന്നൂർ കോൺഗ്രസ് സമ്മേളനത്തിൽ കുടിയാന്മാരെ തുണയ്ക്കുന്ന പ്രമേയം വോട്ടിനിട്ടപ്പോൾ ഇ എം എസ് ജന്മിപക്ഷത്താ യിരുന്നു. ആ സമ്മേളനത്തിൽനിന്ന് കുട്ടികൃഷ്ണമേനോൻ കമ്മിറ്റിയി ലേക്കുള്ള കാലയളവും രാഷ്ട്രീയ മുന്നേറ്റങ്ങളുടെ അനുഭവവും കാഴ് ചപ്പാടിൽ വൻ മാറ്റമാണ് വരുത്തിയത്. താനും കമ്മിറ്റിയിലെ സഹപ്രവർ ത്തകരും തമ്മിൽ വലിയ വിയോജിപ്പുകൾ ഉള്ളതിനാലാണ് ഭിന്നാഭിപ്രായം രേഖപ്പെടുത്തേണ്ടി വന്നതെന്ന മുഖവുരയോടെയാണ് ഇ എം എസ് തുടങ്ങുന്നത്. ഭിന്നാഭിപ്രായം മുന്നോട്ട് വെക്കുന്നില്ലെങ്കിൽ അത് പൊതു ജനങ്ങളോടുള്ള നിരുത്തരവാദ സമീപനമായിരിക്കുമെന്നും പറഞ്ഞു. ഭൂരി പക്ഷ റിപ്പോർട്ടിന്റെ അടിസ്ഥാന വൈകല്യത്തെ "....അടിയന്തര പ്രാധാ ന്യമുള്ള കാര്യങ്ങളിൽ ഒതുങ്ങിനില്ക്കുകയും കുടിയാന്മാരുടെ അടി സ്ഥാന പ്രശ്നങ്ങളിൽനിന്ന് ഒഴിഞ്ഞുമാറുകയുമാണ് എന്റെ സഹപ്രവർ ത്തകർ ചെയ്തിട്ടുള്ളത്. ജന്മിത്തം ഏതെങ്കിലും വിധത്തിൽ ഉപകാ രപ്രദമായ സാമൂഹ്യ കടമ നിർവ്വഹിക്കുന്ന സ്ഥാപനമാണോ അതോ സ്വതവേ പരോപജീവി സ്വഭാവമുള്ളതാണോ, അത് തുടർന്നുപോവുന്നത് സമുദായത്തിന് പൊതുവിൽ ആവശ്യമാണോ, നഷ്ടപരിഹാരം കൊടുത്തോ അല്ലാതെയോ അവസാനിപ്പിക്കേണ്ടത് ആവശ്യമാണോ തു ടങ്ങിയ അടിസ്ഥാന പ്രശ്നങ്ങൾ ഒഴിവാക്കപ്പെട്ടിരിക്കയാണ്...'' എന്ന നി ലയിലാണ് ഇ എം എസ് നിരീക്ഷിച്ചത്. ജന്മിത്വം നിലനിൽക്കുന്നു വെന്നത് യാഥാർത്ഥ്യമാണെന്നും അതിന്റെ 'ഔദാര്യം' അനുവദിക്കുന്ന നിയമനിർമ്മാണമാണ് ആവശ്യം എന്ന സമീപനമാണ് പ്രായോഗിക രാ ഷ്ട്രീയമെന്നുമുള്ള അടിസ്ഥാനത്തിലാണ് ഭൂരിപക്ഷ റിപ്പോർട്ടിന്റെ തു ടക്കം. ഇതിന്റെ ചുവടുപിടിച്ച് യഥാർത്ഥ പ്രശ്നങ്ങളിൽ ശ്രദ്ധയൂന്നാ തെയുള്ള സമീപനമായിരുന്നു അവരുടേത്.

പുതിയ സാമൂഹ്യശക്തികളുടെ മുന്നേറ്റത്തിനിടയിൽ അടിയിളകുന്ന സാമൂഹ്യക്രമങ്ങളും സ്ഥാപനങ്ങളും മറ്റ് അടിസ്ഥാന പ്രശ്നങ്ങളും ഗൗ രവത്തോടെ പരിശോധിക്കാതെ നിഗമനങ്ങളിലെത്തുന്നത്, സാമൂഹ്യ ബാ ദ്ധ്യതകളുടേതായ സങ്കീർണ്ണതകൾ വർദ്ധിപ്പിക്കാനേ സഹായകമാവൂ എന്ന കാഴ്ചപ്പാടോടെ, കുടിയാൻ നിയമനിർമ്മാണത്തിനുള്ള നിർ ദ്ദേശങ്ങളുടെ അടിത്തറയാകേണ്ട അഞ്ച് പ്രധാന പ്രശ്നങ്ങൾ ഇ എം എസ് മുന്നോട്ടുവെച്ചു. ബ്രിട്ടീഷുകാർ മലബാർ കൈവശപ്പെടുത്തുംമു മ്പ് ഇന്നത്തെ രീതിയിലുള്ള ജന്മിമാർ ഉണ്ടായിരുന്നോ? ഒന്നാം ചോദ്യ ത്തിനുള്ള ഉത്തരം നിഷേധ രൂപത്തിലാണെങ്കിൽ മലബാറിൽ ബ്രിട്ടീ

ഷുകാരുടെ വരവിനുശേഷമുണ്ടായ സാമൂഹ്യ- സാമ്പത്തിക പരിവർത്തനങ്ങൾ ഇന്നത്തെ രൂപത്തിലുള്ള ജന്മിത്ത്വത്തിന്റെ സൃഷ്ടിയെ ന്യായീകരിക്കുന്നുണ്ടോ? മറിച്ചാണ് ഉത്തരമെങ്കിൽ ജന്മിത്തം ഇല്ലായ്മ ചെയ്യുന്നതിനെ അത് ന്യായീകരിക്കുന്നുണ്ടോ? ഒരു സ്ഥാപനം എന്ന നിലയിൽ ജന്മിത്തത്തിന്റെ നിലനില്പ് (അതിനെ ദുരുപയോഗപ്പെടുത്തുന്നതിനു പുറമെ) റിപ്പോർട്ടിന്റെ നാലാമദ്ധ്യായത്തിൽ വിവരിച്ചിട്ടുള്ളതുപോലെ മലബാറിലെ ജനങ്ങളുടെ ദുരിതങ്ങൾക്ക് എത്രത്തോളം വഴിവെയ്ക്കുന്നുണ്ട്? സാമൂഹ്യ പുരോഗതിയുടെ ആവശ്യങ്ങൾ കണക്കിലെടുക്കുമ്പോൾ ഒരു വ്യവസ്ഥയെന്ന നിലയ്ക്ക് ജന്മിത്തം ഏതെങ്കിലും രൂപത്തിൽ തുടരാൻ അനുവദിക്കപ്പെടേണ്ടതാണോ? മലബാറിലെ കാർഷിക സമ്പദ്‌വ്യവസ്ഥയുടെ അടിസ്ഥാന സ്വഭാവം എന്തായിരിക്കണം—എന്നിങ്ങനെ.

ഭൂരിപക്ഷ റിപ്പോർട്ടിന് വ്യക്തമായ വീക്ഷണഗതി കൈമോശം വന്നതായും തെളിവുകളെയും വസ്തുതകളെയും വേണ്ടവിധത്തിൽ ആശ്രയിക്കാതിരിക്കുന്നതായും ഇ എം എസ് പറഞ്ഞു. കുടിയായ്മയെക്കുറിച്ചുള്ള പഠനങ്ങളിൽ വില്യംലോഗൻ, ചാൾസ് ടേണർ തുടങ്ങിയവരുടെ സംഭാവനകൾ ആശ്രയിച്ചാണ് അദ്ദേഹം നിഗമനങ്ങളിലെത്തിയത്. ജന്മിയും കുടിയാനും തമ്മിലുള്ള ബന്ധം ലിഖിത രേഖകളിൽ തിരയുന്നതിലെ അസാംഗത്യം ഇ എം എസ് ചൂണ്ടിക്കാണിച്ചു. "മുസ്ലീം ആക്രമണത്തിനും ബ്രിട്ടീഷ് ആധിപത്യത്തിനും മുമ്പ് നിലനിന്ന നിയമത്തെ ഒറ്റവാക്കിൽ നിർവ്വചിക്കുകയാണെങ്കിൽ അത് നിസ്സംശയമായും 'നാട്ടുനടപ്പ്' എന്ന വാക്കായിരിക്കും" എന്ന ലോഗന്റെ അഭിപ്രായം ഉദ്ധരിച്ചാണത്. മദ്ധ്യകാല സമൂഹത്തിലെ സാമൂഹ്യബന്ധങ്ങളെ നിയന്ത്രിക്കുന്നതിൽ അതിന് വഹിക്കാൻ കഴിയുന്ന പങ്കും വ്യക്തമാക്കപ്പെട്ടിരുന്നുവെന്നും അത് സാധാരണ കാര്യമായി സാർവ്വത്രികമായി അംഗീകരിക്കപ്പെട്ടിരുന്നുവെന്നതുമാണ് യാഥാർത്ഥ്യം. അതിനാൽ എഴുതപ്പെട്ട ഏതെങ്കിലും രേഖയല്ല, ആചാരത്തെയാണ് ആശ്രയിക്കേണ്ടിയിരിക്കുന്നത് എന്ന് സൂചിപ്പിച്ച ഇ എം എസ് എഴുതി: "... ജന്മം സ്വത്തുക്കളിലുള്ള തങ്ങളുടെ അവകാശം കാണിക്കുന്ന രേഖകൾ ഹാജരാക്കാൻ ജന്മിമാർക്ക് കഴിയുകയില്ല എന്നതുണ്ട്. ആദ്യകാലങ്ങളിൽ അവർക്ക് ഒരു തരത്തിലുള്ള അവകാശങ്ങളുമുണ്ടായിരുന്നില്ലെന്ന് വാദിക്കുന്നത് പാട്ടത്തിന് നല്കപ്പെട്ട ഭൂമി സ്ഥിരമായി തടസ്സം കൂടാതെയും അനുഭവിക്കുന്നതിനുള്ള പാട്ടക്കാരന്റെ അവകാശങ്ങൾ ആധാരങ്ങളിൽ കാണിച്ചിരുന്നില്ല എന്നതുകൊണ്ട്, ജന്മിക്ക് ഇഷ്ടാനുസരണം കുടിയൊഴിപ്പിക്കാൻ കഴിയുമെന്ന് വാദിക്കുന്നതുപോലെ അസംബന്ധമാണ്....'' ഒരു പരമ്പരാഗത സമൂഹത്തിൽ ആചാരങ്ങളും മാമൂലുകളും 'നാട്ടുനടപ്പായി' അറിയപ്പെടുന്ന വ്യവഹാരങ്ങളും എങ്ങനെ പ്രവർത്തിക്കുന്നുവെന്നും അത് സാമൂഹ്യബന്ധങ്ങളിൽ ചെലുത്തുന്ന സ്വാധീനമെന്തെന്നും വ്യക്തമാക്കുന്ന ഉൾക്കാഴ്ച അദ്ദേഹം പുലർത്തി.

ബ്രിട്ടീഷുകാർ പറയുംപോലെ മലബാറിലെ ജന്മിത്തത്തിന് സ്വേ

ച്ഛാപരമായി കുടിയൊഴിപ്പിക്കാനോ ഇഷ്ടപ്രകാരം പാട്ടം വർദ്ധിപ്പിക്കാനോ അവകാശമുണ്ടായിരുന്നില്ലെന്ന് ചാൾസ് ടേണറുടെ 'മലബാറിലെ നിയമത്തിന് കൈവശാധികാരം അജ്ഞമായിരുന്നെങ്കിലും ഒരതിർത്തിവരെ അത് നിലനിന്നിരുന്നു' എന്ന പരാമർശം ചൂണ്ടിക്കാണിച്ച് ഇ എം എസ് അടിവരയിട്ടു. താത്ത്വിക സമീപനം എന്തായാലും പ്രയോഗത്തിൽ കുടിയൊഴിപ്പിക്കൽ അങ്ങേയറ്റം സാധാരണമായിരുന്നു. പ്രാചീനാചാരം സൂചിപ്പിക്കുന്ന ജന്മം ബ്രിട്ടീഷ് അധികൃതർ നിർവ്വചിക്കുന്ന 'ജന്മ'ത്തിൽനിന്ന് വ്യത്യസ്തമാണെന്ന നിഗമനത്തിലേക്കാണ് ഈ നിരീക്ഷണങ്ങൾ നയിക്കുന്നത്. പരമ്പരാഗത സമൂഹത്തിൽനിന്ന് വികസിക്കുമ്പോൾ സാമൂഹ്യ സ്ഥാപനങ്ങളും പുതിയ രൂപം കൈക്കൊള്ളും. ഏത് രൂപത്തിലായിരുന്നാലും ഇത് വഹിക്കുന്ന ചൂഷണാത്മക സവിശേഷ സ്ഥിതിയെക്കുറിച്ച് ഭിന്നാഭിപ്രായക്കുറിപ്പ് ശക്തമായ സൂചനകൾ നല്കി. പരമ്പരാഗത സമൂഹത്തിൽ ബ്രിട്ടീഷ് ഭരണം വരുത്തിയ ചലനങ്ങളും ചെറുതായി വിശദമാക്കപ്പെട്ടു.

ഫ്യൂഡൽ സമുദായത്തെയും മദ്ധ്യകാല സംസ്കാരത്തെയുംകാൾ ഉയർന്ന മുതലാളിത്തത്തിന്റെയും ആധുനിക സംസ്കാരത്തിന്റെയും മുന്നേറ്റത്തിനിടയിൽ പരമ്പരാഗത മൂല്യങ്ങൾപോലും ശിഥിലമായി. ഇങ്ങനെ ബ്രിട്ടീഷ് ഭരണം കുടിയായ്മയിൽ വരുത്തിയ ദിമുഖമായ പരിവർത്തനത്തെക്കുറിച്ചും ഇ എം എസ് സൂചിപ്പിച്ചു.

1. ജന്മി കൈവശം വെച്ചുകൊണ്ടിരുന്ന സാമൂഹ്യവും സാംസ്കാരികവും രാഷ്ട്രീയവുമായ ചില അധികാരങ്ങളെയും പ്രത്യേകാവകാശങ്ങളെയും അത് എടുത്തുകളഞ്ഞു.

2. അയാളുടെ കൈവശമുള്ള ഭൂസ്വത്തിന്റെ മേൽ അയാൾക്ക് പൂർണ്ണമായ അവകാശങ്ങൾ നല്കുകയുണ്ടായി. അതായത് പദവിയിൽ അധിഷ്ഠിതമായ ബന്ധമെന്ന നിലയ്ക്ക് കുടിയായ്മ പരിണമിക്കപ്പെട്ടു.

ഭൂമിയിന്മേലുള്ള തങ്ങളുടെ അവകാശത്തിന് ചരിത്രത്തിന്റെ അംഗീകാരം ലഭിച്ചിട്ടുള്ളതാണെന്ന് വാദിക്കുമ്പോൾ, ഈ അടിസ്ഥാന വസ്തുത വിസ്മരിക്കുകയാണ് വിവിധ താല്പര്യങ്ങൾക്കുവേണ്ടി വാദിക്കുന്നവരെന്നും റിപ്പോർട്ട് പറഞ്ഞു. സ്വത്തിന്റെ രൂപങ്ങളെപ്പറ്റിയും രൂപാന്തരങ്ങളെക്കുറിച്ചും നിശിതമായ ഉൾക്കാഴ്ചയുടെ നിഗമനങ്ങൾ ഇ എം എസ് മുന്നോട്ട് വെച്ചു. മറ്റേതൊരു സാമൂഹ്യസ്ഥാപനത്തെയുംപോലെ സ്വത്തവകാശ സങ്കല്പവും പരിവർത്തനോന്മുഖമാണ്. എംഗൽസിന്റെ പ്രസിദ്ധമായ കാഴ്ചപ്പാടുകൾ കേരള പശ്ചാത്തലത്തിൽ നിഴലിക്കുന്നതാണ് ഈ ഭാഗം. തന്റെ വാദഗതികൾ സമ്പുഷ്ടമാക്കാൻ ഇ എം എസ് ഉദ്ധരിക്കുന്നത് എഡ്വിൻ കാനന്റെ കൃതിയിൽനിന്നാണ്. ഭൂസ്വത്തിന്റെ സവിശേഷ സ്വഭാവത്തെക്കുറിച്ചും സ്വത്തുടമയുടെ സ്വഭാവ പരിവർത്തനത്തെക്കുറിച്ചും ഉദാഹരണങ്ങളും വിദഗ്ദ്ധാഭിപ്രായങ്ങളും ഉദ്ധരിച്ചുള്ള റിപ്പോർട്ടിലെ ഭാഗം പഠനാർഹവും. ഈ മാറ്റങ്ങളും ചലനങ്ങളുമെല്ലാം സൂചിപ്പിച്ചത്, കുടിയായ്മാ സമ്പ്രദായം നിശ്ചല പ്രതിഭാസമല്ലെന്നും

ചലനാത്മക സമൂഹത്തിലെ സജീവ സ്ഥാപനമാണ് എന്നുമാണ്. സാമൂഹ്യ പ്രതിഭാസങ്ങളെ അവയുടെ പശ്ചാത്തലവുമായി ബന്ധപ്പെടുത്തി പരിശോധിക്കുന്ന ഈ രീതി സാമൂഹ്യശാസ്ത്രപരമാണ്. നിയമപരവും ഔപചാരികവുമല്ല. മലബാറിലെ സമ്പദ്‌വ്യവസ്ഥയിൽ ബ്രിട്ടീഷ് ഭരണം വരുത്തിയ ഫലങ്ങൾ പരിശോധിക്കാനും ന്യൂനപക്ഷ റിപ്പോർട്ട് ശ്രമിച്ചു. ആധിപത്യത്തിന്റെ ഫലമായുണ്ടായ സാമൂഹ്യ-സാംസ്കാരിക പരിവർത്തനങ്ങൾ ജന്മിത്വത്തിന് കൃഷിഭൂമിയിന്മേൽ പൂർണ്ണവും നിയന്ത്രണാതീതവുമായ ആധിപത്യമാണ് കൊടുത്തത്. ബ്രിട്ടീഷ് ഭരണത്തിന്റെ ഫലം അതുമാത്രമായിരുന്നില്ല. അത്തരം കാര്യങ്ങൾകൂടി പരിശോധിക്കേണ്ടത് കുടിയായ്മയുടെ പ്രശ്നങ്ങൾ മനസ്സിലാക്കാൻ ആവശ്യമാണ്. കയറ്റുമതിയുടെയും ഇറക്കുമതിയുടെയും ബാഹുല്യവും വൈവിദ്ധ്യവും അവയുടേതായ സ്വാധീനം ചെലുത്തുകയുമുണ്ടായി.

ബ്രിട്ടീഷ് ഭരണത്തിന്റെ ദ്വന്ദ്വാത്മക ഫലത്തെക്കുറിച്ച് മാർക്സ് *ന്യൂയോർക്ക് ഡയലി ട്രിബ്യൂണിൽ* പറഞ്ഞ നിഷേധാത്മകവും രചനാത്മകവുമായ വശങ്ങൾ ഓർമ്മപ്പെടുത്തുംവിധം ഇ എം എസ് വിയോജനക്കുറിപ്പിലെഴുതി.

> ....ബ്രിട്ടീഷ് അധികാരം ജന്മിത്തത്തെ സാമൂഹ്യവും രാഷ്ട്രീയവും സാംസ്കാരികവുമായ മണ്ഡലങ്ങളിൽ നശിപ്പിച്ചപ്പോൾ നിയമപരമായ മണ്ഡലത്തിൽ (അത് നിലനില്ക്കാതിരുന്നിടത്ത്) സ്ഥാപിക്കുകയും (നിലനിന്നിരുന്നിടത്ത്) ശക്തിപ്പെടുത്തുകയും ചെയ്തു. ബ്രിട്ടീഷ് ഭരണ വ്യവസ്ഥ ദേശീയ ഭൂപ്രഭുത്വത്തിന്റെ രാഷ്ട്രീയാധികാരത്തെ നിഷ്കാസനം ചെയ്യുകയും പഴയ മദ്ധ്യകാല സംസ്കാരത്തിന്റെ സ്ഥാനത്ത് സ്വന്തം സംസ്കാരം സ്ഥാപിക്കുകയും ദേശീയ നാടുവാഴിത്തത്തെ, അതിന്റെ സാമ്പത്തിക മേധാവിത്തത്തിന് കീഴിലാക്കുകയും ചെയ്തപ്പോൾ സ്വാഭാവികമായി അതിനുതന്നെ പൂർണ്ണമായി ഇല്ലാതാക്കാൻ കഴിയുമായിരുന്ന ഭൂപ്രഭുക്കളെ ശക്തിപ്പെടുത്തുകയാണ് ചെയ്തത്.

ജന്മി-കുടിയാൻ ബന്ധത്തിലെ സാമ്പത്തിക ചൂഷണമാണ് കാതലായ പ്രശ്നമെന്ന് പറഞ്ഞ ഭിന്നാഭിപ്രായക്കുറിപ്പ് സമ്പദ് വ്യവസ്ഥയുടെ സ്വയം പരിഷ്കാരത്തിനും ആധുനികതയിലേക്കുള്ള വികാസത്തിനും ജന്മിത്തത്തിന്റെ നിലനിൽപ്പ് തടസ്സമാണെന്ന് കണ്ടെത്തി. ബൂർഷ്വാ രീതിയിലുള്ള സാമ്പത്തിക വികസനത്തിന് അതിന്റെ ഉന്മൂലനം അനുപേക്ഷണീയമാണെന്നതിനാലാണ് ഫ്രഞ്ച് വിപ്ലവവും മറ്റും ഈ കടമയിൽ ഊന്നിയത്.

അടിസ്ഥാന സമീപനത്തിന്റെ കാര്യത്തിൽ ഇരു ധ്രുവങ്ങളിൽനിന്ന ഭൂരിപക്ഷ—ന്യൂനപക്ഷ റിപ്പോർട്ടുകൾ തമ്മിൽ അഭിപ്രായവ്യത്യാസമുണ്ടായിരുന്ന പ്രശ്നങ്ങളിലൊന്ന് പാട്ടത്തോതായിരുന്നു. ഇടതുപക്ഷാംഗങ്ങൾ നിർദ്ദേശിച്ചതിനെ ജന്മി പ്രതിനിധിയടക്കം കമ്മിറ്റിയിലെ ഭൂരി

പക്ഷം എതിർത്തു. ഇടതുപക്ഷക്കാർ നിർദ്ദേശിക്കുന്ന പാട്ടത്തോത് നിശ്ചയിച്ചാൽ ജന്മിക്കോ ഇടക്കുടിയാനായ കാണക്കാരനോ അവർ മുടക്കിയ മുതലിന് ന്യായമായ ലാഭം കിട്ടുകയില്ലെന്നായിരുന്നു വാദം. അങ്ങനെ ജന്മിയിൽനിന്നും ഇടക്കുടിയാനിൽനിന്നും യഥാർത്ഥ കൃഷിക്കാരന് കിട്ടേണ്ട ആശ്വാസം നിഷേധിക്കുന്ന റിപ്പോർട്ടായി അത്. വെറുംപാട്ടക്കാരടക്കമുള്ള യഥാർത്ഥ കുടിയാന്മാർക്ക് ലഭ്യമാക്കേണ്ട അടിയന്തരാശ്വാസത്തിൽ മാത്രമല്ല ഭിന്നാഭിപ്രായക്കുറിപ്പ് ഊന്നിയത്. ജന്മിസമ്പ്രദായമാകെ പ്രതിഫലം കൂടാതെ അവസാനിപ്പിക്കണമെന്ന മൗലികമായ വിയോജിപ്പ് തന്നെയായി അത്. കുടിയായ്മ, ജന്മിത്തം, സ്വത്ത് എന്നിവയുടെ രൂപപരിണാമങ്ങൾ സംബന്ധിച്ച താത്ത്വിക പ്രശ്നങ്ങൾ ഭിന്നാഭിപ്രായക്കുറിപ്പ് ചർച്ച ചെയ്തു. യഥാർത്ഥ കൃഷിക്കാരുടെ ആശ്വാസത്തിന് മാത്രമല്ല, ജന്മിസമ്പ്രദായം തകർത്തെറിയേണ്ടതെന്നും സാമൂഹ്യസംവിധാനത്തിന്റെ വിവിധ തലങ്ങളിലുള്ള പുരോഗതിക്കും അത്യാവശ്യമാണ് എന്നും ഇ എം എസ് സ്ഥാപിച്ചു. അതിനാൽ മലബാറിലെ കാർഷികപ്രശ്നം സംബന്ധിച്ച ചർച്ചകൾക്ക് ഭിന്നാഭിപ്രായക്കുറിപ്പിലെ പല നിഗമനങ്ങളും വലിയ സംഭാവനയായി.

കുട്ടികൃഷ്ണമേനോൻ കമ്മിറ്റി റിപ്പോർട്ടിന് ഇ എം എസ് എഴുതിയ ഭിന്നാഭിപ്രായക്കുറിപ്പ് കേരളത്തിന്റെ സാമ്പത്തിക സംവിധാനത്തെ സംബന്ധിക്കുന്ന വിമർശനം എന്നപോലെ പുതിയ വീക്ഷണത്തിന്റെ തുടക്കം കൂടിയായിരുന്നു. നിരീക്ഷണങ്ങളും നിഗമനങ്ങളും എന്നപോലെ അതിന്റെ പൊതുദിശ ശാസ്ത്രീയ കാഴ്ചപ്പാടിന്റെ തുടക്കം കൂടിയാണ്. പ്രശ്നം അവതരിപ്പിക്കാനുപയോഗിച്ച ഭാഷയും പ്രധാനം. പുതിയ സംജ്ഞകളും പദാവലിയും അർത്ഥഗ്രാഹ്യത്തോടെ നില്ക്കുന്ന സാമ്പത്തിക വിമർശനരേഖ കൂടിയാണത്. മലബാറിലെ ജന്മിത്തത്തെക്കുറിച്ചുള്ള സമഗ്ര പഠനവും ഭൂപരിഷ്കരണത്തിനുള്ള നിർദ്ദേശങ്ങളും അടങ്ങിയ ഭിന്നാഭിപ്രായക്കുറിപ്പ് ഇ എം എസ് എഴുതിയ താത്ത്വികരേഖകളിൽ ആദ്യത്തേതും സുപ്രധാനവുമാണ്.

ശ്രദ്ധേയങ്ങളായ നിഗമനങ്ങൾക്ക് വഴിതുറന്ന അതിലെ നിർദ്ദേശങ്ങളിൽ പലതും പിന്നീട് കോൺഗ്രസിന് ഔദ്യോഗികമായി അംഗീകരിക്കേണ്ടി വന്നു. അങ്ങനെ അത് മലബാർ കുടിയായ്മ നിയമത്തിൽ ഉൾക്കൊള്ളിക്കുകയും ചെയ്തു.

കേരളത്തിലെ ജന്മിത്തത്തിന്റെ ചരിത്രസ്വഭാവം, നിലനില്പിന്റെ പഴയ പശ്ചാത്തലം, ബ്രിട്ടീഷ് അധികാരം വരുത്തിയ രൂപാന്തരങ്ങൾ, പുതിയ ഘടനയിൽ അതിന്റെ നിഷേധാത്മകത, കടമകളില്ലാതെ പ്രതിഫലം മാത്രം പറ്റി നിലനിർത്തുന്നതിന്റെ ദൂഷ്യങ്ങൾ, സമഗ്ര സാമൂഹ്യപുരോഗതിയിൽ അതിനെ ഉന്മൂലനം ചെയ്യേണ്ടതിന്റെ ആവശ്യകത—എന്നീ പ്രശ്നങ്ങളെല്ലാം സ്പർശിച്ച് ഇ എം എസ് നടത്തിയ നിരീക്ഷണങ്ങൾ അത്യന്തം ഗൗരവമാണ്.

കേരളത്തിലെ സാമ്രാജ്യത്വവിരുദ്ധ പോരാട്ടത്തിലും കർഷക ചെറു

ത്തുനില്പിലും രണോത്സുകമായ അദ്ധ്യായം രചിച്ച മലബാർ കലാപത്തെ കേന്ദ്രീകരിച്ച് നടന്ന വിവാദങ്ങൾ ഇനിയും കെട്ടടങ്ങിയിട്ടില്ല. മതപരമായ ലഹളയാണോ കാർഷിക മുന്നേറ്റമാണോ എന്ന നിലയിലാണ് ചർച്ചകൾ കുരുങ്ങിക്കിടക്കുന്നത്. വേണ്ടത്ര പഠനങ്ങൾ പുറത്തുവരാതിരുന്ന അവസ്ഥയിൽ അത് സ്പർശിച്ച് ഇ എം എസ് നടത്തിയ നിരീക്ഷണങ്ങൾ ശ്രദ്ധേയമായിരുന്നു. സെക്കുലർ ഗവേഷണത്തിന്റെയും ശാസ്ത്രീയ പഠനത്തിന്റെയും ദേശാഭിമാന വീക്ഷണത്തിന്റെയും വെളിച്ചത്തിലാണ് കലാപത്തിന്റെ പ്രധാന്യം വിലയിരുത്തിയത്. മലബാർ കലാപത്തെ ശാസ്ത്രീയമായി വിലയിരുത്താനുള്ള പ്രഥമ പരിശ്രമങ്ങളിലൊന്നായതിനാലാണ് 1943 ൽ പുറത്തുവന്ന *മലബാറിലെ കർഷക പ്രസ്ഥാനത്തിന്റെ ചരിത്രം* ഏറെ പ്രശസ്തമായത്. ഇന്ത്യൻ ജനതയുടെ സ്വാതന്ത്ര്യദാഹം, മുസ്ലീം സമുദായത്തിന്റെ വികാരമുൾക്കൊള്ളുന്ന ഖിലാഫത്ത് പ്രസ്ഥാനം, ഏറനാട്-വള്ളുവനാട് താലൂക്കുകളിലെ കുടിയാൻ പ്രസ്ഥാനം--എന്നിവ ചേർന്നുള്ള മുന്നേറ്റങ്ങളാണ് കലാപത്തിന്റെ പ്രേരകശക്തിയെന്ന് ചൂണ്ടിക്കാണിച്ചശേഷം തികച്ചും മതനിരപേക്ഷമായി തുടങ്ങിയ അത് മുസ്ലീം വർഗ്ഗീയതയുടെ രൂപം കൈക്കൊണ്ടുവെന്ന് ഇ എം എസ് ആ ലഘുഗ്രന്ഥത്തിൽ വിശദീകരിച്ചു.

1836 മുതൽ ബ്രിട്ടീഷ് നയത്തിനെതിരെ മാപ്പിള കർഷകർ അനുരഞ്ജനരഹിതമായി മുന്നോട്ടു വന്നിരുന്നു. ആ സമരപരമ്പരകളിൽ ശക്തിമത്തായതും നീണ്ടുനിന്നതുമായ പോരാട്ടമായിരുന്നു 1921ലേത്. 1836 നും 1919 നുമിടയിൽ 32 ചെറുകലാപങ്ങൾ. ഇവയിൽ 351 കലാപകാരികൾ മാത്രമായിരുന്നു രംഗത്ത്. ഇതിൽനിന്ന് വ്യത്യസ്തമായി വിപുലമായ കർഷക പിന്തുണയോടും വ്യാപ്തിയോടുമാണ് 1921 സാന്നിദ്ധ്യം തെളിയിച്ചത്.

കലാപത്തിന്റെ ചരിത്ര പ്രാധാന്യവും കാർഷിക ജനവിഭാഗങ്ങളുടെ വിപുലമായ പങ്കാളിത്തവും അതിന്റെ ഊർജ്ജമായ ധാരകളെയും ചുരുക്കിക്കെട്ടാൻ ബ്രിട്ടീഷ് ഭരണം ശ്രമിച്ചു. ഇങ്ങനെയാണ് ചില പൊലീസ് ചരിത്രകാരന്മാർ പരിശോധനയ്ക്ക് മുതിരുന്നത്. ജി ആർ എഫ് ടോട്ടൻഹാം, ആർ എച്ച് ഹിച്ച്കോക്ക് തുടങ്ങിയവരുടെ 'പഠന'ശ്രമങ്ങൾ ഈ വെളിച്ചത്തിലാണ് പരിശോധിക്കേണ്ടതും. പൊലീസ് ചരിത്രകാരന്മാർ കലാപത്തെ മാപ്പിളമാരുടെ വെറും മതഭ്രാന്തായി രേഖപ്പെടുത്തി.

ബ്രിട്ടീഷ് കാലഘട്ടത്തിൽ നടന്ന കാർഷികാസ്വാസ്ഥ്യങ്ങളുടെ പശ്ചാത്തലത്തിൽ പ്രശ്നത്തിലേക്കുള്ള എത്തിനോട്ടമെന്ന പേരിൽ കമീഷനുകൾ നിയമിക്കപ്പെട്ടു. ടി എൽ സ്ട്രെയ്ഞ്ച്, വില്യം ലോഗൻ, എച്ച് വി കൊണോലി എന്നിവരുടെ നേതൃത്വത്തിലായിരുന്നു അവ. കൊണോലി, സട്രെയ്ഞ്ച് എന്നിവരുടെ നിഗമനങ്ങൾ കാർഷികാസംതൃപ്തിയെ ശരിയായി നോക്കിക്കണ്ടില്ല.

അസംതൃപ്തിക്ക് കാരണം കൊളോണിയൽ കാർഷിക നയസമീപനമാണെന്ന് ലോഗൻ റിപ്പോർട്ടെഴുതി. നിലനിന്ന വീക്ഷണങ്ങളെ വെല്ലു

വിളിക്കുന്ന—കൊളോണിയൽ ഭരണപ്രതിനിധിയായിരുന്നിട്ടും—സമീപനമാണ് മുന്നോട്ട് വെച്ചത്. ബ്രിട്ടീഷ് ഭരണാധികാരികളിൽ പ്രമുഖനായ ലോഗൻ, ഗ്രാമീണ ദാരിദ്ര്യം മലബാറിലെ സാമൂഹ്യരംഗത്തുളവാക്കിയ സ്വാധീനം മനസ്സിലാക്കിയിരുന്നു. കാർഷിക ബന്ധങ്ങളുടെ അടിത്തറയിലും ഘടനയിലും മൗലിക മാറ്റത്തിന്റെ ആവശ്യകത ഊന്നിപ്പറയുന്നതായിരുന്നു റിപ്പോർട്ട്. കൂട്ടായ്മയുടെ ചരിത്രപരമായ വികാസത്തെക്കുറിച്ചുള്ള അദ്ദേഹത്തിന്റെ കാഴ്ചപ്പാടുകൾ ഇന്ത്യയിലെ ഭൂവുടമാ സമ്പ്രദായങ്ങളെയും കാർഷിക ബന്ധങ്ങളെയും സംബന്ധിച്ച പഠനങ്ങൾക്ക് ചിലരെങ്കിലും അടിസ്ഥാനമാക്കിയിട്ടുണ്ട്.

കൊളോണിയൽ ഔദ്യോഗിക ചരിത്രരചന, സങ്കുചിത ദേശീയ കാഴ്ചപ്പാട്, ഏകപക്ഷീയ മാർക്സിസ്റ്റ് രീതി— ഈ മൂന്ന് ഭിന്ന അപഗ്രഥനത്തിനിടയിലാണ് ഇ എം എസ് ശാസ്ത്രീയ വീക്ഷണം മുന്നോട്ടുവെച്ചത്: മാപ്പിളമാരുടെ മതഭ്രാന്ത്, ജന്മിമർദ്ദനം, കോൺഗ്രസ്-ഖിലാഫത്ത് പ്രസ്ഥാനം മുതലായ ഏതെങ്കിലുമൊരു സംഗതിയെടുത്ത് അതാണ് ലഹളയ്ക്ക് കാരണമെന്ന് വാദിക്കുന്നതും അല്ലെന്ന് വാശിപിടിക്കുന്നതും ഒരുപോലെ അസംബന്ധമാണ്. മറ്റേത് ബഹുജനപ്രസ്ഥാനവുമെന്നപോലെ 1921 ലെ ലഹളയും സാമൂഹ്യ-രാഷ്ട്രീയ- സാമ്പത്തിക പ്രാധാന്യമുള്ള പല സ്ഥിതിഗതികളുടെയും സംഭവങ്ങളുടെയും സംഘട്ടനത്തിൽനിന്ന് പൊട്ടിപ്പുറപ്പെട്ടതാണ്. അവയെല്ലാം ശാസ്ത്രീയമായി പരിശോധിച്ച് അന്യോന്യബന്ധം കണ്ടുപിടിച്ചാലേ ശരിയായ അഭിപ്രായം പറയാൻ കഴിയൂ.

1920–21 കാലത്ത് ഉയർന്നുവന്ന എല്ലാ ജാതിക്കാരും മതക്കാരും വർഗ്ഗക്കാരുമടങ്ങിയ ദേശീയ പ്രസ്ഥാനത്തിന്റെ തുടർച്ചയായിട്ടാണ് മലബാർ കലാപം തിളച്ചുപൊങ്ങിയത്. വിവിധ ജാതി-മത-വർഗ്ഗങ്ങൾ തമ്മിലുള്ള ഈ യോജിപ്പുതന്നെയാണ് ആ പ്രസ്ഥാനത്തിന്റെ ദൗർബല്യമെന്ന് ഇ എം എസ് പറയുന്നു. എത്രയെത്ര കാര്യങ്ങളിൽ പരസ്പര വിരുദ്ധമല്ലെങ്കിൽക്കൂടി വിഭിന്നമെങ്കിലുമായ ആശയഗതികളും മനോഭാവമുള്ള ജനവിഭാഗങ്ങൾ യോജിച്ച് ഒരൈക്യമുന്നണിയായി പ്രവർത്തിക്കുന്നതിനിടയ്ക്ക് ഉയർന്നുവരുന്ന പ്രശ്നങ്ങളോട് ക്രിയാത്മകമായി പ്രതികരിക്കാനും സാമ്രാജ്യവിരോധപരമായ ഐക്യം നിലനിർത്താനും കോൺഗ്രസ് നേതൃത്വത്തിനായില്ല.

ബ്രിട്ടീഷുകാരുടെ വരവോടെയാണ് മലബാറിലെ ഹിന്ദു-മുസ്ലീം ബന്ധം വഷളായിത്തീർത്തത്. പഴയ മേധാവിത്തം വീണ്ടെടുക്കാനും ബ്രിട്ടീഷ് വിദ്യാഭ്യാസ സമ്പ്രദായത്തിന്റെയും ഭരണരീതിയുടെയും ഫലമായി ഉയർന്നുവന്ന നവീന സംസ്കാരത്തിൽനിന്ന് 'ഇസ്ലാ'മിനെ രക്ഷിക്കാനും മുസ്ലീം പ്രമാണിമാരും മതപുരോഹിതന്മാരും നടത്തിയ ശ്രമങ്ങളും അവരെ തികച്ചും അമർത്തി. സ്വന്തം അധികാരം ഉറപ്പിക്കാൻ ബ്രിട്ടീഷുകാരെടുത്ത നടപടികളാണ് മലബാറിലെ മാപ്പിള പ്രശ്നത്തിന്റെ ജീവൻ എന്ന ഇ എം എസിന്റെ നിരീക്ഷണം പരമ്പരാഗത സമൂഹത്തിലെ

സാമൂഹ്യ പ്രശ്നങ്ങളുടെ അന്തർധാരയായി മാത്രം പ്രവർത്തിച്ചതിന്റെ സൂചനകളടങ്ങിയതാണ്.

മാപ്പിള ബഹുജനങ്ങളുടെ രാഷ്ട്രീയവും മതപരവും സാമ്പത്തികവുമായ താല്പര്യങ്ങൾക്കും അതനുസരിച്ച് അവരുടെ ഇടയിൽ പരന്ന ബോധത്തിനും തികച്ചും യോജിച്ച അഭിപ്രായങ്ങളായിരുന്നു കോൺഗ്രസ് - ഖിലാഫത്തിന്റെ സന്ദേശം. സ്വരാജിനും ഖിലാഫത്തിനും വേണ്ടിയുള്ള സമരം കുടിയായ്മാകാര്യത്തിൽ നീതി കിട്ടാനുള്ളത് കൂടിയാണെന്ന കോൺഗ്രസ് നേതാക്കളുടെ പ്രസംഗവും മാപ്പിളമാരുടെ ഹൃദയത്തിൽ ചലനങ്ങളുണ്ടാക്കി. മതബോധത്തിന്റെ പശ്ചാത്തലം സൃഷ്ടിക്കുന്ന സമരബോധത്തിൽ പരിമിതികൾ പ്രകടമാകുന്നതിനെക്കുറിച്ച് ഇ എം എസ് കണ്ട സൂചനകൾ ധൈഷണിക ചരിത്ര വിശകലനത്തിന്റെ സാദ്ധ്യതകളുപയോഗിച്ച് കലാപത്തെ പരിശോധിച്ച കെ എൻ പണിക്കർ വിപുലമാക്കുന്നുണ്ട്.

കോൺഗ്രസ്- കുടിയാൻ പ്രസ്ഥാനം വെറുംപാട്ടക്കാരുടെ ദൈന്യത അതേ തീവ്രതയിൽ മനസ്സിലാക്കിയില്ലെന്ന് പറഞ്ഞ ഇ എം എസ് എഴുതി:

> മലബാർ കലാപത്തിൽ പ്രമുഖ പങ്കുവഹിച്ച വെറുംപാട്ടക്കുടിയാന്മാർ ബ്രിട്ടീഷുകാരുടെ അധികാരകേന്ദ്രങ്ങളായ ഖജാനയും പൊലീസ് സ്റ്റേഷനും ആക്രമിച്ചതോടൊപ്പം ജന്മികളുടെ കോട്ടകളാണെന്ന് മനസ്സിലാക്കിയ രജിസ്ട്രാറാപ്പീസുകളും കോടതികളും കടന്നാക്രമിച്ചു. രേഖകൾ നശിപ്പിച്ചു. ഭരണകൂടത്തിനും അതിന്റെ മർദ്ദനോപകരണങ്ങളായി അവർ രുചിച്ചറിഞ്ഞ 'കച്ചേരി' കെട്ടിടങ്ങൾക്കു നേരെയുമാണ് കലാപകാരികൾ അക്രമം നടത്തിയത്.

മാപ്പിളമാർ വലിയ തോതിൽ കലാപത്തിനിറങ്ങിയപ്പോൾ ഹിന്ദുക്കൾ ചൂഷണ വിധേയമായിട്ടും വിപുലമായി രംഗത്തെത്താത്തതിന് പുതിയ പഠനങ്ങൾ ചില പ്രത്യയശാസ്ത്ര പ്രശ്നങ്ങൾ ഉയർത്തുന്നുണ്ട്. ഹിന്ദു കർഷകന് ജന്മിയുമായി സാമ്പത്തികേതരമായ ബന്ധങ്ങൾ രൂപപ്പെട്ടിരുന്നു. മതപരവും ജാതീയവും ചിലപ്പോഴെല്ലാം വ്യക്തിപരവുമാണത്. മത—സാമൂഹ്യ-പ്രത്യയശാസ്ത്രാധികാരങ്ങൾ നിക്ഷിപ്തമായ ജന്മിയുടെ ചൂഷണത്തിന് അനന്തസാദ്ധ്യതകളുണ്ട്. കലാപത്തിനിറങ്ങിയവർക്കെതിരെ വിലക്കുകൾ വിക്ഷേപിക്കാൻ കഴിയും. ജാതിയിൽനിന്ന് പുറത്താക്കൽ, ഊരുവിലക്ക്—ഇവയെല്ലാം ജന്മിയുടെ അധികാര വിസ്താരത്തിന്റെ ഉദാഹരണങ്ങളാണ്. ലോഗൻ നടത്തിയ അന്വേഷണ വേളയിൽ ഹിന്ദു കൃഷിക്കാർ കമീഷന് പരാതി കൊടുക്കാൻപോലും വന്നിരുന്നില്ല. ഹിന്ദു കർഷകന്റെ പ്രത്യയശാസ്ത്രലോകം അധഃസ്ഥിതത്വം കൂടുതൽ വികൃതമായി ഉറപ്പിക്കുകയായിരുന്നു. പരമ്പരാഗത ബുദ്ധിജീവി വിഭാഗമോ

മതസംഘടനകളോ ഹിന്ദുകർഷകന് വിലക്കുകൾ ലംഘിക്കാൻ ശക്തി നല്കിയില്ല. അവയെ അംഗീകരിക്കാനാണ് പരിശീലിക്കപ്പെട്ടത്. മതമൂല്യങ്ങൾ വ്യത്യസ്തമായി പ്രതിപ്രവർത്തിച്ചതിന്റെ ഉദാഹരണമാണിത്.

1921 ലെ കലാപം അതിക്രൂരമായി അടിച്ചമർത്തപ്പെട്ടു. പിന്നീടങ്ങോട്ട് കലാപപ്രദേശത്തിന് സജീവ രാഷ്ട്രീയത്തിൽ പങ്കില്ലാതായി. അടിച്ചമർത്താൻ ഉപയോഗിച്ച മൃഗീയ മാർഗ്ഗങ്ങളുടെ ഓർമ്മകൾ അവരെ രാഷ്ട്രീയം വെറുക്കുന്നതിലേക്കെത്തിച്ചു. മാപ്പിളമാരുടെ സാമൂഹ്യ ജീവിതത്തിലുളവായ സവിശേഷക്രമങ്ങൾ, മതേതര മൂല്യങ്ങളുടെ വളർച്ചയ്ക്കല്ല സഹായകമായത്. ഹിന്ദുക്കൾ ഏറ്റെടുത്ത 'ശുദ്ധി' പോലുള്ള കർമ്മങ്ങൾ അകൽച്ച ത്വരിതമാക്കി. മാപ്പിള കർഷകർ നടത്തിയ കലാപം വർഗ്ഗീയമല്ലെങ്കിൽക്കൂടി പ്രത്യാഘാതങ്ങൾ ആ വഴിയിലേക്ക് നീങ്ങിയെന്ന കാഴ്ചപ്പാടാണ് ഇ എം എസിനെ നയിച്ചത്.

പ്രക്ഷോഭകാരികളുടെ പ്രവർത്തനത്തിൽനിന്ന് അവർ മതഭ്രാന്തന്മാരായിരുന്നില്ലെന്ന് അനുമാനിക്കാം. കലാപത്തിന്റെ സിരാകേന്ദ്രങ്ങളായിരുന്ന പ്രദേശങ്ങൾ മാപ്പിള ഭൂരിപക്ഷ പ്രദേശങ്ങളായിരുന്നു. അവരിൽ ബഹുഭൂരിപക്ഷവും കൃഷി ചെയ്യുന്ന കുടിയാന്മാർ. ഭൂരഹിത കർഷകത്തൊഴിലാളികൾ, ചെറു കച്ചവടക്കാർ, മീൻപിടുത്തക്കാർ—ഇവരായിരുന്നു. മലബാർ കളക്ടറായിരുന്ന തോമസ് വാർഡൻ രേഖപ്പെടുത്തിയ പ്രകാരം 103 പ്രധാന ജന്മികളിൽ 8 പേർ മാത്രമായിരുന്നു മാപ്പിളമാർ. ബാക്കിയുള്ളവരിൽ ഒരാളൊഴികെ സവർണ്ണ ഹിന്ദുക്കൾ. കലാപകാരികളുടെ അതിക്രമങ്ങളെക്കുറിച്ച് വാചാലമാകുന്നവർ കാണാൻ കൂട്ടാക്കാത്ത യാഥാർത്ഥ്യമുണ്ട്. ഒരു ജന്മിക്കെതിരെ ആക്രമണത്തിന് പുറപ്പെടുന്ന അവർ മൈലുകളോളം വഴിയിൽ അക്രമം കാണിക്കാതെയാണ് നീങ്ങിയത്.

കലാപത്തിന്റെ ലക്ഷ്യങ്ങൾ മതപരമായിരുന്നില്ലെങ്കിലും മതപരമായ സ്വാധീനം വമ്പിച്ചതായിരുന്നു. ഈയൊരു ധാരണ 1943 ലെ ലഘുഗ്രന്ഥത്തിൽ ഇ എം എസ് പ്രകടിപ്പിച്ചിരുന്നു. കഷ്ടപ്പാടിന്റെയും ചൂഷണത്തിന്റെയും വേദനകളുടെയും ഭൗതിക ജീവിതം സ്വർഗ്ഗത്തിന്റെ സന്തോഷത്തിലേക്കാണ് മാപ്പിള കർഷകന്റെ ചിന്തയെ ആകർഷിച്ചതെന്നും പ്രതിഷേധം പ്രായോഗികതയിലേക്ക് വിവർത്തനം ചെയ്യുന്നതിൽ മതം പ്രത്യയശാസ്ത്രപരമായ പങ്കാണ് വഹിച്ചതെന്നുമുള്ള പുതിയ നിരീക്ഷണങ്ങളുടെ അടിസ്ഥാനം ഇ എം എസിന്റെ ചെറുകൃതിയിലുണ്ട്.

1921 ലെ കലാപം പൊട്ടിപ്പുറപ്പെട്ട മാസത്തിന്റെ ഓർമ്മ പുതുക്കി 1946 ആഗസ്തിൽ കമ്യൂണിസ്റ്റ് പാർട്ടി 'ആഹ്വാനവും താക്കീതും' എന്ന തലവാചകത്തിൽ പുറത്തിറക്കിയ പ്രസ്താവനയും ഇ എം എസിന്റേതായിരുന്നു. മതനിരപേക്ഷതയുടെ അടിസ്ഥാനത്തിൽ തുടങ്ങിയ കോൺഗ്രസ്—ഖിലാഫത്ത് പ്രസ്ഥാനം 'മാപ്പിള ലഹള'യായി മാറിയതിന് തുല്യമായ സ്ഥിതിഗതികൾ 1946 ൽ രാജ്യത്താകെ വളർന്നുകൊണ്ടിരിക്കു

കയാണെന്ന സൂചന നല്കിയ പ്രസ്താവന 25 കൊല്ലം മുമ്പ് നടന്ന സാമ്രാജ്യ വിരോധ സമരത്തിന്റെ ചരിത്രവും പാഠങ്ങളും മനസ്സിലിരുത്താൻ എല്ലാ മലയാളികളോടുമുള്ള അഭ്യർത്ഥന കൂടിയായിരുന്നു. "...1921 ൽ മാപ്പിള ലഹളയ്ക്ക് കാരണമായതെന്തെല്ലാമാണോ അതെല്ലാം ഇന്ന് നിലവിലുണ്ട്. അന്നത്തെപ്പോലെ ഇന്നും ഭയങ്കരമായ ലോകയുദ്ധം കഴിഞ്ഞിരിക്കുകയാണ്. വിലക്കയറ്റവും കടുത്ത ദൗർലഭ്യവും ദാരിദ്ര്യവും ദുരിതങ്ങളും നാട്ടുകാരെ അലട്ടിക്കൊണ്ടിരിക്കുന്നു. അന്നത്തെപ്പോലെ ഇന്നും ലോകയുദ്ധത്തിനു ശേഷമുള്ള രാഷ്ട്രീയ ബോധം നാട്ടുകാരിൽ മുഴുവൻ അലയടിക്കാൻ തുടങ്ങിയിരിക്കുകയാണ്. ഇതിന്റെയെല്ലാം ഫലമായി പണിമുടക്കുകളും സമരങ്ങളും എല്ലാ ജനവിഭാഗങ്ങളെയും ഇളക്കിത്തീർക്കുന്നുമുണ്ട്.

1921 ൽ മലബാറിൽ മാപ്പിളമാരുടെയെന്നപോലെ ഇന്ത്യയിലെല്ലാ ഭാഗത്തും എല്ലാ ജനവിഭാഗങ്ങളുടെയും സമരങ്ങൾ നടക്കാൻ പോകുന്നു. 1921 ലെ 'മാപ്പിള ലഹള'യെ എന്നപോലെ 1946-47 ലെ സമരങ്ങളെ ഫാസിസ്റ്റ് മാർഗ്ഗങ്ങളുപയോഗിച്ച് അടിച്ചമർത്താൻ സാമ്രാജ്യത്വവും കാവൽക്കാരനായ നാട്ടുരാജാക്കന്മാരും ഒരുക്കിക്കൊണ്ടുവരികയാണ്. 1921ലെ പോലെ ഇന്ന് സാമ്രാജ്യത്വവിരുദ്ധ സമരത്തെ അഹിംസയുടെയും മറ്റും പേരിൽ എതിർക്കാൻ ദേശീയ നേതൃത്വം തയ്യാറായിരിക്കുന്നു. അന്ന് എന്നപോലെ ഇന്നും എല്ലാ വിഭാഗത്തിലുംപെട്ട ജനങ്ങളുടെ ഏകീകൃതസമരം സാമ്രാജ്യാധിപത്യത്തിനെതിരായി നയിക്കുന്നതിനു പകരം ഒരു സമുദായം മറ്റൊന്നിനെതിരെ പോരാടി ഇരുകൂട്ടരും സാമ്രാജ്യഭക്തന്മാരായിത്തീരുകയെന്ന ആപത്ത് നമ്മെ നേരിട്ടിരിക്കുന്നു... എന്ന പ്രസ്താവനയിൽ ആഹ്വാനവും താക്കീതും എന്നപോലെ മതനിരപേക്ഷ രാഷ്ട്രീയത്തിന്റെ പക്വമായ സൂചനകളും ജ്വലിച്ചു നില്ക്കുന്നുണ്ട്.

1946 ന്റെ ആദ്യനാളുകൾ മുതൽ 1920കളുടേതിന് തുല്യമായ സ്ഥിതിഗതികൾ ഇന്ത്യയിലാകെ വളർന്നുകൊണ്ടിരിക്കുകയാണെന്ന് ചൂണ്ടിക്കാണിച്ച്, ബ്രിട്ടീഷ് സാമ്രാജ്യാധിപത്യം, സഖ്യകക്ഷികളായ ഫ്യൂഡൽ പ്രഭുക്കൾ, നാട്ടുപ്രമാണിമാർ—ഈ ശക്തികൾക്കെതിരെ ജനങ്ങളെയാകെ അണിനിരത്തുകയാണെന്നതാണ് അതിലെ ആഹ്വാനം. "അതേയവസരത്തിൽ 1921ലേതെന്നപോലെ 1946കാലത്തെയും വിപ്ലവ മുന്നേറ്റത്തെ സമുദായ സ്പർദ്ധ, അതിൽ നിന്നുളവാകുന്ന കലാപരൂപങ്ങൾ എന്നിവയുടെ മാർഗ്ഗത്തിലേക്ക് തിരിച്ചുവിടാനുള്ള ശ്രമങ്ങൾക്കെതിരായ ജാഗ്രതയാണ് 'താക്കീതി'ന്റെ സ്വരത്തിൽ മുഴങ്ങിയത്. ആദ്യത്തേതിനെ വളർത്തിയെടുത്ത് രണ്ടാമത്തേതിനെതിരെ ഫലപ്രദമായ സമരം നടത്തിയില്ലെങ്കിൽ ആദ്യത്തെ മുന്നേറ്റം തകരുമെന്നാണ് പ്രസ്താവനയുടെ കാതൽ. 1946 ആഗസ്ത് 18, 19 തീയതികളിൽ കോഴിക്കോട് ചേർന്ന തിരുവിതാംകൂർ-കൊച്ചി-മലബാർ കമ്യൂണിസ്റ്റ് പാർട്ടി കമ്മിറ്റികളുടെ സംയുക്ത യോഗത്തിന്റെ തീരുമാനമായി പുറത്തുവന്നതാണത്. അന്നത്തെ രാഷ്ട്രീയ നേതാക്കളുടെ വിപ്ലവവിരോധവും മത്സര സ്വഭാവവും അത്

തുറന്നുകാട്ടി. ഇവയെ എതിർക്കാനും നാട്ടുകാരുടെ സമരമനോഭാവത്തെ ശക്തമാക്കാനും കോൺഗ്രസിലും ലീഗിലും മറ്റുമുള്ള ഇടതുപക്ഷ വിഭാഗങ്ങളും കമ്യൂണിസ്റ്റുകാരും ചേർന്നാൽ സാധിക്കുമെന്ന് പ്രതീക്ഷ പുലർത്തുകയും ചെയ്തു.

വർഗ്ഗസമരത്തിന്റെ പ്രായോഗിക മുന്നേറ്റങ്ങളിൽ കേരളത്തിലെ കമ്യൂണിസ്റ്റ് പ്രസ്ഥാനം അനിഷേധ്യമായ സംഭാവനകളാൽ ശ്രദ്ധേയമാണ്. താത്ത്വിക മേഖലകളിൽ അത്രയും ഉജ്ജ്വലമായ പാരമ്പര്യം അതിനില്ലെന്നതാണ് സത്യം. എങ്കിലും കേരളത്തിലെ മാർക്സിസ്റ്റ് വിമർശനം കയറ്റിറക്കങ്ങളോടെ പുതിയ ഉയരത്തിൽ പ്രതിഷ്ഠിക്കപ്പെട്ടതിന് പിന്നിൽ ഇ എം എസിന്റെ സംഭാവന അമൂല്യമാണ്. സൗന്ദര്യശാസ്ത്ര പ്രശ്നങ്ങളിൽ അദ്ദേഹത്തിന്റെ പ്രവർത്തന മണ്ഡലം കേരളമായിരുന്നിട്ടുപോലും താത്ത്വിക സംഭാവന ലോകനിലവാരത്തിലുള്ളതാകുന്നു. ഇന്ത്യക്ക് വെളിയിൽ മാർക്സിസ്റ്റ് കലാചിന്തകർക്കിടയിൽ നടന്ന വിവാദങ്ങളിലോ സൗന്ദര്യശാസ്ത്ര ചർച്ചകളിലോ ഇ എം എസ് പങ്കെടുത്തിട്ടില്ല. സൗന്ദര്യശാസ്ത്ര പ്രശ്നങ്ങൾ മാത്രം ചർച്ച ചെയ്യുന്ന കൃതികളും എഴുതിയിട്ടില്ല. കലാശാസ്ത്ര വിചിന്തനങ്ങൾ കേരളത്തിന്റെ സവിശേഷ പശ്ചാത്തലത്തിൽ ഒതുങ്ങി നില്ക്കുമ്പോൾപ്പോലും മാർക്സിസ്റ്റ് ചിന്താപദ്ധതിയുടെയും ലോക വീക്ഷണത്തിന്റെയും സമ്പത്തിൽ അതും മുതൽക്കൂട്ടാവുന്നു. കേരളത്തിൽ പഴയ ലോകത്തിന്റെ സങ്കല്പങ്ങൾക്കെതിരെ കലഹസ്വരം ഉയർന്നത് ഇരുപതാം നൂറ്റാണ്ടിന്റെ ആദ്യ പാദത്തിലാണ്. ജാതി- ജന്മി- നാടുവാഴി വ്യവസ്ഥ തകർത്ത് സ്വതന്ത്ര ഇച്ഛകളുള്ള മനുഷ്യനെ സൃഷ്ടിക്കുക മാത്രമല്ല ആവശ്യമായിരുന്നത്. മറിച്ച് ആ മനുഷ്യനുൾക്കൊള്ളേണ്ടുന്ന പൗരസമൂഹത്തിന്റെ പ്രത്യയശാസ്ത്രമണ്ഡലം സ്ഥാപിക്കുകകൂടി അനിവാര്യമായി. അനുഷ്ഠാനപരമായ മനുഷ്യബന്ധ സങ്കല്പങ്ങൾക്കെതിരെ പുതിയ വികാരങ്ങളും സ്വപ്നങ്ങളും ഉയർന്നു വരികയുണ്ടായി. ബൂർഷ്വാ നവോത്ഥാന പരിശ്രമങ്ങളുടെ അനുബന്ധമായി ഒ ചന്തുമേനോനെപ്പോലുള്ളവർ നാടുവാഴിത്ത സമൂഹത്തിന്റെ ജീവിതമൂല്യങ്ങൾക്കും ശീലങ്ങൾക്കുമെതിരെ പ്രതികരിക്കാൻ തുടങ്ങി. ഇങ്ങനെ ബൂർഷ്വാ സങ്കല്പങ്ങളുടെ നിരന്തരമായ ഇടപെടലിലൂടെ പുതിയ പ്രത്യയശാസ്ത്ര മണ്ഡലം ഉയർന്നുവന്നു. ജാതി-മത വ്യവസ്ഥയുടെ ജീവിതവീക്ഷണത്തിനെതിരെ സമാന്തരമായി വഴിവെട്ടിയ മൂല്യസങ്കല്പ മണ്ഡലത്തിനുള്ളിലാണ് ചന്തുമേനോന്റെതടക്കം രചനാപരിശ്രമങ്ങും സർഗ്ഗക്രിയകളും പുതിയ അർത്ഥോല്പാദനത്തിലേക്ക് നയിച്ചത്.

ദേശീയ പ്രസ്ഥാനത്തിന്റെ കൈവഴികൾ ഇളകിമറിയുകയും പുതിയ വർഗ്ഗങ്ങൾ സാന്നിദ്ധ്യം തെളിയിക്കുകയും ചെയ്ത ഘട്ടം. ഇത് അധഃസ്ഥിതരുടെ രാഷ്ട്രീയാസ്തിത്വത്തിന്റെ പ്രഖ്യാപനം കൂടിയായി. ആധുനിക കേരളത്തിലേക്കുള്ള മുന്നേറ്റത്തിൽ വികസിച്ച പങ്കാളിത്തത്തിന്റെ കൂടി ഘട്ടമായിരുന്നു അത്. ഒരു പൗരസമൂഹമെന്ന നിലയിൽ കേരളം

ഐക്യപ്പെട്ടുനിന്ന ഘട്ടം വൈദേശികാധിപത്യത്തിനും നാടുവാഴിത്തത്തിനും അവയുടെ മൂല്യവൈകൃതങ്ങൾക്കും എതിരായ സമരത്തിന്റെ മറ്റൊരു രൂപമായിരുന്നു. വിഭിന്ന സാമൂഹ്യ സാഹചര്യങ്ങൾ പിറവി നല്കിയ രണ്ടു വർഗ്ഗങ്ങൾ—മുതലാളി—തൊഴിലാളി വർഗ്ഗങ്ങൾ—പൊതു ലക്ഷ്യത്തിനായി യോജിച്ചു. വിശാലമായ അർത്ഥത്തിൽ വ്യത്യസ്ത പശ്ചാത്തലവും ലക്ഷ്യവും ഈ വർഗ്ഗങ്ങൾക്കിടയിൽ വൈരുദ്ധ്യപൂർണ്ണമായ ഐക്യമാണുണ്ടാക്കിയത്. തൊഴിലാളിവർഗ്ഗം അതിന്റെ സജീവ സാന്നിദ്ധ്യം വിളിച്ചറിയിച്ചു. അങ്ങനെ രാഷ്ട്രീയത്തിലും സാഹിത്യത്തിലും അതിന്റെ മൂല്യനിദാനങ്ങളിലും ഏറ്റവും അടിത്തട്ടിലുള്ളവരുടെ പങ്ക് അപ്രധാനമല്ലാതായിത്തീർന്നു.

പുതിയ രാഷ്ട്രീയ ശക്തിയായി തൊഴിലാളിവർഗ്ഗം രംഗപ്രവേശം ചെയ്തത് പ്രത്യയശാസ്ത്രമണ്ഡലത്തിലും സ്വാധീനമുണ്ടാക്കി. പുതിയ സൗന്ദര്യസങ്കല്പത്തിന്റെ പിറവിയിലേക്ക് അത് നയിച്ചു. ജനാധിപത്യത്തെ സംബന്ധിക്കുന്ന കേവലവും ഔപചാരികവുമായ അമൂർത്ത സങ്കല്പങ്ങളെ പിന്നിലാക്കുന്ന ബോധങ്ങളിൽനിന്ന് പുതിയ സൗന്ദര്യ സങ്കല്പവും ഉയർന്നുവന്നു. നാടുവാഴിത്തത്തിന്റെ കലാസാഹിത്യ സിദ്ധാന്തത്തോടും ബൂർഷ്വാ സൗന്ദര്യശാസ്ത്ര കാഴ്ചപ്പാടുകളോടും ഏറ്റുമുട്ടിയാണ് അത് രൂപപ്പെട്ടത്. 1937 ലെ ജീവൽ സാഹിത്യസംഘടന അതിന്റെ സംഘടനാ രൂപവും. തൊഴിലാളി വർഗ്ഗത്തിന്റെ സ്വതന്ത്രാസ്തിത്വവും ജനാധിപത്യ സങ്കല്പവും സൗന്ദര്യവീക്ഷണവും സാമൂഹ്യ-സാഹിത്യ ജീവിതത്തിലുളവാക്കിയ സ്വാധീനം പരിമിതിയോടും ശക്തിയോടും തിരിച്ചറിയുകയും അതിന്റെ ധാരണകൾ എക്കാലവും ഉയർത്തിപ്പിടിക്കുകയും ചെയ്തുവെന്നതാണ് ഇ എം എസിന്റെ സംഭാവനകളിൽ പ്രധാനം. അടിസ്ഥാനപരമായി ഈ ധാരണയിൽ അടിയുറച്ചു നില്ക്കുകയും അതിന്റെ ചരിത്രപരമായ പ്രധാന്യത്തെ അനുരഞ്ജനരഹിതമായി പ്രതിരോധിക്കുകയും ചെയ്തു അദ്ദേഹം.

അഖിലേന്ത്യാ നിലവാരത്തിലുള്ള പ്രോഗ്രസീവ് റൈറ്റേഴ്സ് അസോസിയേഷന്റെ തുടർച്ചയായി 1937 ൽ കേരളത്തിൽ ജീവൽ സാഹിത്യ സംഘടന രൂപീകരിക്കുമ്പോൾ മുൻപന്തിയിൽ ഇ എം എസും ഉണ്ടായി. ആഗോളമായി ഫാസിസത്തിനും ഇന്ത്യയിൽ ബ്രിട്ടീഷ് ആധിപത്യത്തിനുമെതിരെന്നപോലെ ഫ്യൂഡലിസത്തിന്റേതായ സ്ഥാപനങ്ങൾക്കുമെതിരെ സാഹിത്യകാരന്മാർ അണിനിരക്കണമെന്ന അടിസ്ഥാനത്തിലാണ് ഇന്ത്യൻ പ്രോഗ്രസീവ് റൈറ്റേഴ്സ് അസോസിയേഷൻ രൂപമെടുത്തത്. സ്വാതന്ത്ര്യസമരത്തിനും ഫ്യൂഡൽ വിരുദ്ധ പോരാട്ടങ്ങൾക്കും അനാചാരങ്ങൾക്കെതിരായ പ്രചാരണത്തിനും ഊർജ്ജം നല്കുന്ന പുത്തൻ രാഷ്ട്രീയ-സാഹിത്യ സംസ്കാരമെന്നതായിരുന്നു ജീവൽ സാഹിത്യ സംഘടനയുടെ ലക്ഷ്യം.

ദേശീയ പ്രസ്ഥാനവും അതിനുള്ളിലെതന്നെ വിപ്ലവാവേശവുമായി ബന്ധപ്പെട്ട് വികസിച്ച പുതിയ സാംസ്കാരിക അവബോധത്തിനെതിരെ

അംഗീകൃത സാഹിത്യകാരന്മാരിൽനിന്നും എതിർപ്പുയർന്നുവന്നു. ആ വിവാദത്തിന്റെ മുഖ്യബിന്ദു കല കലയ്ക്കുവേണ്ടിയോ സാമൂഹ്യപുരോഗതിക്കു വേണ്ടിയോ എന്നതായിരുന്നു. കല സാമൂഹ്യപുരോഗതിക്കു വേണ്ടിയാണെന്ന് ഇ എം എസിനെപ്പോലുള്ള സജീവ രാഷ്ട്രീയ സാഹിത്യ കുതുകികൾ വാദിച്ചു. അദ്ദേഹമെടുത്ത വൈരുദ്ധ്യാത്മക സമീപനം ഇന്ന് തിരിച്ചറിയപ്പെടുന്നുണ്ടെന്നത് സാന്ത്വനമാണെങ്കിലും അത് ഉയർത്തിവിട്ട വിവാദങ്ങൾ ചെറുതല്ല. പുരോഗമന സാഹിത്യപ്രസ്ഥാനത്തിന്റെ ആവിർഭാവത്തോടെ കേരളത്തിൽ വേരുറച്ച സൗന്ദര്യശാസ്ത്രാവബോധത്തിന്റെ അസ്തിത്വം യഥാവിധത്തിൽ തിരിച്ചറിയാൻ കഴിഞ്ഞില്ലെന്നതാണ് രൂപഭദ്രതയുടെ പേരിൽ മുളപൊട്ടിയ വാദങ്ങളുടെ ദൗർബല്യം. ജീവൽ സാഹിത്യ സംഘടന അംഗീകൃത സാഹിത്യകാരന്മാരുടെ പങ്കാളിത്തത്തോടെ പുനരുദ്ധരിപ്പിച്ചപ്പോൾ അതിന് വിശാലത കൈവന്നു. എന്നാൽ 1947 നെ തുടർന്ന് സ്വാതന്ത്ര്യത്തെ എങ്ങനെ വിലയിരുത്തണമെന്നത് സംബന്ധിച്ച് അഭിപ്രായഭേദങ്ങൾ ഉടലെടുത്തു. ഈ ഘട്ടത്തൽ പൊന്തിവന്ന സാഹിത്യത്തിലെ പ്രശ്നമായിരുന്നു മുണ്ടശ്ശേരിയുടെ രൂപഭദ്രതാവാദം. സാഹിത്യത്തിന്റെ ഉള്ളടക്കം പുരോഗമനപരമാകുമ്പോൾ തന്നെ രൂപം ഭദ്രമാവണം എന്ന കാര്യത്തിൽ പുരോഗമന സാഹിത്യത്തിലെ പഴയ രാഷ്ട്രീയ പ്രവർത്തകർ ശ്രദ്ധിച്ചില്ലെന്നായിരുന്നു വിമർശനം. മുണ്ടശ്ശേരിയുടെ രൂപഭദ്രതാവാദം കല കലയ്ക്കുവേണ്ടിയുള്ളതല്ല; മറിച്ച് സാമൂഹ്യ പുരോഗതിക്കുവേണ്ടിയാണ് എന്നുള്ളതായിരുന്നു.

കല കലയ്ക്കു വേണ്ടിയോ സാമൂഹ്യ പുരോഗതിക്ക് വേണ്ടിയോ എന്ന വിവാദത്തിലും പിന്നീട് രൂപഭദ്രതയുടെ പ്രശ്നത്തിലും കമ്യൂണിസ്റ്റുകാർ പുലർത്തിയ സമീപനങ്ങളുടെ ദുർബ്ബലാവസ്ഥ ഇ എം എസ് തിരഞ്ഞത് തൊഴിലാളിവർഗ്ഗ സൗന്ദര്യശാസ്ത്രത്തിന്റെ അവികസിതാവസ്ഥയിലാണ്. ബൂർഷ്വാ സൗന്ദര്യശാസ്ത്രത്തിന്റെ പരിമിതികളെ നേരിടേണ്ടത് തൊഴിലാളിവർഗ്ഗ സൗന്ദര്യശാസ്ത്രം കൊണ്ടുതന്നെയാണെന്ന കാര്യത്തിൽ ഇ എം എസിന് രണ്ടഭിപ്രായമുണ്ടായിരുന്നില്ല. അത് ആവർത്തിച്ച് ഊന്നിപ്പറയുകയും ചെയ്തു. ബൂർഷ്വാ സൗന്ദര്യശാസ്ത്രത്തിൽ നിന്നും പുരോഗമന സാഹിത്യപ്രസ്ഥാനത്തിന്റെ ചില പിൻവലിയലുകളിൽനിന്നും പൂർണ്ണമായി വിച്ഛേദിച്ച് തൊഴിലാളി വർഗ്ഗ സൗന്ദര്യശാസ്ത്രത്തിന്റെ ഗുണപരമായ അന്തരത്തെയും ശാസ്ത്രീയ അന്തഃസത്തയെയും എക്കാലവും അദ്ദേഹം തന്റെ കലാചിന്തയുടെ അടിസ്ഥാനമായി ഉയർത്തിപ്പിടിച്ചു. എന്നാൽ മാർക്സിസ്റ്റ് ധാരണകളിലെ അവികസിതാവസ്ഥ തിരിച്ചറിഞ്ഞ് സ്വയം നവീകരണത്തിന്റെ പാതയന്വേഷിക്കാനുള്ള തയ്യാറെടുപ്പുകളാണ് അതിന് പ്രാപ്തനാക്കിയത്. ഇ എം എസ് അടിവരയിട്ട പരിമിതികൾ മറികടക്കുന്നതിലും തിരുത്തലുകൾ വരുത്തുന്നതിലും ചിലപ്പോഴെല്ലാം സംഘടിത സാഹിത്യ സംരംഭം പരാജയമായിരുന്നെങ്കിലും തൊഴിലാളി വർഗ്ഗ സൗന്ദര്യശാസ്ത്രത്തിന്റെ ചരി

ത്രപരമായ സ്ഥാനം സംശയരഹിതമായി പ്രഖ്യാപിച്ചു ഇ എം എസ്. ജീവൽ സാഹിത്യകാലത്ത് താനടക്കമുള്ളവർക്കും പുരോഗമന സാഹിത്യകാലത്ത് മുണ്ടശ്ശേരിയെപ്പോലുള്ളവർക്കും കാണാൻ കഴിയാതിരുന്ന വ്യത്യാസങ്ങളെക്കുറിച്ച് പറഞ്ഞതും ശ്രദ്ധേയമാണ്.

> ....കല കലയ്ക്കുവേണ്ടിയോ കല സാമൂഹ്യ പുരോഗതിക്കുവേണ്ടിയോ എന്നുള്ള ചോദ്യത്തിന് കലാകാരനെ സംബന്ധിച്ചിടത്തോളം കല കലയ്ക്കുവേണ്ടി തന്നെയാണ്. കലാപരമായ കാഴ്ചപ്പാടോടെ മാത്രമാണ് സൃഷ്ടി നടത്തുന്നത്. പക്ഷേ, ഈ കലാസൃഷ്ടി നടത്തുന്ന കലാകാരൻ അല്ലെങ്കിൽ കലാകാരി സമൂഹത്തിലെ വ്യക്തിയാണ്. ഒരു വ്യക്തിയും ഒറ്റപ്പെട്ടു നില്ക്കുന്നില്ല. ഓരോ വ്യക്തിയും ജീവിക്കുന്ന രാഷ്ട്രത്തെ അല്ലെങ്കിൽ കാലത്തെ പ്രതിനിധാനം ചെയ്യുന്നു. വർഗ്ഗ സമൂഹത്തിന്റെ സൃഷ്ടി എന്ന നിലയ്ക്ക് വ്യക്തിപരമായി നോക്കിയാൽ ഗോർക്കിയും ബൽസാകും പിന്തിരിപ്പന്മാരുടെ ചേരിയിൽ വരുന്നതാണ്. കലാകാരന്മാരെന്ന നിലയ്ക്ക് ജീവിതം നോക്കി പഠിച്ചപ്പോൾ, യാഥാർത്ഥ്യത്തിന് കലാസഹജമായ രൂപം നല്കിയപ്പോൾ അവർ പിന്തിരിപ്പന്മാരല്ലാതെ പോയി; വിപ്ലവത്തിന്റെ കണ്ണാടിയായി. ഈ വ്യത്യാസം കാണാൻ ജീവൽ സാഹിത്യകാലത്ത് ഞങ്ങൾക്കും പുരോഗമന സാഹിത്യകാലത്ത് മുണ്ടശ്ശേരി മുതലായവർക്കും കഴിഞ്ഞില്ല. സോദ്ദേശ്യ കൃതികൾ രചിക്കണമെന്നാണ് അവരും പറഞ്ഞത്. ഞങ്ങളും അതുതന്നെ പറഞ്ഞു...'

തത്ത്വശാസ്ത്രത്തിന്റെ വേർതിരിവുകൾ മായ്ച്ചുകളയാൻ ശ്രമിച്ചുകൊണ്ടിരുന്ന ലിബറൽ സങ്കല്പങ്ങൾക്കും സ്വന്തം പരിമിതികൾക്കകത്തു നിന്ന് മാർക്സിസ്റ്റ് സാഹിത്യധാരണകളെ വ്യാഖ്യാനിച്ച അക്കാദമിക് വ്യായാമങ്ങൾക്കുമെതിരെ ഇ എം എസ് സന്ധിയില്ലാതെ പോരടിച്ചു നിന്നു. മറ്റ് പലരും ഈ സമരഭൂമിക കയ്യൊഴിയുകയായിരുന്നു. ഇത്തരം സൈദ്ധാന്തിക ചെറുത്തുനില്പുകളിൽ അദ്ദേഹം ഉയർത്തിപ്പിടിച്ച വികസിച്ച ധാരണകൾ മാർക്സിസ്റ്റ് സൗന്ദര്യശാസ്ത്ര സങ്കല്പത്തിന് ഇനിയും മുന്നേറാനുള്ള വഴികളിലൊന്നു മാത്രം. സൗന്ദര്യശാസ്ത്രത്തിൽ ഭൗതികവാദം ശാസ്ത്രീയമായി പ്രയോഗിക്കുന്നതിലും പിഴവുകൾ ഒഴിവാക്കുന്നതിലും നടത്തിയ നിരന്തരമായ സ്വയം നവീകരണം ശ്രദ്ധേയമാണ്.

...സാഹിത്യ രചനയും ആസ്വാദനവും തികച്ചും വ്യക്തിഗതമായ വ്യാപാരമാണ്. സാമൂഹ്യമോ രാഷ്ട്രീയമോ ആയ ഒരു ലക്ഷ്യവും അവയ്ക്ക് ആവശ്യമില്ല. ആ അർത്ഥത്തിൽ കല കലയ്ക്കുവേണ്ടി ത്തന്നെയാണ്. ഈ സത്യം കമ്യൂണിസ്റ്റുകാരായ ഞങ്ങൾ വേണ്ടത്ര കണ്ടിരുന്നില്ല..." (*പുരോഗമന സാഹിത്യപ്രസ്ഥാനം അന്നും ഇന്നും*) എന്ന പരാമർശം ഉയർത്തിവിട്ട വിവാദത്തിന്റെ കോലാഹലം ഏറെ നാൾ തു

ടർന്നു. ഈ പ്രസ്താവത്തിലെ അന്തർസൂചനകൾ വേണ്ടവിധം തിരിച്ചറിയപ്പെടാതെ പോയ സാഹചര്യത്തിൽ വിവിധ കോണുകളിൽനിന്നും വിമർശനമുയരുകയും ചെയ്തു. ആശയവാദാധിഷ്ഠിതമായ ബൂർഷ്വാ സൗന്ദര്യശാസ്ത്ര നിലപാടുകൾ അദ്ദേഹത്തെ ശുദ്ധകലാവാദിയാക്കി പ്രതിഷ്ഠിക്കാനാണൊരുമ്പെട്ടത്. കലയുടെ കലാതീതവും സാമൂഹ്യ ബാഹ്യവുമായ കേവലതയിലേക്ക് പിന്മടങ്ങിയ ഒരു ഇ എം എസിനെ നിരൂപിച്ചെടുക്കാനായിരുന്നു മറ്റൊരു കൂട്ടരുടെ ശ്രമം. ചില സുഹൃത്തുക്കളാകട്ടെ അദ്ദേഹത്തിന്റെ നിലപാട് മാർക്സിസ്റ്റ് സമീപനത്തിന് വിരുദ്ധമാണെന്ന് വാദിച്ചു. ഇ എം എസ് പുതിയ നിലപാടുകളിലൂടെയും നവീകരണത്തിലൂടെയും മാർക്സിസ്റ്റ് ധാരണകളെ വികസിപ്പിച്ചതിന്റെ യഥാർത്ഥ ചിത്രം മറച്ചുവെക്കാനായിരുന്നു വിമർശകർ തിങ്ങിക്കൂടിയത്. ഈ കുതിച്ചുചാട്ടങ്ങൾ നേരാംവണ്ണം തിരിച്ചറിയപ്പെട്ടിരുന്നുവെങ്കിൽ മലയാള മാർക്സിസ്റ്റ് വിമർശനത്തെ അദ്ദേഹം പുതിയ ചുവടിലേക്ക് കൈപിടിച്ചുയർത്തിയിരിക്കുകയായിരുന്നെന്ന് കാണാം. ഇതോടൊപ്പം ഇതേത്തുടർന്നുണ്ടായ ചർച്ചകൾ പ്രതിബദ്ധതയെയും സർഗ്ഗാത്മകതയെയും കുറിച്ചുള്ള ധാരണകളെ ഉയർന്ന തലത്തിലേക്ക് മാറ്റി പ്രതിഷ്ഠിക്കുകയും ചെയ്തു.

കലയുടെ സമൂഹനിഷ്ഠവും വ്യക്തിനിഷ്ഠവുമായ വിരുദ്ധവശങ്ങളെ ഒരേ സമയം ഗ്രഹിക്കാനാവാത്ത സാമാന്യബുദ്ധിയോട് മാത്രം സംവദിക്കുന്ന രീതികൾക്കൊന്നും ഇ എം എസിന്റെ പ്രസ്താവത്തിന്റെ യഥാർത്ഥ സത്ത തിരിച്ചറിയാനായില്ല. പഴയ വിമർശന സമ്പ്രദായങ്ങളുടെ പരസ്പരം വർജ്ജിക്കുന്ന അതിഭൗതിക വൈപരീത്യങ്ങളെ മറികടക്കുന്ന വൈരുദ്ധ്യവാദത്തിന്റെ നിലപാടാണ് ഇ എം എസ് കൈക്കൊണ്ടത് എന്ന് ബി രാജീവൻ പറയുമ്പോൾ അത് ബൂർഷ്വാ സൗന്ദര്യശാസ്ത്രത്തിന്റെ പരിമിതികളെയാണ് തുറന്നു കാട്ടുന്നതും.

കല ഈശ്വരനുവേണ്ടിയാണെന്നും സമുദായത്തിനുവേണ്ടിയാണെന്നും അറിവിനു വേണ്ടിയാണെന്നും വിശ്വസിക്കുകയും ആവർത്തിക്കുകയും ചെയ്ത സമൂഹത്തിലെ വിപ്ലവമാണ് കല കലയ്ക്കുവേണ്ടിയെന്നത്. വ്യക്തിയെ നിഷേധിക്കുകയും അതിഭൗതിക ശക്തികളെ കേന്ദ്രസ്ഥാനത്ത് പ്രതിഷ്ഠിക്കുകയും ചെയ്ത കാലയളവിൽ വ്യക്തിയെ കേന്ദ്രസ്ഥാനത്ത് കൈപിടിച്ചുകൊണ്ടുവന്നെന്നത് ബൂർഷ്വാ സംഭാവനയാണ്. അതിൽനിന്നുള്ള ഗുണാത്മകമായ കുതിപ്പാണ് കല സാമൂഹ്യപുരോഗതിക്കുവേണ്ടി എന്ന മുദ്രാവാക്യം. ബൂർഷ്വാ വ്യക്തിവാദങ്ങൾ പ്രബലമായപ്പോഴാണ് പുരോഗമന സാഹിത്യകാരന്മാർക്ക് ജീവിതത്തെയും കലയെയും സംബന്ധിച്ച് ഏറെ സംസാരിക്കേണ്ടി വന്നത്. ഇതിനർത്ഥം മറ്റ് മേഖലകൾ അപ്രധാനമാണെന്നല്ല. ഇതാണ് ശുദ്ധകലാവാദത്തിന്റെയും മറ്റും വാഗ്വാദത്തിൽ കേരളത്തിലെ മാർക്സിസ്റ്റുകാരെ ഒരു ചേരിയുടെ മുമ്പിൽ നില്ക്കാൻ നിർബ്ബന്ധിച്ചത്. സാമൂഹ്യശാസ്ത്രപരമായ ഈ പരിമിതികളെ മുറിച്ചുകടന്നുകൊണ്ടേ മാർക്സിസ്റ്റു വി

മർശന ധാരയ്ക്ക് മുന്നേറാനാവൂ. അത് ധീരമായി പ്രഖ്യാപിക്കുകയായിരുന്നു ഇ എം എസ്.

അര നൂറ്റാണ്ടിനു മുമ്പ് ലോക ഫാസിസത്തിനെന്നപോലെ അമേരിക്കൻ നേതൃത്വത്തിലുള്ള സാമ്രാജ്യാധിപത്യത്തിനെതിരെ ആഗോളമായ ബഹുജന പ്രസ്ഥാനം ഉയർന്നുവരികയാണ്. അന്ന് സാഹിത്യ നായകന്മാരെ അഭിസംബോധന ചെയ്ത് ഗോർക്കി ഉന്നയിച്ച ചോദ്യം "നിങ്ങൾ ഏതു ചേരിയിൽ... ഫാസിസത്തിന്റേയോ ജനാധിപത്യത്തിന്റേയോ?" ഇന്ന് പ്രസക്തമായിരിക്കുന്നു. സാഹിത്യാസ്വാദകരും രചയിതാക്കളും ഏതു ചേരിയിലാണ്. അമേരിക്കൻ നേതൃത്വത്തിലുള്ള സാമ്രാജ്യാധിപത്യത്തിന്റേയോ അതിനെതിരായ വിപ്ലവബഹുജന പ്രസ്ഥാനത്തിന്റേയോ എന്നതാണ് പ്രധാന പ്രശ്നം. ഈ സത്യത്തിലക്ക് ശ്രദ്ധ തിരിക്കുന്നവർ നേരിടേണ്ട ഒരു ചോദ്യമുണ്ടെന്ന് എനിക്കറിയാം. സാഹിത്യത്തിലേക്ക് രാഷ്ട്രീയത്തെ പിടിച്ചുകൊണ്ടുവരുന്ന സമീപനമല്ലേ ഇത്? ഈ ചോദ്യം ജീവൽ സാഹിത്യപ്രസ്ഥാനത്തിനെതിരെ 1937 തൊട്ട് ലബ്ധപ്രതിഷ്ഠരായ സാഹിത്യകാരന്മാരിൽ ഒരു വിഭാഗം ഉയർത്തിയിരുന്നു. അവർക്ക് നല്കിയ മറുപടി തന്നെയാണ് ഇന്നും പറയാനുള്ളത്. സാഹിത്യവും രാഷ്ട്രീയവും വെള്ളം കടക്കാത്ത അറകളല്ല. രാഷ്ട്രീയത്തിനതീതമായി സാഹിത്യരചനയും ആസ്വാദനവും നടത്തുന്നുവെന്ന് അവകാശപ്പെടുന്നവർക്ക് അവരുടേയായ രാഷ്ട്രീയവുമുണ്ട്.

പ്രത്യയശാസ്ത്ര പ്രതിബദ്ധതയുടെ യാന്ത്രികത മേല്പറഞ്ഞ പ്രസ്താവത്തിൽ ആരോപിക്കാത്തവരില്ല. കലാപ്രയോഗവും പ്രത്യയശാസ്ത്രബോധവും ചരിത്രപരമായി മാറിക്കൊണ്ടിരിക്കുന്നതിന്റെ മൂർത്ത സാഹചര്യംകൂടി തിരിച്ചറിഞ്ഞേ പ്രതിബദ്ധതയുടെ ഭിന്ന തലങ്ങൾ കണ്ടെത്താനാവൂ. പ്രത്യയശാസ്ത്ര പ്രതിബദ്ധതയ്ക്ക് തികച്ചും രാഷ്ട്രീയമാനം കൈവന്നിരിക്കുന്ന അവസ്ഥയിൽ അരാഷ്ട്രീയമായ അസ്തിത്വം മിഥ്യയാണ്. സൗന്ദര്യശാസ്ത്ര സംബന്ധിയായ ആലോചനകൾക്ക്, മാർക്സിസ്റ്റുകാർക്ക് ആഗോള മാതൃകയില്ലെന്നും അതിനാൽ "മാർക്സിസ്റ്റ്-ലെനിനിസ്റ്റ് സിദ്ധാന്തങ്ങളെ ആസ്പദമാക്കിയ സൗന്ദര്യശാസ്ത്രം രൂപപ്പെടുത്തുന്നതിന് വൈരുദ്ധ്യാത്മകവും ചരിത്രപരവുമായ ഭൗതികവാദത്തിന്റെ പൊതുതത്ത്വങ്ങളെ ആശ്രയിക്കാനേ നിവൃത്തിയുള്ളൂ"വെന്നാണ് ഇ എം എസ് *മാർക്സിസവും മലയാള സാഹിത്യവും* എന്ന കൃതിയിൽ ആമുഖമായി പറഞ്ഞത്. സവിശേഷ ചരിത്ര യാഥാർത്ഥ്യവുമായി ബന്ധപ്പെട്ട് മാർക്സിസ്റ്റ് സൗന്ദര്യത്തിന്റെ സങ്കല്പത്തിൽ വരുത്തേണ്ട പൊളിച്ചെഴുത്തിന്റെ സൂചന നല്കുന്നുണ്ട് അത്. കേരളത്തിലെ മാർക്സിസ്റ്റ് സൗന്ദര്യശാസ്ത്രത്തിന് വിലപ്പെട്ട സംഭാവനകൾ നല്കിയപ്പോൾ ത്തന്നെ ആ വികാസത്തിന്റെ ഘട്ടത്തിലെ വ്യതിയാനങ്ങളെയും പരിമിതികളെയും അദ്ദേഹം തിരിച്ചറിയുകയും ചെയ്തിരുന്നു.

11

ചരിത്രകാരൻ

ഗവേഷകന്റെ വർഗ്ഗവീക്ഷണം തികച്ചും പ്രതിഫലിപ്പിക്കുന്ന ശാസ്ത്രമാണ് ചരിത്രം. ആ നിലയ്ക്ക് മേധാവിവർഗ്ഗത്തിന് സ്വന്തം താല്പര്യങ്ങൾ നിലനിർത്താനും സംരക്ഷിക്കാനുമുള്ള ശക്തമായ ആയുധങ്ങളിൽ ഒന്നായി അത് പ്രയോജനപ്പെടും. അതിനാൽ തൊഴിലാളി വർഗ്ഗത്തിന് ആശയപരമായി മറ്റ് രംഗങ്ങളിലെന്നപോലെ ചരിത്രത്തിന്റെ കാര്യത്തിലും നിലവിലുള്ള സിദ്ധാന്തങ്ങൾ വെല്ലുവിളിക്കുകയും എതിർത്തു തോല്പിക്കുകയും ചെയ്യേണ്ടിവരും. സ്വന്തം വർഗ്ഗ താല്പര്യങ്ങൾ സംരക്ഷിച്ച് ഒരു വർഗ്ഗമെന്ന നിലയ്ക്ക് സ്വയം മുന്നേറാൻ സഹായിക്കുന്ന ചരിത്രവീക്ഷണം സ്വായത്തമാക്കേണ്ടിയുമിരിക്കുന്നു എന്ന ഇ എം എസിന്റെ വാക്കുകൾ ബോധപൂർവ്വമായ ഇടപെടലിന് തയ്യാറായ ധിഷണാശാലിയുടെ കാഴ്ചപ്പാടാണ്. ചരിത്രപഠനത്തെ രാഷ്ട്രീയ പ്രവർത്തനത്തിന്റെ ഭാഗമായിക്കണ്ട ഒരാൾക്ക് അങ്ങനെ ചിന്തിക്കാനേയാവൂ. അതേസമയം മാർക്സിസ്റ്റ് ലോകവീക്ഷണം അവലംബിച്ചുള്ള ചരിത്ര രചനയ്ക്ക് പാകതയെത്തിയിട്ടില്ലാത്ത കേരള ചരിത്രത്തെ തൊഴിലാളികളുടെ വർഗ്ഗബോധത്തിന് ഉപോൽബലകമായ രീതിയിൽ പുനരാഖ്യാനം ചെയ്യുന്നതിലെ ബുദ്ധിമുട്ടുകളെക്കുറിച്ച് അദ്ദേഹം ബോധവാനായിരുന്നു. 'ഒന്നേകാൽ കോടി മലയാളികൾ' തൊട്ട് ആ ധാരണ മുറുകെ പിടിക്കുകയുമുണ്ടായി. *കേരളം മലയാളികളുടെ മാതൃഭൂമി*യിലും *കേരള ചരിത്രവും സംസ്കാരവും മാർക്സിസ്റ്റ് വീക്ഷണ*ത്തിലും അതിന്റെ വികസിച്ച അന്വേഷണങ്ങൾ കാണുകയും ചെയ്തു. പുതിയ തെളിവുകളുടെയും നിഗമനങ്ങളുടെയും വെളിച്ചത്തിൽ പല നിശ്ചയങ്ങളെയും മാറ്റിയെഴുതാനും മടിച്ചില്ല. *ഇന്ത്യൻ സ്വാതന്ത്ര്യ സമര ചരിത്രം* എന്ന ബൃഹദ് ഗ്രന്ഥവും ഇത്തരം സമാന്തര ധാരയുടെ വിജയ സാഫല്യമായിരുന്നു.

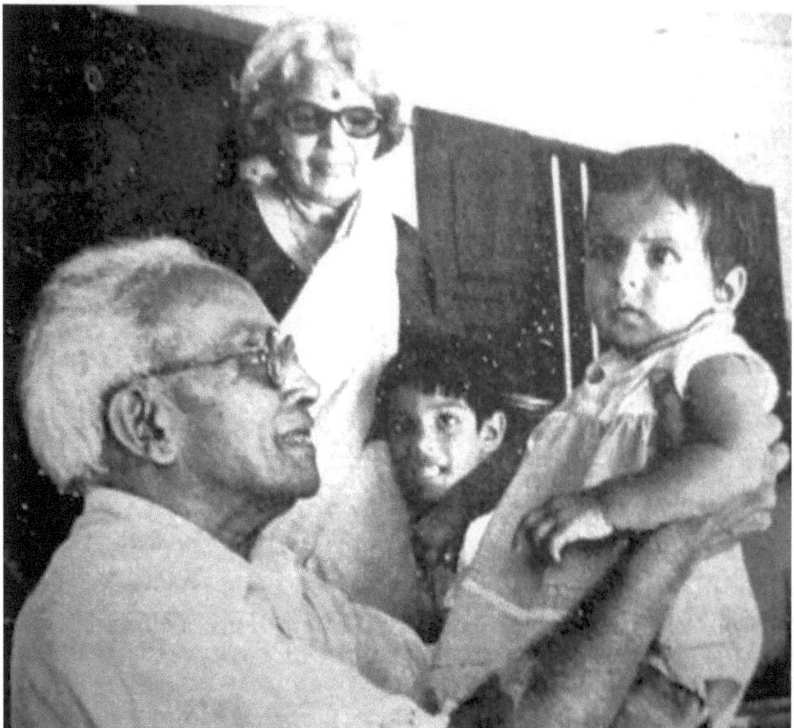

ഇ എം എസും ആര്യയും പേരക്കിടാങ്ങൾക്കൊപ്പം

സി പി ഐ (എം)ന്റെ ആദ്യ പൊളിറ്റ്ബ്യൂറോ

പ്രായോഗികതയിൽനിന്ന് താത്ത്വിക പഠനത്തിന്റെ നിലവാരത്തിലേക്കുയരുകയും താത്ത്വികപഠനത്തെ പ്രായോഗിക പ്രവർത്തനത്തിന് ഉപയോഗിക്കുകയും ചെയ്യുകയെന്ന മാർക്സിസ്റ്റ് രീതിയുടെ ഭാഗമായാണ് ഇ എം എസ് കേരളത്തിന്റെ ചരിത്രപരവും സാംസ്കാരികവുമായ പഠനം തുടങ്ങുന്നത്. 1930 കളുടെ അവസാനത്തിൽ വളർന്നുകൊണ്ടിരുന്ന മലബാറിലെ കർഷക പ്രസ്ഥാനത്തിന്റെ താത്ത്വികാടിത്തറ വിപുലമാക്കാനുള്ള ശ്രമങ്ങളുടെ ഭാഗമായിരുന്നു അത്. ജന്മി സമ്പ്രദായത്തിന്റെ രൂപപരിണാമങ്ങളും പശ്ചാത്തലവും സജീവ പ്രശ്നമായി ഉയർന്നുവന്നു.

മൂന്നായി കിടന്ന മലബാർ, കൊച്ചി, തിരുവിതാംകൂർ പ്രദേശങ്ങൾ ചേർത്ത് ഐക്യകേരളം രൂപീകരിക്കണമെന്നത് കോൺഗ്രസ് സമ്മേളനത്തിലെ ആവശ്യമായിരുന്നു. കമ്യൂണിസ്റ്റ് പാർട്ടി ജനപിന്തുണയാർജ്ജിച്ചശേഷം ഈ മുദ്രാവാക്യം ശക്തമായി ഉയർത്താൻ തുടങ്ങി. ജാതി-മതാദി പരിഗണനകൾക്കതീതമായി ഭാഷ, അതിനെ കേന്ദ്രീകരിച്ച സംസ്കാരം എന്നിവയെ പ്രധാനമായും ആശ്രയിച്ചുള്ള ദേശീയ ജനവിഭാഗങ്ങൾ ഇന്ത്യയിലുണ്ടെന്നും അവ രാജ്യത്തിന്റെ അവിഭാജ്യ ഘടകമാണെന്നും അവയ്ക്കോരോന്നിനും ദേശീയ സവിശേഷതകളുണ്ടെന്നും അവയെല്ലാം പരിഗണിച്ചും സ്വച്ഛന്ദം വികസിക്കാൻവേണ്ട അവസരമൊരുക്കിയുമാണ് ഇന്ത്യയുടെ ഐക്യം നിലനിർത്തേണ്ടത് എന്നതായിരുന്നു കമ്യൂണിസ്റ്റ് പാർട്ടി നിലപാട്.

ആധുനിക ചരിത്രകാലഘട്ടത്തിൽ മുതലാളിത്ത വളർച്ചയുടെ അനിവാര്യതയെന്നോണം ഭാഷ, സംസ്കാരം എന്നിവയുടെ മേഖലകളിൽ സവിശേഷതയുള്ള ദേശീയ ജനവിഭാഗങ്ങൾ ഉയർന്നുവരുമെന്നും അവയുടെ വളർച്ചക്കനുരൂപമായ സാഹചര്യം സൃഷ്ടിക്കുക ജനാധിപത്യ പ്രസ്ഥാനത്തിന്റെ കടമയാണെന്നുമുള്ള ആഗോള സാഹചര്യത്തിന്റെ മാർക്സിസ്റ്റ്— ലെനിനിസ്റ്റ് തിരിച്ചറിവാണ് ഭാഷാ സംസ്കാരത്തിന്റെ പ്രശ്നത്തിൽ ഇന്ത്യൻ പാർട്ടിയെയും നയിച്ചത്. ഈ കാഴ്ചപ്പാടിന് പ്രായോഗിക രൂപം നല്കുന്നതിന് പാർട്ടി വിവിധ പ്രവർത്തനങ്ങൾ നടത്തി. ബംഗാൾ-ആന്ധ്ര-കേരളം സംസ്ഥാനങ്ങളിൽനിന്നുള്ള കേന്ദ്രകമ്മിറ്റി അംഗങ്ങൾ പ്രശ്നത്തിന്റെ പ്രായോഗികാനുഭവം മുൻനിർത്തി 1945 ൽ ഓരോ ലഘുലേഖ എഴുതി. ഭവാനിസെന്നിന്റെ *നതുൻ ബംഗാൾ*, പി സുന്ദരയ്യയുടെ *വിശാലാന്ധ്രാ*, ഇ എം എസിന്റെ *ഒന്നേകാൽക്കോടി മലയാളികൾ* എന്നിവ പുറത്തുവരുന്നത് ഈ പശ്ചാത്തലത്തിൽ. ഇന്ത്യൻ രാഷ്ട്രീയ യാഥാർത്ഥ്യങ്ങൾ മാർക്സിസം- ലെനിനിസത്തിന്റെ വെളിച്ചത്തിൽ പരിശോധിക്കാൻ പാർട്ടി നടത്തിയ ആദ്യ ശ്രമമായും ഇതിനെ കണക്കാക്കാം, പിന്നീട് തിരുത്തേണ്ടി വന്ന പാകപ്പിഴകൾ പിടികൂടിയിരുന്നെങ്കിലും.

ഐക്യകേരളത്തെക്കുറിച്ചുള്ള കമ്യൂണിസ്റ്റ് പാർട്ടി സമീപനം വിശദമാക്കിയ *ഒന്നേകാൽക്കോടി മലയാളികൾ*ക്കുശേഷം പ്രശ്നത്തിന്റെ മൗലിക വശങ്ങൾ പ്രതിപാദിക്കുന്നതിന് ഇ എം എസ് എഴുതിയ ഗ്രന്ഥമാണ് *കേരളം മലയാളികളുടെ മാതൃഭൂമി*. ഭാഷാ സംസ്ഥാനമെന്ന

ആശയത്തിന് ഊന്നൽ നല്കുന്നതായിരുന്നു ആദ്യത്തെ ലഘുലേഖയും പിന്നത്തെ ഗ്രന്ഥവും. പരശുരാമന്റെയും ചേരമാൻ പെരുമാളിന്റെയും ഐതിഹ്യങ്ങളല്ല, ഇരുപതാം നൂറ്റാണ്ടിന്റെ യാഥാർത്ഥ്യങ്ങളാണ് സംസ്ഥാന രൂപീകരണത്തിന് അടിസ്ഥാനമെന്ന സങ്കല്പം ആവർത്തിച്ച് ഉയർത്തപ്പെട്ടു. മൂന്ന് ഖണ്ഡങ്ങളായി ചിതറിക്കിടന്ന മലയാളി ജനതയുടെ ഉത്ഭവം, വളർച്ച എന്നിവ പരിശോധിച്ച് അവർക്ക് സ്വന്തമായ സാമൂഹ്യ ജീവിതം, സാംസ്കാരിക പാരമ്പര്യം എന്നിവയുണ്ടെന്ന് ചരിത്രപരമായി തെളിയിക്കുകയായിരുന്നു *കേരളം മലയാളികളുടെ മാതൃഭൂമി*. മാർക്സിസ്റ്റ് വീക്ഷണത്തോടെ കേരള ചരിത്രം അവലോകനം ചെയ്യാനുള്ള ആദ്യപരിശ്രമത്തിന്റെ പരിമിതികൾക്കെതിരെ ഉയർന്ന വിമർശനങ്ങൾക്കു ശേഷമാണ് ഇ എം എസിന്റെ *കേരളത്തിന്റെ ദേശീയ പ്രശ്നം* എന്ന ഇംഗ്ലീഷ് ഗ്രന്ഥം 1953 ൽ പുറത്തുവന്നത്. തുടർന്ന് 1967 ൽ *കേരളം ഇന്നലെ ഇന്ന് നാളെ* എന്ന തലക്കെട്ടിൽ പരിഷ്കരിച്ച പതിപ്പും ഇംഗ്ലീഷിൽ പുറത്തിറങ്ങി. തുർച്ചയായ മൂന്ന് പതിപ്പുകൾ വന്നതിൽപ്പിന്നീടാണ് കേരള ചരിത്രമുൾപ്പെടെ ഇന്ത്യാ ചരിത്രമാകെ മാർക്സിസ്റ്റ് വീക്ഷണത്തിൽ പഠിക്കാൻ ഇ എം എസിനായത്. തുടർന്ന് കേരളം ഇന്നലെ ഇന്ന് നാളെ എന്ന ഗ്രന്ഥത്തിലെ നിഗമനങ്ങളും കയ്യൊഴിഞ്ഞ് കേരളത്തിന്റെ സാമൂഹ്യവും രാഷ്ട്രീയവും ചരിത്രപരവുമായ ഒരവലോകനം എന്ന ഇംഗ്ലീഷ് ഗ്രന്ഥം പുറത്തിറക്കുകയുണ്ടായി. മാർക്സിസ്റ്റ് വീക്ഷണമുൾക്കൊണ്ട് ചരിത്രം അവലോകനം ചെയ്യാനുള്ള ശ്രമം അനുക്രമം വികസിക്കുകയും വളരുകയുമായിരുന്നു. ഇതിന്റെ രൂപമാണ് *കേരള ചരിത്രം മാർക്സിസ്റ്റ് വീക്ഷണത്തിൽ*. സിദ്ധാന്തത്തിലും പ്രയോഗത്തിലും മാർക്സിസത്തിന്റെ വീക്ഷണം കേരള ചരിത്ര വിശകലനത്തിൽ സ്വീകരിച്ച ഇ എം എസിന്റെ ആദ്യ സംരംഭം. അതിന്റെ പരിമിതികൾ തിരുത്തിക്കുറിക്കാൻ സ്വയം സന്നദ്ധമായിരുന്നതിന്റെ കൂടി സൂചനയാണ് പിന്നീട് വന്ന പഠനങ്ങൾ.

കേരള ചരിത്രരംഗത്തെ പ്രധാന പരിമിതി, സംസ്കാരത്തിന്റെ രൂപീകരണത്തിൽ പ്രവർത്തിച്ച ഘടകങ്ങളെച്ചൊല്ലി നടക്കുന്ന വൃഥാ തർക്കങ്ങളാണ്. ഇതാകട്ടെ സാമൂഹ്യരൂപീകരണത്തെ വിശദീകരിക്കാൻ കഴിയാത്തത്ര വിവശവും. ശാസ്ത്രീയ ചരിത്ര രചനയ്ക്കും ചിന്താരീതികൾക്കും തടസ്സമായി നില്ക്കുന്നത്, അടിയുറച്ച പാഠപുസ്തക ധാരണകളും മുതലാളിത്തത്തിന്റെ ചരിത്രജ്ഞാനവുമാണ്. കേരളീയമായ എല്ലാറ്റിന്റെയും ആരംഭ ബിന്ദു സംഘകാലത്തിൽ തിരയുന്ന ഈ കാഴ്ചപ്പാട് മുൻനിശ്ചിതമായ ചട്ടക്കൂടിനുള്ളിലേക്ക് ചരിത്രത്തെ തിരുകിവെക്കുന്നതിൽ വിജയിച്ചിട്ടുമുണ്ട്. ജനാധിപത്യപരവും മതേതരവുമായ സമൂഹസൃഷ്ടിക്ക് ഉതകുന്ന സമരങ്ങളുടെ പ്രത്യയശാസ്ത്രജ്ഞാനമായി കേരള സംസ്കാര ചരിത്രവിജ്ഞാനീയത്തെ ഉയർത്തുന്നതിനുള്ള ശ്രമം കൂടിയായിരുന്നു ഇ എം എസിന്റെ സംഭാവനകൾ.

ബ്രാഹ്മണരുടെ കുടിയേറ്റം, അതിന്റെ ഫലമായുളവായ നമ്പൂതിരിയെന്ന ജാതി തുടങ്ങിയവ സംബന്ധിച്ച് ഉറച്ചുപോയ ധാരണകൾക്കെതിരെ

ഇ എം എസിന്റെ കൃതി കലഹിച്ചു. ഇത്തരത്തിൽ ജാതിയെ മുഖ്യ ചാലകശക്തിയായി നിരൂപിക്കുന്ന ചില ഗ്രന്ഥങ്ങൾ ഒരുതരം സാങ്കല്പിക ചട്ടക്കൂടുകൾക്കുള്ളിലായിരുന്നു. ഓരോ ജാതിക്കും നഷ്ടപ്രതാപത്തിന്റെ സുവർണ്ണകാലത്തെക്കുറിച്ച് ചില സങ്കല്പങ്ങൾ കാത്തുനിർത്തേണ്ടി വന്നു. അങ്ങനെ കേരള ചരിത്ര പഠന രംഗത്ത് ഒരു ധാര തന്നെ, ജാതികളെ ഭൂതകാലത്തിന്റെ സുവർണ്ണയുഗത്തെക്കുറിച്ച് ബോദ്ധ്യപ്പെടുത്താനുണ്ടായി. “പുരാതന കാലത്ത് അതുല്യമഹിമയുള്ള ജാതിയായിരുന്നു തന്റേതെന്ന് ഓരോ ജാതിക്കാരനും മത്സരബുദ്ധിയോടെ വിശ്വസിക്കുന്നു. മഹിമകളുടെ തരവും അത് നഷ്ടപ്പെട്ട കാലവും വ്യത്യാസപ്പെട്ടിരിക്കുന്നു എന്നേയുള്ളൂ. സാമുദായിക മഹിമയുടെ ചരിത്രത്തെപ്പറ്റി വിയോജിക്കുകയും പുച്ഛരിക്കുകയും ചെയ്യുമ്പോഴും അതിപുരാതന ചരിത്രമാഹാത്മ്യം ഏവർക്കും ഒരുപോലെ വിശ്വാസപ്പെട്ട മഹാ സത്യമായിരിക്കുകയും ചെയ്യുന്നു.” ഏതെങ്കിലും ഒരു സമുദായത്തിന്റെ ചരിത്രമാഹാത്മ്യം വിശ്വസിച്ചും കേരള ചരിത്ര മാഹാത്മ്യമാകുന്ന പൊതു മാഹാത്മ്യത്തിൽ ഉറച്ചുവിശ്വസിച്ചും ചരിത്രരചന നടത്തുന്നവരെപ്പറ്റിയുള്ള പി കെ ബാലകൃഷ്ണന്റെ നിരീക്ഷണമാണിത്. കൊസാംബി ഇന്ത്യാ ചരിത്ര വിശകലനത്തിൽ പരീക്ഷിച്ച കാർഷിക ഗ്രാമവ്യവസ്ഥയുടെ ഉദയത്തെക്കുറിച്ചുള്ള ജാതി ഫിക്സേഷനുകളെയും ആ നിരീക്ഷണങ്ങൾ പ്രകോപിപ്പിക്കുന്നുണ്ടെന്ന് വളരെപ്പേരൊന്നും സൂചിപ്പിച്ചു കാണുന്നില്ല.

ഇന്ത്യയുടെ മറ്റ് പ്രദേശങ്ങളിൽനിന്ന് ഭിന്നമായ സാമൂഹ്യഘടന കേരളത്തിൽ നിലവിൽ വരാനിടയായ കാരണങ്ങൾ ഇ എം എസ് വിശദമാക്കി. *കേരളത്തിന്റെ ദേശീയ പ്രശ്നം* എന്ന കൃതി ഈയർത്ഥത്തിൽക്കൂടിയാണ് ശ്രദ്ധേയമാകുന്നത്. മാർക്സ് ഇന്ത്യയെക്കുറിച്ച് നടത്തിയ പരാമർശങ്ങളും എംഗൽസിന്റെ ചില നിഗമനങ്ങളുമാണ് ഇതിന് അവലംബമാകുന്നത്. നദികളും മഴയും കുറവായ, മരുസദൃശമായ ഏഷ്യൻ മേഖലകളിൽ, കൃത്രിമമായ കേന്ദ്രീകൃത ജലസേചന പദ്ധതികൾ കൂടാതെ കൃഷി അസാദ്ധ്യമായതിനാൽ കേന്ദ്രീകൃത ഭരണകൂടങ്ങൾ അവിവാര്യമാക്കിത്തീർത്തുവെന്നും ഈ പശ്ചാത്തലത്തിലാണ് പ്രാദേശിക നാടുവാഴികളുടെ സ്വാശ്രിതത്വത്തിൽ ഊന്നിയ യൂറോപ്യൻ മാതൃകയിലുള്ള നാടുവാഴി വ്യവസ്ഥ ഏഷ്യൻ മേഖലയിൽ വേരുപിടിക്കാതിരുന്നതെന്നുമുള്ള എംഗൽസിന്റെ നിഗമനത്തോട് അടുപ്പം കാണിക്കുന്നതാണ് ഇ എം എസിന്റെ വീക്ഷണം. ധാരാളം ചെറുനദികളും കനത്ത മഴയും ഉള്ളതിനാൽ കേന്ദ്രീകൃത ജലസേചന പദ്ധതികളും അവയെ ആധാരമാക്കിയ കേന്ദ്രീകത ഭരണകൂടവും ആവശ്യമില്ലാതായി. പ്രാദേശിക ജന്മികളും നാടുവാഴികളും ഉല്പാദനത്തെ നിയന്ത്രിക്കുന്ന നാടുവാഴി വ്യവസ്ഥയ്ക്ക് അനുകൂലമായ അന്തരീക്ഷമായിരുന്നു ഇത്. കേന്ദ്രീകൃത ഭരണകൂടങ്ങളുടെ അഭാവം ഈ രീതിയിൽ വിശദീകരിക്കാൻ ശ്രമിക്കുന്ന ഇ എം എസിന്റെ നിലപാടാണ് യാഥാർത്ഥ്യവുമായി കൂടുതൽ പൊരുത്തപ്പെടുന്നത്.

ജാതി-മത- നാടുവാഴി വ്യവസ്ഥയെന്ന് ഇ എം എസ് വിളിച്ച ഫ്യൂഡൽ വ്യവസ്ഥ രൂപപ്പെട്ടതിനു ശേഷമുള്ള ചരിത്ര വിശകലനത്തിൽ അദ്ദേഹം നല്കിയ സംഭാവന ഗൗരവതരമാണ്. നാടുവാഴിത്തത്തെയും അതിന്റെ അനന്തരഘടനയെയും കുറിച്ച് വ്യത്യസ്ത നിരീക്ഷണങ്ങൾ നടത്തിയ അദ്ദേഹം ആധുനിക സമൂഹ രൂപീകരണത്തെക്കുറിച്ച് മുന്നോട്ടുവെച്ച സങ്കല്പങ്ങൾ ശ്രദ്ധേയങ്ങളാണ്.

കേരളത്തിന്റെ പ്രാചീന ചരിത്രരൂപീകരണത്തെക്കുറിച്ചുള്ള ഇ എം എസിന്റെ ധാരണകൾ ചിലത് പഴകിപ്പോയിട്ടുണ്ട്. അതുമായി ബന്ധപ്പെട്ട് ഉയർത്തിയ ചുരുക്കം പ്രശ്നങ്ങൾ യഥാർത്ഥങ്ങൾ തന്നെയുമല്ല. സംസ്കാര ചരിത്രാന്വേഷണത്തിന് ഭൂമിശാസ്ത്രംപോലെ പ്രധാനമാണ് സംസ്കാര രൂപങ്ങളുടെ ഘടനയും അതിലുൾച്ചേരുന്ന ജനവിഭാഗങ്ങളും തമ്മിലുള്ള പ്രശ്നം. ഈ അടിസ്ഥാന കാഴ്ചപ്പാട് നിരാകരിച്ചാണ് പല ചരിത്രകാരന്മാരുടെയും അന്വേഷണങ്ങൾ. കേരളീയ പ്രാചീന ഗ്രാമീണ സമൂഹരൂപീകരണത്തെക്കുറിച്ച് തീർത്തും പിന്തുടരാൻ പറ്റുന്ന നിരീക്ഷണമല്ല ഇ എം എസിന്റേതെങ്കിലും ദേശീയത, ജനകീയമായ സാംസ്കാരിക ഐക്യം മാത്രമല്ല, ഉല്പാദന ബന്ധങ്ങളുടെ വളർച്ചയുടെ പ്രാദേശികമായ ക്രമീകരണം കൂടിയാണെന്ന വ്യാഖ്യാനത്തിന്റെ പിൻബലം വഴികാട്ടിയാവുന്നു.

ഉല്പാദന ബന്ധങ്ങളിലും ഉല്പാദനോപാധികളിലും വരുന്ന ക്രമബദ്ധമായ മാറ്റത്തിന്റെ കാലാനുക്രമമായ ആവിഷ്കാരമാണ് ചരിത്രം എന്ന ഡി ഡി കൊസാംബിയുടെ വീക്ഷണത്തിന്റെ നൈസർഗ്ഗിക ചൈതന്യമുൾക്കൊണ്ട് കേരള ചരിത്രം പരിശോധിച്ച ഇ എം എസിന്റെ ആദ്യശ്രമം ഏറ്റവും ശ്രദ്ധേയമാണ്. ഒരു ബൗദ്ധികോപകരണം എന്ന നിലയിൽ ചരിത്ര വിശകലനത്തിന് മാർക്സിസത്തിന്റെ സാദ്ധ്യതകൾ ഉപയോഗപ്പെടുത്തിയ അദ്ദേഹത്തിന്റെ നിരീക്ഷണ—നിഗമനങ്ങളെക്കാൾ പ്രാധാന്യമർഹിക്കുന്നത് അപഗ്രഥനത്തിൽ മുന്നോട്ടുവെച്ച പുതിയ വഴികളാണ്. സ്വീകരിച്ച നിഗമനങ്ങളിൽ ചിലവ പുതിയ സാദ്ധ്യതകളുടെ വെളിച്ചത്തിൽ അസാധുവാകുമ്പോഴും കേരള ചരിത്രത്തെ അബദ്ധ ധാരണകളുടെയും മാമൂൽ വഴികളുടെയും വഴിയിൽനിന്ന് മോചിപ്പിച്ച ആദ്യത്തെ ശാസ്ത്രീയ വിശകലന രീതി അദ്ദേഹത്തിന്റേത് മാത്രമാകുന്നു.

ഇ എം എസ് രചിച്ച 'ഇന്ത്യൻ സ്വാതന്ത്ര്യസമര ചരിത്രം' ആധുനിക വിജ്ഞാനീയത്തിലെ ഏറ്റവും ശ്രദ്ധേയമായ കൃതികളിലൊന്നാണ്. ദേശീയ വിമോചന മുന്നേറ്റത്തിൽ വിവിധ വർഗ്ഗങ്ങളുടെ പങ്കാളിത്തവും പരിമിതികളും കൃത്യമായി വിലയിരുത്തി ആ കൃതി. പഴയ സങ്കല്പങ്ങളെ മാറ്റിമറിക്കുകയും ആധുനിക ഇന്ത്യാചരിത്രം ആഴ്ന്ന മുൻവിധികളിൽനിന്ന് അതിനെ മോചിപ്പിക്കുകയുമാണ് അതിൽ. വിവിധ ബഹുജന വിഭാഗങ്ങൾ സ്വാതന്ത്ര്യ സമരത്തിൽ വഹിച്ച പങ്ക് നിർവ്വചിക്കുന്ന ഗ്രന്ഥം തൊഴിലാളി വർഗ്ഗത്തിന്റെ വീക്ഷണമണ്ഡലത്തിലേക്ക് വിമോചന പോരാട്ടത്തെ പുനരാഖ്യാനം ചെയ്തു. സാധാരണ നിർവ്വചനത്തി

നുള്ളിൽപ്പെടുന്ന ചരിത്രകാരനല്ല ഇ എം എസ്. അതുപോലെ അദ്ദേഹമാശ്രയിച്ച ഉപാദാന സാമഗ്രികൾ അക്കാദമിക ഔചിത്യങ്ങൾക്ക് പൂർണ്ണമായും വഴങ്ങുന്നവയുമല്ല. അതിനാൽക്കൂടിയാണ് പഴയ സമ്പ്രദായങ്ങളിൽ നിന്നും സങ്കല്പങ്ങളിൽനിന്നുമുള്ള ഇരട്ട വിച്ഛേദമെന്ന വ്യാപ്തി ഇ എം എസിന്റെ ഗ്രന്ഥത്തിന് കൈവരുന്നത്. സാമ്രാജ്യത്വ ഔദ്യോഗിക ചരിത്രകാരന്മാർ, ദേശീയവാദികൾ, ആദ്യകാല മാർക്സിസ്റ്റ് ചിന്തകർ, അക്കാദമിക് പണ്ഡിതന്മാർ—ഈ വിഭാഗത്തിൽപ്പെടുന്നവരുടെയെല്ലാം ആഖ്യാനങ്ങൾ പുറത്തുവന്നിട്ടുണ്ടെങ്കിലും അവയുടെ പരിമിതികളെയും ദുർവ്യാഖ്യാനങ്ങളെയും ഈ കൃതി അനിഷേധ്യമാംവണ്ണം മറികടക്കുന്നുണ്ട്.

സാമ്രാജ്യത്വ വീക്ഷണത്തിന്റെ പക്ഷപാതങ്ങളെ ചെറുക്കുന്നതിൽ ദേശീയവാദികൾ വിജയിച്ചു. എന്നാൽ സാമ്രാജ്യത്വം വിതച്ച ചില അപകടങ്ങളുടെ സ്വാധീനത്തിൽനിന്ന് കുതറി മാറാൻ കഴിഞ്ഞില്ല. ദേശീയവാദ ചരിത്രകാരന്മാർ അവരുടെ മൂല്യ സങ്കല്പങ്ങൾക്കനുസൃതമായി ബൂർഷ്വാ ലിബറൽ ജനാധിപത്യ വ്യവസ്ഥയുടെ പ്രത്യയശാസ്ത്രകാരന്മാരുമായി. കൊളോണിയൽ സങ്കല്പങ്ങളുടെ മിഥ്യ തകർത്ത് ഇന്ത്യയുടെ വർഗ്ഗ നയം സ്ഥാപിക്കാനും ഈ ധാര നല്കിയ സംഭാവന പ്രധാനമാണ്. എന്നാൽ നീതിയുക്തമായ സാമൂഹ്യ സംവിധാനത്തിലേക്ക് മുന്നേറുന്നതിന് ഇവരുടെ വീക്ഷണം പലപ്പോഴും അപര്യാപ്തമായി.

ദേശീയപ്രസ്ഥാനത്തിലെ പ്രവണതകളും ധാരകളുമായി ബന്ധപ്പെട്ടാണ് ദേശീയ ചരിത്രവീക്ഷണം രൂപപ്പെട്ടത്. വസ്തുതകളുടെയും സംഭവ വിവരങ്ങളുടെയും കാര്യത്തിൽ അവ സമ്പന്നമായിരുന്നുവെങ്കിലും ചരിത്രത്തിലെ സങ്കീർണ്ണതകളെയും വിരുദ്ധ താല്പര്യങ്ങളെയും സ്ഥാനപ്പെടുത്തുന്നതിൽ പരാജയപ്പെട്ടു. ഈ നിലയിൽ ദേശീയവാദി ചരിത്രകാരന്മാർ ജനകോടികളെക്കുറിച്ച് വാചാലമായിട്ടുണ്ടെങ്കിലും ചരിത്രസൃഷ്ടിയിൽ അവർക്കുള്ള പങ്ക് മതിയാംവണ്ണം പരിഗണിച്ചില്ല. ദേശീയ ചരിത്രകാരിൽത്തന്നെ വർഗ്ഗീയ സങ്കല്പങ്ങളെയും ബ്രിട്ടീഷ് ചരിത്ര വൈകൃതങ്ങളെയും എതിർത്ത മതേതര ജനാധിപത്യ വീക്ഷണത്തിലുറച്ചവരായിരുന്നു പ്രധാനികൾ. ഇതിൽനിന്ന് വ്യത്യസ്തമായി ഹൈന്ദവ പാരമ്പര്യത്തെ മുഖ്യധാരയായി കരുതി ബ്രിട്ടീഷുകാരെന്നപോലെ മുസ്ലീങ്ങളും ഇന്ത്യയെ ആക്രമിച്ച് കീഴ്പ്പെടുത്തുകയായിരുന്നുവെന്ന് വാദിച്ചവരുമുണ്ട്. ഈ പ്രാകൃത- വർഗ്ഗീയ സമീപനത്തിന്റെ മുസ്ലീം പതിപ്പുകൾ മറ്റൊരു ഭാഗത്ത്.

ഇന്ത്യയെക്കുറിച്ചുള്ള ആദ്യ മാർക്സിസ്റ്റ് ചരിത്രശ്രദ്ധ കാൾ മാർക്സ് 1853 ൽ *ന്യൂയോർക്ക് ഡയലി ട്രിബ്യൂണലി*ലെഴുതിയ ലേഖനങ്ങളാണ്. 1922 ൽ ജനീവയിൽനിന്നും എം എൻ റോയ് എഴുതി പ്രസിദ്ധീകരിച്ച *ഇന്ത്യ ഇൻ ട്രാൻസിഷൻ*, 1926 ലെ രജനി പാംദത്തിന്റെ *മോഡേൺ ഇന്ത്യ* തുടങ്ങിയ കൃതികൾ അത്തരം ആദ്യ പരിശ്രമങ്ങളായിരുന്നു. പരമ്പരാഗത ദേശീയ ചരിത്രകാരന്മാരുടെ ഹ്രസ്വവീക്ഷണങ്ങളെയും പരിമിതികളെയും ചൂണ്ടിക്കാട്ടിയ ആദ്യകാല മാർക്സിസ്റ്റ് രചനകൾ, സമൂഹ

വൈരുദ്ധ്യങ്ങൾ തുറന്നുകാട്ടുന്നതിൽ വിജയംവരിച്ചുവെങ്കിലും മാർക്സിസ്റ്റ് വീക്ഷണത്തെയും ഭൗതികവാദ ചരിത്രരചനാ രീതിയെയും കൂട്ടിയിണക്കുന്നതിൽ പൂർണ്ണ വിജയമായിരുന്നില്ല.

ഇന്ത്യൻ ദേശീയ പ്രസ്ഥാനത്തിന്റെ വർഗ്ഗ സ്വഭാവം യഥാർത്ഥ മാർക്സിസ്റ്റ് ഉൾക്കാഴ്ചയോടും ഇന്ത്യൻ പശ്ചാത്തലത്തിന്റെ പ്രത്യേകതകളുമായി ബന്ധപ്പെടുത്തിയും പരിശോധിച്ച ഗൗരവതരമായ പരീക്ഷണമാണ് ഇ എം എസിന്റേത്. ഏതെങ്കിലും പ്രസ്ഥാനത്തിൽ അടിസ്ഥാനവർഗ്ഗവും കർഷകരും അണിചേരുന്നതിനാൽ മാത്രം അവ ബൂർഷ്വാ പ്രസ്ഥാനമല്ലാതാകുന്നില്ലെന്ന തിരിച്ചറിവ് ഈ കൃതി പുലർത്തുന്നു. പ്രസ്ഥാനത്തിന്റെ വർഗ്ഗസ്വഭാവം നിർണ്ണയിക്കപ്പെടുക പങ്കാളികളായ വിഭാഗത്തിന്റെ വർഗ്ഗാടിസ്ഥാനത്തെ കണക്കിലെടുത്തുകൊണ്ടല്ല, മറിച്ച് പ്രസ്ഥാനത്തിന്റെ ചലനാത്മകയാണ് വർഗ്ഗ സ്വഭാവം നിർണ്ണയിക്കുന്നത്. അത്തരത്തിൽ നോക്കുമ്പോൾ കോൺഗ്രസ് നയിച്ച ദേശീയ പ്രസ്ഥാനം ബൂർഷ്വാ ഭരണ സ്ഥാപനങ്ങളെ നിലനിർത്താനാണ് ശ്രമിച്ചതെന്ന് കാണാം.

ഫ്യൂഡൽ നേതൃത്വത്തിൽ നടന്ന ആദ്യഘട്ടം, ബൂർഷ്വാ നേതൃത്വത്തിലുള്ള രണ്ടാം ഘട്ടം. അതിൽ ബൂർഷ്വാ നേതൃത്വത്തെ വെല്ലുവിളിച്ച് തൊഴിലാളി വർഗ്ഗം സാന്നിദ്ധ്യം തെളിയിച്ച വികസിച്ച മുന്നേറ്റം. ഈ രൂപാന്തരങ്ങൾ ഇ എം എസ് വരച്ചുകാട്ടി. തെക്കേ ഇന്ത്യയിൽ പഴശ്ശിരാജ, വേലുത്തമ്പി ദളവ, ശിവഗംഗയിലെ മരുതപാണ്ഡ്യൻ തുടങ്ങിയവരുടെ നേതൃത്വത്തിൽ നടന്ന ചെറുത്തുനില്പുകൾ. 1857–58 ൽ വടക്കേ ഇന്ത്യയിൽ നടന്ന വ്യാപക സമരങ്ങൾ. ഫ്യൂഡൽ നേതൃത്വത്തിലുള്ള കലാപങ്ങൾവരെ വിലയിരുത്തുകയുണ്ടായി.

ബ്രിട്ടീഷ് വ്യവസ്ഥയുടെ ഗുണാത്മകവും നിഷേധാത്മകങ്ങളുമായ വശങ്ങളെന്ന് മാർക്സ് വിളിച്ച സാമൂഹ്യ പരിവർത്തനങ്ങളെ ഇ എം എസ് ചരിത്രപരമായി നിരീക്ഷിച്ചു. ആ കാഴ്ചപ്പാട് വിപുലമാക്കുന്നുമുണ്ട്. ബ്രിട്ടനെ അപേക്ഷിച്ച് എത്രയോ ജീർണ്ണമായ സാമൂഹ്യവ്യവസ്ഥയുടെ പ്രതിനിധികളായിരുന്ന ജാതിമേധാവിത്വത്തിലടിയുറച്ച ഫ്യൂഡൽ മേധാവിത്വമെന്ന മാർക്സിന്റെ ധാരണ വിപുലീകരിക്കുന്നുണ്ട്. ഈ യർത്ഥത്തിൽ ബൂർഷ്വാ നവോത്ഥാനത്തിന്റെ ആദ്യകിരണങ്ങൾ രാജാറാം മോഹൻ റായിയെപ്പോലുള്ളവർതൊട്ട് ശ്രീനാരായണഗുരുവിനെപ്പോലുള്ളവർവരെ എങ്ങനെ തെളിച്ചുപിടിച്ചുവെന്ന് പരിശോധിച്ച ഇ എം എസ് ആ പ്രസ്ഥാനത്തിന്റെ വികാസ പരിണാമങ്ങൾ വ്യക്തതയോടെ നിരീക്ഷിച്ചു. നവോത്ഥാന പരിശ്രമങ്ങളുടെ ആരംഭം, ഗ്രാമങ്ങൾ നശിപ്പിച്ച് ബ്രിട്ടീഷുകാർ തുടങ്ങിവെച്ച മുതലാളിത്ത വളർച്ചയെ എതിർക്കുക എന്ന രൂപത്തിലായിരുന്നു. ഇത്തരത്തിലാണ് മുമ്പത്തെ സമൂഹത്തിന്റെ പ്രതിനിധികളായ ഫ്യൂഡൽ വർഗ്ഗങ്ങൾ ദേശീയ പ്രസ്ഥാനത്തിന്റെ മുൻപന്തിയിൽ വന്നത്. മുതലാളിത്തത്തിന്റെ കടന്നാക്രമണത്തിൽനിന്ന് ജീർണിച്ച സമൂഹത്തെ രക്ഷിച്ചെടുക്കുകയെന്ന അർത്ഥത്തിലാണ് അവയെ ഫ്യൂഡൽ താല്പര്യമാണെന്ന് ഇ എം എസ് വിശദീകരിച്ചത്.

അതോട് ബൂർഷ്വാ ദേശീയതയുടെ പ്രതിനിധികൾ ഉയർത്തിയ ചോദ്യങ്ങൾ പിന്നീട് ദേശീയ സമരത്തിന്റെ രാഷ്ട്രീയാർത്ഥങ്ങളോട് ഐക്യപ്പെട്ടു. ഈ ഘട്ടത്തിലാണ് വിദേശീയ സാമ്പത്തിക ചൂഷണത്തിനെതിരെ ബൂർഷ്വാ അർത്ഥശാസ്ത്ര വിമർശനങ്ങളും പുറത്തുവന്നത്. ദാദാഭായ് നവറോജി, ആർ സി ദത്ത് തുടങ്ങിയവർ മുന്നോട്ട് വെച്ച നിലപാടാണ് ഗാന്ധി, നെഹ്റു, ബോസ് എന്നിവർ വിവിധ രൂപങ്ങളിലവതരിപ്പിച്ച സമരമാർഗ്ഗങ്ങളുടെ ശക്തിയും ദൗർബല്യവുമെന്ന് ഇ എം എസ് വിശദമാക്കുന്നുണ്ട്.

വിവിധ പ്രദേശങ്ങളിലെ നവോത്ഥാന പ്രസ്ഥാനങ്ങൾക്കുള്ള പൊതുസ്വഭാവത്തെക്കുറിച്ച് "…. അവയെല്ലാം ഏകോപിപ്പിക്കുന്ന പൊതുലക്ഷ്യമുണ്ട്. നൂറ്റാണ്ടുകളായി വൈദിക സംസ്കാരത്തിന്റെ ഉത്ഭവം മുതൽക്ക് മൗലികമായ ഒരു മാറ്റവും വരാതെ മിക്കവാറും നിശ്ചലമായി നില്ക്കുന്ന ഹൈന്ദവ സമൂഹത്തെ വേരോടെ പറിച്ചുകളഞ്ഞ് പകരം ബൂർഷ്വാ സംസ്കാരത്തിന്റെ വിത്തുപാകാൻ ശ്രമിക്കുന്ന പ്രസ്ഥാനമാണ് എല്ലായിടത്തും രൂപംകൊണ്ടത്. ഈ പൊതുലക്ഷ്യം സാധിക്കുന്നതിന് താരതമ്യേന മിതവാദ സമീപനമുൾക്കൊള്ളുന്നവർ, വിപ്ലവകരമായ മാറ്റങ്ങൾക്കുവേണ്ടി ദാഹിക്കുന്നവർ, ഇതിനു രണ്ടിനുമിടയിൽ നില്ക്കുന്നവർ എന്നീ മുഖ്യവിഭാഗങ്ങളും ഒട്ടേറെ ഉപവിഭാഗങ്ങളും രൂപം കൊള്ളുകയുണ്ടായി…" എന്ന് പറഞ്ഞ ഇ എം എസ് അവയുടെ വൈവിദ്ധ്യത്തെക്കുറിച്ചും ശ്രദ്ധേയമായ നിരീക്ഷണങ്ങൾ നടത്തി. മുന്നേറ്റങ്ങളുടെ നിഷേധാത്മകതയെക്കുറിച്ചും ഹൈന്ദവ പുനരുത്ഥാനവാദവുമായി ബൂർഷ്വാ പരിഷ്കരണങ്ങളുടെ പ്രവർത്തനം എങ്ങനെ ബന്ധപ്പെട്ടിരിക്കുന്നുവെന്നതിനെപ്പറ്റിയും പരിശോധിച്ചു.

ദേശീയ പ്രസ്ഥാനത്തെ വിലയിരുത്തുന്നതിൽ വന്നുപെട്ട സങ്കുചിത വീക്ഷണങ്ങളോടും ഇ എം എസിന്റെ കൃതി വിമർശനാത്മക രീതിയാണ് കൈക്കൊണ്ടത്. ഒന്നാം സ്വാതന്ത്ര്യസമരമെന്നും ശിപായി ലഹളയെന്നും പരിഗണിക്കപ്പെട്ടുപോന്ന 1857 ലെ കലാപത്തെ വിലയിരുത്തുന്നതിൽ അത് പ്രത്യക്ഷത്തിൽ പ്രകടമാവുകയും ചെയ്യുന്നു. സാമ്രാജ്യത്വ വീക്ഷണത്തിന്റെയും ദേശീയവാദ പ്രചാരണത്തിന്റെയും നിലയിലല്ല ഇ എം എസ് 1857 നെ നോക്കുന്നത്. 1857 ലെ ബ്രിട്ടീഷ് വിരുദ്ധ ചെറുത്തുനില്പും വിമോചന പ്രസ്ഥാനവും തമ്മിലുള്ള ഘടനാപരമായ അന്തരം ദേശീയവാദികൾ അവഗണിച്ചപ്പോൾ *ഇന്ത്യൻ സ്വാതന്ത്ര്യസമര ചരിത്രം* ആ വിച്ഛേദത്തെ ചരിത്രപരമായി നിർണ്ണയിച്ചു. സാമ്രാജ്യത്വ ചരിത്രകാരന്മാർ 1857 ൽ വടക്കേ ഇന്ത്യയിൽ വ്യാപകമായും അതിനു മുമ്പ് തെക്കേയിന്ത്യയിൽ അങ്ങിങ്ങായും നടന്ന ചെറുത്തുനില്പുകളെ അവഗണനയോടും അവജ്ഞയോടുമാണ് കണക്കാക്കിയത്. ദേശീയവാദി ചരിത്രകാരന്മാർ ഇവയ്ക്കെല്ലാം സ്വാതന്ത്ര്യസമരത്തിന്റെ തുക്കവും ഉജ്ജ്വലമായ മാതൃകയെന്ന പദവിയും നല്കി. 1857 ലെ ബ്രിട്ടീഷ് വിരുദ്ധ പോരാട്ടം ദേശീയ പ്രസ്ഥാനത്തിന്റെ ഒരു ഘട്ടം അവസാനിക്കുന്നതി

ന്റെ സൂചനയായിരുന്നുവെന്ന് പറഞ്ഞ ഇ എം എസ്, "....ബ്രിട്ടീഷ് ഭരണം സ്ഥാപിക്കുന്നതിനു മുമ്പ് നിലനിന്ന വർണ്ണ-ജാതി ബന്ധങ്ങളും അവയെ ആസ്പദമാക്കിയ ഗ്രാമീണ വ്യവസ്ഥിതിയുമെല്ലാം തകരാതെ പഴയ പടിയിൽ നിലനിർത്തുക എന്ന കാഴ്ചപ്പാടോടെ കർഷകജനസാമാന്യവും അവരെ ചൂഷണം ചെയ്ത് ജീവിച്ച നാടുവാഴി വിഭാഗങ്ങളും ചേർന്ന് നടത്തിയ ലഹളയുടെ ഏറ്റവും ഉയർന്ന രൂപമായിരുന്നു അത്..." എന്ന് കൂട്ടിച്ചേർക്കുകകൂടി ചെയ്യുമ്പോൾ രണ്ടു ഘട്ടങ്ങളാണ് അനാവൃതമാകുന്നത്. 1857ലെ സമരത്തിന്റെ നേതൃത്വത്തിലേക്ക് ബൂർഷ്വാസി ഉയർന്നത് രണ്ടാംഘട്ടത്തിലാണ്. ഒന്നാം ലോക യുദ്ധത്തോടെ, ബൂർഷ്വാസി അഭൂതപൂർവമായ വളർച്ച കാണിക്കാൻ തുടങ്ങി. യുദ്ധകാലത്തെ പ്രകടമായ പ്രവണത, ജനപിന്തുണയോടെ ബ്രിട്ടീഷ് ഭരണാധികാരികളുമായി വിലപേശി സമ്മർദം ചെലുത്താനുള്ള കഴിവ് ബൂർഷ്വാസി നേടിക്കഴിഞ്ഞതായിരുന്നുവെന്ന പരാമർശം ശ്രദ്ധേയമാണ്.

സ്വാതന്ത്ര്യസമര ചരിത്രത്തിൽ വിവിധ വർഗ്ഗങ്ങൾ വ്യത്യസ്ത ഘട്ടങ്ങളിലും തലങ്ങളിലും വഹിച്ച പങ്കെന്തെന്ന് ഇ എം എസ് കൃത്യമായി നിർവ്വചിച്ചു. ബ്രിട്ടീഷ് വിരുദ്ധ മുന്നേറ്റങ്ങൾക്ക് ഓരോ ഘട്ടത്തിലും നേതൃത്വം കൊടുത്ത വർഗ്ഗങ്ങൾ. ആ നേതൃതാല്പര്യങ്ങളും ബ്രിട്ടീഷ് അധീശത്വവും തമ്മിൽ നിലനിന്ന വൈപരീത്യത്തിന്റെ സ്വഭാവങ്ങൾ. നേതൃരൂപത്തിന്റെ ആഗ്രഹാഭിലാഷങ്ങൾക്കപ്പുറം സാമാന്യ ജനങ്ങളും ബ്രിട്ടീഷ് ഭരണകൂടവും തമ്മിലുണ്ടായ സംഘർഷത്തിന്റെ തലം. ബ്രിട്ടീഷ് ഭരണവുമായി ഇന്ത്യൻ പ്രസ്ഥാനത്തിന്റെ നേതൃത്വവും സാമാന്യ ജനങ്ങളും തമ്മിൽ വ്യത്യസ്ത രീതിയിലുള്ള പ്രതിപ്രവർത്തനം—നേതൃവർഗ്ഗ താല്പര്യങ്ങളും ബഹുജന താല്പര്യങ്ങളും ഭിന്നശക്തികൾ എന്ന നിലയിൽ എങ്ങനെ കെട്ടുപിണഞ്ഞിരുന്നുവെന്ന് ഇ എം എസ് വൈരുദ്ധ്യാത്മകമായി ചൂണ്ടിക്കാണിച്ചു.

ഫ്യൂഡൽ നേതൃത്വത്തിലെ ആദ്യകാല ചെറുത്തുനില്പുകളിൽനിന്ന് ബൂർഷ്വാ നേതൃത്വത്തെ വെല്ലുവിളിച്ച് തൊഴിലാളിവർഗ്ഗം സ്വതന്ത്രാസ്തിത്വം പ്രഖ്യാപിച്ച ഘട്ടവും അതിന്റെ പോരാട്ടങ്ങളും പരിശോധിച്ചു. ഈ മുന്നേറ്റങ്ങളെയും രൂപാന്തരങ്ങളെയും ചരിത്രപരമായി വിലയിരുത്തുന്ന ആദ്യത്തെ മാർക്സിസ്റ്റ് കൃതിയാണ് ഇ എം എസിന്റേത്. ബൂർഷ്വാ നേതൃത്വത്തിനകത്ത് ഗാന്ധി-നെഹ്റു പ്രതിബിംബങ്ങളുടെ സാമ്യവും അന്തരവും വിശദമാക്കുന്ന ഭാഗങ്ങളും പഠനാർഹമാണ്.

ഇന്ത്യൻ സ്വാതന്ത്ര്യസമര ചരിത്രത്തിൽ ഗാന്ധി-നെഹ്റു നേതൃത്വത്തിന്റെ ശക്തി- പരിമിതികൾ അനാവരണം ചെയ്യുന്നതോടൊപ്പം, രണ്ട് നേതൃരൂപങ്ങളെ ഇ എം എസ് വെവ്വേറെ പഠനവിധേയമാക്കിയിട്ടുണ്ട്. ബൂർഷ്വാ പ്രസ്ഥാനത്തെയും വ്യത്യസ്ത പ്രവണതകളുടെ പ്രതിനിധികളായ നേതൃരൂപങ്ങളെയും ശരിയാംവണ്ണം വിലയിരുത്തുന്നതിൽ ഈ പഠനങ്ങളെല്ലാം വൻ വിജയമാണ്.

ഇന്ത്യൻ സ്വാതന്ത്ര്യസമര ചരിത്രത്തിലൂടെ ഏതെങ്കിലും സിദ്ധാ

ന്തത്തെ സ്ഥാപിച്ചെടുക്കാൻ ഇ എം എസ് ശ്രമിച്ചില്ല. എന്നാൽ ശാസ്ത്രീയമായ വിപ്ലവ-ദേശീയ വിമോചന പരിപ്രേക്ഷ്യം ഈ കൃതിയിലുടനീളം വെളിച്ചം വിതറുന്നുണ്ട്. സാമ്രാജ്യവിരുദ്ധ സമരത്തെ തൊഴിലാളിവർഗ്ഗത്തിന്റെ കാഴ്ചപ്പാടിൽ പരിശോധിക്കുകയും അതിനനുസൃതമായി വ്യതിയാനങ്ങളില്ലാത്ത സാമ്രാജ്യവിരുദ്ധ പരിപാടിക്ക് വേണ്ടിയുള്ള കാഴ്ചപ്പാട് ഉയർത്തിപ്പിടിക്കുകയുമായിരുന്നു.

ഇ എം എസ്, എം ബസവപുന്നയ്യ, മൗസെ ദോങ്

12

ലോക കമ്യൂണിസ്റ്റ് പ്രസ്ഥാനത്തിൽ

അടിയുറച്ച തൊഴിലാളിവർഗ്ഗക്കൂറും വർഗ്ഗബോധവും എന്നും ഇ എം എസ് ചിന്തയുടെ അടിസ്ഥാനമായിരുന്നു. പാർട്ടിയുടെയും നേതാക്കളുടെയും ഇടപെടലുകളിൽ ഇത്തരം വീക്ഷണം ദുർബ്ബലമായപ്പോഴെല്ലാം അദ്ദേഹം പോരാളിയെപ്പോലെ പ്രതികരിച്ചു. ലോക മാർക്സിസ്റ്റ് ചർച്ചകളിൽക്കൂടി ഈ കാഴ്ചപ്പാട് ശക്തമായി അവതരിപ്പിക്കാൻ കഴിഞ്ഞുവെന്നത് വളരെപ്പേരൊന്നും മനസ്സിലാക്കിയിട്ടില്ല.

മാർക്സിനെയും എംഗൽസിനെയും ലെനിനെയും മറ്റും ഓർമ്മിപ്പിക്കുംവിധം സൈദ്ധാന്തിക സംഭാവനകൾ ഇ എം എസിൽനിന്നുണ്ടായിട്ടില്ലെന്ന് ചിലർ പരിഭവിക്കുകയുണ്ടായി. ഗ്രാംഷിയെപ്പോലുള്ള നിയോ-മാർക്സിസ്റ്റ് ചിന്തകരുടെ നിലവാരത്തിൽ അദ്ദേഹം ഉയർന്നില്ലെന്ന് ശകാരിക്കുന്നവരുമുണ്ട്. ബൂർഷ്വാ ജനാധിപത്യ രാജ്യത്ത് കമ്യൂണിസ്റ്റ് പാർട്ടി പ്രവർത്തനത്തിന് സമർത്ഥമായ രൂപരേഖ അവതരിപ്പിച്ചുവെന്നതാണ് പ്രധാന സംഭാവന. അത്തരമൊരിടത്ത് കമ്യൂണിസ്റ്റ് പാർട്ടികൾ പാർലമെന്ററി പ്രവർത്തനത്തെ നോക്കിക്കാണേണ്ട മാതൃകകൂടി 1957 ൽ മുന്നോട്ടുവെച്ചു. ബൂർഷ്വാ ജനാധിപത്യ സ്ഥാപനങ്ങളിലേക്കുള്ള തിരഞ്ഞെടുപ്പുകളിൽ പങ്കെടുക്കുകയും അവസരം കിട്ടിയാൽ ഗവൺമെന്റ് രൂപീകരിക്കുകപോലും ചെയ്യുകയെന്നത് മാർക്സിസത്തിനെതിരല്ലെന്നതിന്റെ കൂടി പ്രായോഗിക പ്രഖ്യാപനമായി അത്.

യൂറോപ്യൻ രാജ്യങ്ങളിൽ നടന്ന തിരഞ്ഞെടുപ്പുകളെയും അതിൽ തൊഴിലാളി വർഗ്ഗ പാർട്ടികൾ കൊയ്ത വിജയത്തെയും മാർക്സും എംഗൽസും ശ്രദ്ധാപൂർവ്വം നിരീക്ഷിച്ചുകൊണ്ടിരുന്നു. ഇറ്റലിയിലെ സോഷ്യലിസ്റ്റ് പാർട്ടിക്ക് എംഗൽസ് എഴുതിയ കത്ത്, ജനാധിപത്യ വിപ്ലവത്തിൽ പങ്കാളികളായ മറ്റ് പാർട്ടികൾ തിരഞ്ഞെടുപ്പ് വിജയം നേടി

മന്ത്രിസഭ രൂപീകരിക്കുകയാണെങ്കിൽ അതിൽ സോഷ്യലിസ്റ്റുകാർകൂടി ചേരുന്ന പ്രശ്നം പ്രാധാന്യത്തോടെ പരാമർശിക്കുന്നുണ്ട്. വർഗ്ഗസമരത്തിന്റെ ഇതര മേഖലകളും അതിന്റെ മറ്റൊരു രൂപമായ പാർലമെന്ററി പ്രവർത്തനങ്ങളും വൈരുദ്ധ്യമില്ലാതെ സമന്വയിപ്പിക്കുകയെന്നതിലാണ് ഇത്തരം അനുഭവപശ്ചാത്തലമുള്ള കമ്യൂണിസ്റ്റ് പാർട്ടികളുടെ മികവ്. ഇതിൽ കേരളത്തിലെ പാർട്ടി നേടിയ വിജയത്തിൽ ഇ എം എസിന്റെ സ്ഥാനം മാതൃകയാണ്.

പുരോഗമന നിയമനിർമ്മാണത്തിലൂടെ ചരിത്രത്തിൽ വിസ്മയമായ 1957ലെ ഗവൺമെന്റ് അതിന്റെ പതനത്തിനുശേഷവും ചർച്ചാവിഷയമായി. ആ നിയമനിർമ്മാണങ്ങളോടൊപ്പം പാർലമെന്ററി ജനാധിപത്യ വ്യവസ്ഥയ്ക്ക് കീഴ്പെട്ട് പ്രവർത്തിക്കുന്ന രാഷ്ട്രീയ പ്രസ്ഥാനങ്ങളുടെ കൂട്ടത്തിൽ പാർട്ടിക്കും സ്ഥാനം നേടിക്കൊടുത്തതിനാലും പാർലമെന്ററി ജനാധിപത്യ വ്യവസ്ഥക്ക് അപരിചിതമായ പുതിയ ആശയ സംഘട്ടനങ്ങൾക്ക് തിരികൊളുത്തിയെന്നതിനാലുമാണിത്. ബൂർഷ്വാ രാഷ്ട്രീയത്തിന്റെ പരിമിത വൃത്തങ്ങൾ ഭേദിച്ച് പുതിയ രാഷ്ട്രീയ വ്യവഹാര മണ്ഡലം അതോടെ സജീവമായി. ഈ സൈദ്ധാന്തിക ചർച്ചകളിൽ ഇ എം എസിന്റെ സംഭാവന ലോക പ്രസ്ഥാനത്തിന് തന്നെ വഴികാട്ടിയായി.

ബൂർഷ്വാ സംവിധാനത്തിനകത്തെ ഈ ബദൽ പരിമിതമായ അതിന്റെ പരാജയത്തോടൊപ്പം അവികസിത രാജ്യങ്ങളിലെ കമ്യൂണിസ്റ്റ് പാർട്ടിയുടെ പാർലമെന്ററി പ്രവർത്തനത്തിന് അനുകരണീയ മാതൃകയുമാകുന്നു. ഇതിനെ സൈദ്ധാന്തികമായി സ്ഥാനപ്പെടുത്തി പ്രായോഗികമായി വികസിപ്പിച്ചതിൽ ഇ എം എസിന് തിളക്കമാർന്ന സ്ഥാനമാണ്.

സമാധാനപരമായ പരിവർത്തനം സംബന്ധിച്ച് സോവിയറ്റ് പാർട്ടി നേതൃത്വം ആവിഷ്കരിച്ച പുതിയ കാഴ്ചപ്പാട്, സ്വേച്ഛാധിപത്യ സിദ്ധാന്തത്തിന്റെ പ്രചാരകരെന്ന് വിമർശകർ വിശേഷിപ്പിക്കാറുള്ള കമ്യൂണിസ്റ്റുകാർക്ക് ഭരണംകൂടി കിട്ടിയാലുണ്ടാകുന്ന ആപത്തുകളെക്കുറിച്ചുള്ള മുന്നറിയിപ്പ്—ഇവ മുഴങ്ങിനിന്ന പശ്ചാത്തലത്തിലാണ് ബാലറ്റ് കടലാസിലൂടെ കേരളത്തിലെ കമ്യൂണിസ്റ്റ് പാർട്ടി അധികാരത്തിലെത്തിയത്. ഭരണസംവിധാനം, അതിന്റെ ഭാവി പുരോഗതി, പരിമിതികൾ എന്നിവ ഇ എം എസ് നിരവധി കമ്യൂണിസ്റ്റ് പാർട്ടികളുമായി ചർച്ച ചെയ്തിരുന്നു. അതിൽ പ്രധാനം സോവിയറ്റ് പാർട്ടിയുടെ ഇരുപത്തിയൊന്നാം കോൺഗ്രസിൽ പങ്കെടുക്കാൻ ചെന്നപ്പോഴായിരുന്നു. അന്ന് പൗരസ്ത്യ രാജ്യ വിദഗ്ദ്ധന്മാരുടെ ചർച്ചകൾക്കിടയിൽ അദ്ദേഹം പറഞ്ഞു: "ഇന്ത്യയിൽ നിലവിലുള്ള വർഗ്ഗ സാമൂഹ്യവ്യവസ്ഥയുടെ അടിതുരക്കാനുള്ള പ്രവർത്തനത്തിലേർപ്പെട്ട തൊഴിലാളി വർഗ്ഗ വിപ്ലവ പാർട്ടിയുടെ പ്രതിനിധിയാണ് ഞാൻ. എന്നാൽ ആ വർഗ്ഗ സാമൂഹ്യ വ്യവസ്ഥയുടെ ഉപകരണങ്ങളിലൊന്നായ കേരള ഗവൺമെന്റിന്റെ തലവനെന്ന നിലയ്ക്കാണ് പ്രവർത്തിക്കുന്നത്. ഇരട്ട സ്വഭാവമുള്ള ഈ പ്രവർത്തനം വലിയൊരു രാഷ്ട്രീയ ഞാണിന്മേൽ കളിയാണ്."

രക്തരഹിത പ്രതിവിപ്ലവത്തിന് തുണയായ ഗോർബച്ചേവിന്റെ ആശയങ്ങളെ ഇ എം എസ് ആദ്യം മുതൽ വിമർശിച്ചുവന്നുവെന്നത് ശ്രദ്ധേയമാണ്. സോവിയറ്റ് പാർട്ടി 27-ാം കോൺഗ്രസിലായിരുന്നു വർഗ്ഗ നിലപാടുകളിൽ വെള്ളം കലർത്തിയ സമീപന രേഖ അവതരിപ്പിച്ചത്. ആ സമ്മേളനത്തിൽ പങ്കെടുത്ത ഇ എം എസ് ചില പ്രധാന വിമർശനങ്ങളുയർത്തി. സോവിയറ്റ് പാർട്ടിയിലും ഗവൺമെന്റിനകത്തും രൂപപ്പെട്ട സങ്കീർണ്ണതകൾ ശരിയാംവണ്ണം കാണാനായില്ലെന്നതായിരുന്നു ഗോർബച്ചേവിയൻ ചിന്തയുടെ പ്രധാന പരിമിതി. വിപ്ലവ ചരിത്രത്തെയും തൊഴിലാളി വർഗ്ഗധാരണകളെയും വെല്ലുവിളിച്ച ആ തിരിച്ചുപോക്കിനെതിരെ ഇ എം എസ് ശക്തമായി പ്രതികരിച്ചു.

സോഷ്യലിസ്റ്റ് പ്രതിസന്ധിയുടെ കാരണങ്ങൾ വിലയിരുത്തിയതിൽ അദ്ദേഹത്തിന്റെ സംഭാവന ഏറെ പ്രശ്സ്തമാണ്. തൊഴിലാളി വർഗ്ഗ സർവ്വാധിപത്യം പാർട്ടി മേധാവിത്തമായും പാർട്ടിയുടെ മേൽക്കെ ചില നേതാക്കളുടെ പ്രമാണിത്തമായും ചുരുങ്ങുകയാണെന്ന് ചൂണ്ടിക്കാണിച്ചു.

സോഷ്യലിസ്റ്റ് ജനാധിപത്യത്തെയും സോഷ്യലിസ്റ്റ് കമ്പോള സംവിധാനത്തെയും മുൻനിർത്തി ലോക മാർക്സിസ്റ്റ് ചിന്തകർക്കിടയിൽ നടന്ന ചർച്ചകളിൽ ഇ എം എസ് തനതായ സംഭാവന നല്കി. ഈ യർത്ഥത്തിൽ മാർക്സും എംഗൽസും പുലർത്തിയ വൈരുദ്ധ്യാത്മക രൂപീകരണത്തിന്റെ സാദ്ധ്യതകൾ വിപുലമാക്കുകയായിരുന്നു. ഇ എം എസിന്റെ താത്ത്വിക സംഭാവനകളിൽ പ്രധാനപ്പെട്ടത് വൈരുദ്ധ്യാത്മക ആവിഷ്കാര രീതിയാണ്. സോഷ്യലിസ്റ്റ് പ്രതിസന്ധിയുടെ കാരണങ്ങൾ അവലോകനം ചെയ്യുന്നതിലാണ് ഈ ധാരണ ഏറെ മുഴങ്ങിയത്.

മാർക്സിസത്തിന്റെ വിശദീകരണത്തിലും പ്രയോഗത്തിലും വന്നുപെട്ട വലതു-ഇടതു പാളിച്ചകൾക്കെതിരെ ഒരേ സമയം പോരാടാനായി എന്നതും ഇ എം എസിന്റെ പ്രത്യേകത. വൈരുദ്ധ്യാത്മക രൂപീകരണത്തിലൂന്നിയ സോഷ്യലിസ്റ്റ് അവബോധമായിരുന്നു ആ ചിന്തയുടെ മറ്റൊരു സവിശേഷത. ഏതെങ്കിലും പുതിയ കാര്യങ്ങൾ അവതരിപ്പിച്ചു എന്നതിനേക്കാൾ ശ്രദ്ധേയം നിലനിന്ന ചിന്തകൾക്ക് പുതിയ ഊന്നലുകൾ രൂപപ്പെടുത്തി എന്നതാണ്. സാമ്രാജ്യത്വ കാലഘട്ടത്തിന്റെ മാർക്സിസം എന്നാണ് ലെനിനിസത്തെ സ്റ്റാലിൻ വിശേഷിപ്പിച്ചത്. നിയോ കൊളോണിയൽ കാലഘട്ടത്തിലെ മാർക്സിസത്തിന് ഇ എം എസിന്റെ സംഭാവനകൾ ചരിത്രപരമായിരുന്നു.

ലോക കമ്യൂണിസ്റ്റ് പ്രസ്ഥാനത്തിലും സമാന്തര ചിന്തകളിലും ഉടലെടുത്ത പരിഷ്കരണവാദ മുദ്രാവാക്യങ്ങൾക്കെതിരെയും ഇ എം എസ് വിശ്രമമില്ലാതെ പൊരുതി. യുവാക്കളെയും വിദ്യാർത്ഥികളെയും വിപ്ലവ ശക്തിയായി പ്രതിഷ്ഠിച്ച 'പുത്തൻ ഇടതുപക്ഷ' പരിപ്രേക്ഷ്യത്തിനെതിരെ ഏറ്റവും സമർത്ഥമായി പ്രതികരിച്ച ലോക നേതാക്കളിലൊരാൾ അദ്ദേഹമാണ്. അതുപോലെ തൊഴിലാളിവർഗ്ഗ പ്രസ്ഥാനങ്ങളിൽ കടന്നുകൂടിയ സാമ്പത്തികമാത്രവാദത്തെയും തുറന്നുകാട്ടി.

ഇന്ത്യക്ക് വെളിയിൽ ഏറ്റവും പ്രശസ്തനായ ഇന്ത്യൻ കമ്യൂണിസ്റ്റ് നേതാവ് ഇ എം എസായിരുന്നു. ലോക കമ്യൂണിസ്റ്റ് പ്രസ്ഥാനത്തിലെ ഒട്ടുമിക്ക തലമുതിർന്ന നേതാക്കളുമായും അദ്ദേഹം ഇടപഴകിയിട്ടുണ്ട്. അവരുമായുള്ള കൂടിക്കാഴ്ചയുടെ ഊഷ്മളമായ അനുഭവങ്ങൾ നിരവധി. ആ നേതാക്കളുടെ വ്യക്തിസവിശേഷതകളും അവരുമായി നടത്തിയ ആശയവിനിമയങ്ങളുമടങ്ങിയ പരമ്പര ഇ എം എസ് എഴുതിയിട്ടുണ്ട്. വിദേശ രാജ്യങ്ങളിൽനിന്ന് ഇന്ത്യയിലേക്ക് വരുന്ന കമ്യൂണിസ്റ്റ് പ്രതിനിധികളും ചരിത്ര വിദ്യാർത്ഥികളും പത്രപ്രവർത്തകരുമെല്ലാം ഒരുപോലെ കേട്ട ഇന്ത്യൻ കമ്യൂണിസ്റ്റ് പാർട്ടി നേതാവ് ഇ എം എസായിരിക്കും.

1956 സെപ്തംബറിൽ കമ്യൂണിസ്റ്റ് പാർട്ടി എട്ടാം കോൺഗ്രസിൽ പങ്കെടുക്കാൻ നടത്തിയ ചൈനീസ് സന്ദർശനമായിരുന്നു ആദ്യ വിദേശയാത്ര. പി സുന്ദരയ്യയും പി സി ജോഷിയുമുൾപ്പെട്ട സംഘത്തിന്റെ നേതാവ് അദ്ദേഹം. പല ലോക കമ്യൂണിസ്റ്റ് നേതാക്കളുമായി ആദ്യമായി ഇടപഴകിയത് ആ സമ്മേളനത്തിൽ.

സോവിയറ്റ് നേതാവ് നികിതാ ക്രൂഷ്ചേവ്, ജി ഡി ആർ നേതാവ് വാൾട്ടർ ഉൾബ്രിറ്റ്, ബ്രിട്ടീഷ് കമ്യൂണിസ്റ്റ് നേതാവ് ഹാരി പോളിറ്റ് തുടങ്ങിയവർ അന്ന് ചൈനയിലുണ്ടായി. 1956 ലെ ഇ എം എസിന്റെ ചൈനാ സന്ദർശനം അവിഭക്ത ഇന്ത്യൻ കമ്യൂണിസ്റ്റ് പാർട്ടിയെ പ്രതിനിധീകരിച്ചായിരുന്നെങ്കിൽ 1983 ൽ ഹർകിഷൻസിങ് സുർജിത്, എം ബസവപുന്നയ്യ എന്നിവരുമൊത്ത് സി പി ഐ (എം)നെ പ്രതിനിധീകരിച്ചായിരുന്നു. ചൈനീസ് പാർട്ടിയുമായുള്ള 16 വർഷത്തെ ശിഥിലമായ ബന്ധത്തിനുശേഷം വീണ്ടും ബീജിങ്ങിൽ.

ആദ്യ ചൈനാ സന്ദർശന വേളയിൽ മൗസെ ദോങ്ങിനെപ്പോലെ പ്രശസ്തരായ ചൂട്ടേയും ലൂഷാവ്കിയും സ്വീകരിക്കാനെത്തിയത് ഇ എം എസിനെ ഏറെ സ്പർശിച്ചു. സ്റ്റാലിന്റെ വ്യക്തിപ്രഭാവത്തെക്കുറിച്ച് നടന്ന വിവാദങ്ങളുടെ പശ്ചാത്തലത്തിലുള്ള കൂടിച്ചേരലായതിനാൽ ചൈനീസ് കോൺഗ്രസിലെ ലോക കമ്യൂണിസ്റ്റ് നേതാക്കളുടെ ആശയവിനിമയം ആ വിഷയത്തെ കേന്ദ്രീകരിച്ചു.

പേരുമാത്രം കേൾക്കുകയും അകലെനിന്ന് ബഹുമാനാദരങ്ങളോടെ അറിയുകയും ചെയ്ത പല നേതാക്കളുമായും ഇ എം എസ് ഇടപഴകുന്നത് അന്ന് ചൈനയിൽ വെച്ചാണ്. പാർട്ടി നേതൃത്വം അതിഥി സഖാക്കൾക്കൊരുക്കിയ കൂടിച്ചേരൽ ചടങ്ങിനുശേഷം വിദേശ പ്രതിനിധികൾ പരസ്പരം ആശയവിനിമയം നടത്തി. ഇന്ത്യൻ സംഘവും മറ്റ് പ്രതിനിധികളും ഉഭയകക്ഷി സംഭാഷണത്തിലേർപ്പെട്ടു. ഇതിൽ പോളിഷ്, വിയറ്റ്നാമീസ്, അൾജീരിയൻ പ്രതിനിധികളുമായി നടത്തിയ ചർച്ചകൾ ഇ എം എസ് പ്രത്യേകം സ്മരിക്കാറുണ്ടായിരുന്നു.

ചൈനീസ് പാർട്ടി കോൺഗ്രസിൽ മൗസെ ദോങ് സഹോദര പാർട്ടികൾക്ക് ഹ്രസ്വമായ സ്വാഗതമാണാശംസിച്ചത്. ലൂഷാവ്കി കേന്ദ്രകമ്മിറ്റി റിപ്പോർട്ട് അവതരിപ്പിച്ചു. സംഘടനയെയും പാർട്ടി ഭരണഘടനയെയും

സംബന്ധിച്ച റിപ്പോർട്ടാകട്ടെ ദെങ് സിയാവോപിങ്ങും. 'മഹത്തായ കുതിച്ചുചാട്ടവും' 'സാംസ്കാരിക വിപ്ലവവും' വിതച്ച അഭിപ്രായവ്യത്യാസത്തിന്റെ അലകൾ പിന്നീടാണ് ഇ എം എസിന് ബോദ്ധ്യമായത്.

പാർട്ടി കോൺഗ്രസിൽ പങ്കെടുക്കുകയെന്നതുകൂടാതെ മറ്റൊരു ദൗത്യം കൂടി അദ്ദേഹത്തെ അന്നത്തെ ഇന്ത്യൻ പാർട്ടി ജനറൽ സെക്രട്ടറി അജയ്ഘോഷ് ഏല്പിച്ചിരുന്നു. ഏതാനും ആഴ്ചകൾക്കുള്ളിൽ ചൂ എൻ ലായി ഇന്ത്യ സന്ദർശിക്കാനിരിക്കുകയായിരുന്നു. അത് കുറച്ച് നാളത്തേക്ക് മാറ്റിവെക്കണമെന്ന അഭ്യർത്ഥന അടങ്ങിയതായിരുന്നു അജയഘോഷ് കൊടുത്തയച്ച സന്ദേശം. ഇന്ത്യയിൽ പൊതുതിരഞ്ഞെടുപ്പ് നടക്കാൻ പോകുന്ന പശ്ചാത്തലത്തിലായിരുന്നു നിർദ്ദിഷ്ട സന്ദർശനം. ആന്ധ്രാ തെരഞ്ഞെടുപ്പിന് മുമ്പ് സോവിയറ്റ് നേതാക്കളായ ക്രൂഷ്ചേവും ബുൾഗാനിനും ഇന്ത്യ സന്ദർശിച്ചപ്പോൾ നടത്തിയ പ്രസംഗങ്ങൾ കോൺഗ്രസ് ഭരണവർഗ്ഗം കമ്യൂണിസ്റ്റ് പാർട്ടിക്കെതിരെ ഉപയോഗിച്ചിരുന്നു. ചൂവിന്റെ പ്രസംഗങ്ങളും ഇങ്ങനെയായേക്കാമെന്ന ഭയംമൂലമാണ് അജയ്ഘോഷ് അദ്ദേഹത്തെ കാണാനേല്പിച്ചത്. അന്നത്തെ നല്കിയ സന്ദേശത്തോട് നിഷേധാത്മക സമീപനമായിരുന്നു ചൂ എൻ ലായിക്ക്. മുതലാളിത്ത രാജ്യങ്ങളിലെ ഭരണവർഗ്ഗത്തെ വിലയിരുത്തുന്നതിൽ സോവിയറ്റ്-ചൈനീസ് പാർട്ടികൾ അനുവർത്തിച്ച രീതി, സോഷ്യലിസ്റ്റ് രാജ്യങ്ങളോട് അതാതിടത്തെ ഭരണകൂടങ്ങൾ സ്വീകരിക്കുന്ന നയസമീപനങ്ങൾ മാത്രം കണക്കിലെടുത്താണ്. ഈ വിശകലനം പലപ്പോഴും കാലിടറി വീണിട്ടുമുണ്ട്. അതിനാലാണ് ഇക്കാര്യത്തിൽ ഇന്ത്യൻ പാർട്ടിക്കുള്ള അഭിപ്രായ വ്യത്യാസം ഇ എം എസ് പല വേദികളിലും വ്യക്തമാക്കിയത്.

ലൂഷാവ്കി ചൈനീസ് പാർട്ടിയിലെ ഉൾപ്പാർട്ടി സമരങ്ങളുടെ ഉപസംഹാരമെന്ന നിലയിൽ എഴുതിയവ ഇ എം എസിനെ നന്നായി ആകർഷിച്ചു. *എങ്ങനെ നല്ല കമ്യൂണിസ്റ്റാകാം* എന്ന കൃതി പ്രത്യേകിച്ച്. അതിനാൽ ലൂവുമായി ഉൾപ്പാർട്ടി സമരത്തിന്റെ പ്രശ്നങ്ങളെക്കുറിച്ച് ചർച്ച നടത്താൻ ആഗ്രഹിച്ചു. ഇടത്-വലത് പാളിച്ചകൾക്കെതിരായ പല പ്രധാന ആശയപരികല്പനകളും ഉരുത്തിരിയാൻ കൂടിക്കാഴ്ച ഉപയോഗപ്രദമായി. വിദേശ പ്രതിനിധികൾക്കായി അന്ന് കാർഷിക വിപ്ലവം, ചൈനയിലെ പാർട്ടി സംഘടന- ഈ രണ്ട് വിഷയങ്ങളെക്കുറിച്ചും ചർച്ച ഒരുക്കി.

ചു എൻ ലായി, പാമിദത്ത്, ഹോ ചി മിൻ, സുസ്ലോവ്, ലൂഷാവ്കി, മൗ സെ ദോങ്, ചെഷസ്ക്യൂ, ഹൊണേക്കർ, കിം ഉൽ സുങ്, ദെങ് സിയാവൊ പിങ്, സ്പാനിഷ് വിമോചന നായികയും ലാ പാഷനാര എന്ന പേരിൽ ലോകമെമ്പാടും അറിയപ്പെട്ടിരുന്നവരുമായ ഡൊളോറസ് ഇബറൂറി, അമേരിക്കൻ കമ്യൂണിസ്റ്റ് പാർട്ടി സെക്രട്ടറി ഗസ്ഹാൾ തുടങ്ങിയ ലോക നേതാക്കളുമായുള്ള ഇടപഴകലിന്റെ ഓർമ്മകൾ ഇ എം എസ് പലപ്പോഴും അയവിറക്കുമായിരുന്നു. ബർലിനിലും മോസ്കോവിലും ചേർന്ന ലോക കമ്യൂണിസ്റ്റ് സമ്മേളനങ്ങളിൽ ഫിദൽ കാസ്ട്രോയുമായും ബന്ധപ്പെട്ടിട്ടുണ്ട്.

വിദേശ കമ്യൂണിസ്റ്റ് നേതാക്കളുടെ വേദന തളം കെട്ടിയ സ്മരണകളും ഇ എം എസിലുണ്ട്. അഞ്ച് ലക്ഷം കമ്യൂണിസ്റ്റുകാരെ അവസാനിപ്പിച്ച ജനറൽ സുഹാർത്തോയുടെ കുപ്രസിദ്ധമായ വേട്ട. അക്കാലത്ത് കൊലചെയ്യപ്പെട്ട ഇന്തോനേഷ്യൻ നേതാവ് ഡി എൻ ഐദി ത്തിന്റെ സ്മരണയാണതിലൊന്ന്. പാർട്ടി മുഖപത്രത്തിന്റെ പത്രാധി പരായ സുലൈമാനെയടക്കം പല പ്രമുഖരെയും വധിച്ചിരുന്നു. ഐദി ത്തിന്റെ പ്രസംഗങ്ങളുടെയും ലേഖനങ്ങളുടെയും സമാഹാരമായ *ഇന്തോ നേഷ്യൻ റവല്യൂഷൻ* എന്ന പുസ്തകം അദ്ദേഹത്തിൻെറ കൈയൊ പ്പോടെ ഇ എം എസിന് നല്കിയിരുന്നു. അതിപ്പോൾ എ കെ ജി സെന്റർ ലൈബ്രറിയിലുണ്ട്.

കമ്യൂണിസ്റ്റ് പാർട്ടിയുടെ 21-ാം കോൺഗ്രസിൽ പങ്കെടുക്കാൻ 1956 ൽ നടത്തിയ സോവിയറ്റ് സന്ദർശനമാണ് ഇ എം എസിന്റെ രണ്ടാമത്തെ വിദേശയാത്ര. അദ്ദേഹത്തെ കൂടാതെ പ്രതിനിധി സംഘത്തിൽ അജയ് ഘോഷും എം ആർ വെങ്കിട്ടരാമനും. 1960 സെപ്തംബറിൽ കാർഷിക പ്രശ്നത്തെപ്പറ്റി കിഴക്കൻ യൂറോപ്പിലെ ഒരു സമ്മേളനത്തിൽ പ്രസംഗി ക്കാനെത്തിയ ഇ എം എസ് ജർമ്മൻ ജനാധിപത്യ റിപ്പബ്ലിക്കിന്റെ പ്രസി ഡന്റും കമ്യൂണിസ്റ്റ് ഇന്റർനാഷണലിന്റെ ആദ്യപഥികരിലൊരാളുമായ വില്യം പീക്കിന്റെ മരണവാർത്തയറിഞ്ഞ് ശവസംസ്കാരത്തിൽ പങ്കെടു ക്കാൻ ബർലിനിൽ എത്തിയതാണ് ആദ്യ ജർമ്മൻ സന്ദർശനം. ആ വേളയിൽ വാൾട്ടർ ഉൾബ്രിറ്റ്, ഹെർമാൻ മാറ്റേൺ, ആൽബർട്ട് നോസൺ എന്നിവരുമായി ചർച്ച നടത്തുകയുംചെയ്തു. പശ്ചിമ ജർമ്മനിയുമായി അകൽച്ചയുടേതായിരുന്നു അക്കാലത്ത് നെഹ്റുവിന്റെ സമീപനം. ജി ഡി ആർ സന്ദർശനത്തിനുശേഷം ഇ എം എസ് നെഹ്റുവിന്റെ ഈ നയത്തെ രൂക്ഷമായി വിമർശിച്ച് ലേഖനമെഴുതി.

1960 ഡിസംബറിൽ മോസ്കോവിൽ ചേർന്ന 81 കമ്യൂണിസ്റ്റ് പാർട്ടി കളുടെ സമ്മേളനത്തിനും ഇ എം എസ് ഇന്ത്യൻ പാർട്ടിയെ പ്രതിനിധീ കരിച്ചു. അജയ്ഘോഷ്, പി രാമമൂർത്തി, എം ബസവപുന്നയ്യ, എസ് എ ഡാങ്കെ എന്നിവരും സംഘത്തിലുണ്ടായി. 1956 ൽ ചൈനീസ് പാർട്ടി എട്ടാം കോൺഗ്രസിൽ പങ്കെടുക്കാൻ നടത്തിയ ആദ്യ വിദേശ സന്ദർ ശനം സോഷ്യലിസ്റ്റ് ലോകത്തേക്കുള്ള ജാലകം തുറന്നു കിട്ടിയ അനുഭവം മാത്രമായിരുന്നില്ല ഇ എം എസിന്, ലോക കമ്യൂണിസ്റ്റ് പ്രസ്ഥാനത്തി നകത്തെ പ്രവണതകളുമായി ജൈവബന്ധം പുലർത്താനും വിവാദങ്ങളു ടെയും വാഗ്വാദങ്ങളുടെയും ഉറവിടം കാണാൻ അദ്ദേഹത്തിനായി. ചൈനീ സ് ഉൾപ്പാർട്ടി സമര പരമ്പരകൾ ശരിയാംവണ്ണം ഗ്രഹിക്കാനും അതൊ രവസരമാവുകയായിരുന്നു. ചൈനീസ് പാർട്ടി അതിന്റെ ഇടത്-വലത് വ്യതിയാനങ്ങളോട് വിട പറഞ്ഞത്, രാഷ്ട്രീയ നയത്തിലും സംഘടനയി ലും വരുത്തിയ തിരുത്തലുകൾ ഉൾപ്പാർട്ടി സമരങ്ങളുടെ പിൻബലത്തി ലായിരുന്നെന്ന് ബോദ്ധ്യമായി. ലൂഷാവ്കിയുമായി നടത്തിയ ആശയവി നിമയങ്ങൾ ഇരു വ്യതിയാനങ്ങൾക്കുമെതിരായ ജാഗ്രതയുടെ ആദ്യ പാ

ഠങ്ങൾ നല്കി. ലൂവിന്റെ വാക്കുകളുടെ കേന്ദ്രബിന്ദു ഇ എം എസ് സൂചിപ്പിച്ചു. "...ശരിയായ രീതിയിലുള്ള ഉൾപാർട്ടി സമരം നടക്കണമെങ്കിൽ രാജ്യത്ത് നിലനില്ക്കുന്ന മൂർത്തമായ സ്ഥിതിവിശേഷം വിലയിരുത്തുകയും അതിന്റെ അടിസ്ഥാനത്തിൽ അനുയോജ്യമായ അടവും തന്ത്രവും ആവിഷ്കരിക്കുകയും വേണമെന്ന് അദ്ദേഹം നിർദ്ദേശിച്ചു..."

ഇന്ത്യൻ പാർട്ടി പരിപാടി ചർച്ച ചെയ്യാൻ 1950 അവസാനം മോസ്കോ സന്ദർശിച്ച പ്രതിനിധി സംഘത്തോട് സ്റ്റാലിൻ പറഞ്ഞത് മൂർത്തമായ സാഹചര്യങ്ങളെക്കുറിച്ചുള്ള മൂർത്തമായ പഠനം തന്നെയാണ്. 1951 ലെ നയപ്രഖ്യാപന രേഖയുടെ പ്രാധാന്യം ഇവിടെയാണ്. സോവിയറ്റ്-ചൈനീസ് പാർട്ടികളുടെ പാതയാണോ ഇന്ത്യൻ വഴിയെന്ന ചോദ്യത്തിന് നയപ്രഖ്യാപന രേഖ യഥാർത്ഥമായ ഇന്ത്യൻ വിപ്ലവ തന്ത്രത്തിൽ അടിവരയിടുന്നതായി.

1956 ലെ എട്ടാം ചൈനീസ് കോൺഗ്രസ് പോലെ പ്രധാനമാണ് 1959 ലെ സോവിയറ്റ് പാർട്ടി ഇരുപത്തിയൊന്നാം കോൺഗ്രസ്. സാർവ്വദേശീയ പ്രസ്ഥാനം ചെന്നകപ്പെട്ട ഗുരുതരമായ പ്രതിസന്ധിയുടെ ലക്ഷണങ്ങൾ അക്കാലത്തുതന്നെ പ്രകടമായിരുന്നു. 81 കമ്യൂണിസ്റ്റ് പാർട്ടികളുടെ മോസ്കോ സമ്മേളനത്തിൽ സോവിയറ്റ് പാർട്ടി, കമ്യൂണിസ്റ്റ് പാർട്ടികളുടെ പൊതുലക്ഷ്യത്തിൽ വെള്ളം ചേർക്കുന്ന പ്രതീതിയുണ്ടാക്കിയത്. ജനകീയ ജനാധിപത്യ വിപ്ലവമെന്ന നില വിട്ട് ദേശീയ ജനാധിപത്യ വിപ്ലവവും മുതലാളിത്തേതര മാർഗ്ഗവും എന്ന കാഴ്ചപ്പാടാണ് സോവിയറ്റ് പാർട്ടി കരട് രേഖയിൽ ഊന്നിയത്. വിമോചിത രാജ്യങ്ങളിലെ ബൂർഷ്വാ ദേശീയ നേതൃത്വത്തിന്റെ സാമ്രാജ്യത്വ വിരുദ്ധ സമീപനങ്ങളോട് പുലർത്തിയ അതിരുകവിഞ്ഞ വ്യാമോഹത്തിൽനിന്നുയർന്ന കാഴ്ചപ്പാടാണ് അതിന് നിദാനം. സോവിയറ്റ് പാർട്ടി 20-ാം കോൺഗ്രസിനെത്തുടർന്ന് നടന്ന സ്റ്റാലിൻ വിരുദ്ധ കുരിശുയുദ്ധത്തിന്റെയും ക്രൂഷ്ചേവ് റിവിഷനിസത്തിന്റെയും ചൈനീസ്- സോവിയറ്റ് പാർട്ടികൾ തമ്മിലുണ്ടായ അഭിപ്രായഭേദത്തിന്റെയും പശ്ചാത്തലമാണ് ഇത്തരം നിഗമനങ്ങളിലേക്ക് നയിച്ചത്.

താൻ പങ്കെടുത്ത ഒട്ടുമിക്ക സാർവ്വദേശീയ സമ്മേളനങ്ങളിലും ഇ എം എസ് സംസാരിച്ചിട്ടുണ്ട്. 1956 ലെ ചൈനീസ് പാർട്ടി എട്ടാം കോൺഗ്രസിൽ പി സി ജോഷിയുടെ നിർദ്ദേശപ്രകാരം ഹിന്ദിയിലാണ് പ്രസംഗിച്ചത്. അത് അന്ന് *പീപ്പിൾസ് ഡെയ്ലി*യിൽ പ്രസിദ്ധീകരിച്ചു. ലോക കമ്യൂണിസ്റ്റ് പ്രസ്ഥാനത്തിന്റെ വിവിധ താത്ത്വിക പ്രസിദ്ധീകരണങ്ങളിൽ ഇ എം എസ് പലപ്പോഴായി ലേഖനമെഴുതിയിട്ടുണ്ട്. കമ്യൂണിസ്റ്റ് ഇൻഫർമേഷൻ ബ്യൂറോയുടെ മുഖപത്രമായ *ഫോർലാസ്റ്റിങ് പീസ് ഫോർ പീപ്പിൾസ് ഡെമോക്രസി* വാരികയിൽ പല തവണ. വിമോചന സമരത്തിനുശേഷം 1959 ൽ 'ജനങ്ങളുടെ താല്പര്യത്തിനായി പ്രവർത്തിച്ച 28 മാസങ്ങൾ' എന്ന ലേഖനം ജർമ്മൻ പത്രമായ *നോയസ് ഡോച്ച്ലാന്റ്* പരിഭാഷപ്പെടുത്തുകയുണ്ടായി. *പ്രാവ്ദ*യാണ് അദ്ദേഹത്തിന്റെ ലേഖനം വന്ന

ആദ്യ വിദേശ പത്രം.

ബർലിനിലെ വിശ്വപ്രസിദ്ധമായ ഹം ബോൾഡ് സർവ്വകലാശാലയിൽ വിശ്വചിന്തകരുടെ റോസ്റ്ററിൽ ഇ എം എസും ഉൾപ്പെടുന്നു. വിവിധ കമ്യൂണിസ്റ്റ് രാജ്യങ്ങളിലെ ഇൻസ്റ്റിറ്റ്യൂട്ട് ഓഫ് മാർക്സിസം- ലെനിനിസം ഗവേഷണ സ്ഥാപനങ്ങളിൽ അദ്ദേഹത്തിന്റെ ഇംഗ്ലീഷ് പുസ്തകങ്ങൾ സൂക്ഷിച്ചിട്ടുണ്ട്. ഇ എം എസിന്റെ പല പ്രമുഖ കൃതികളും വിദേശഭാഷകളിലും പുറത്തിറങ്ങി. ഇന്ത്യൻ സമ്പദ് വ്യവസ്ഥയെയും ഗാന്ധിസത്തെയും കുറിച്ചുള്ള പഠനങ്ങൾ ജപ്പാനീസ്, ചൈനീസ് ഭാഷകളിൽ പ്രസിദ്ധീകൃതമായത് പ്രസിദ്ധം. 1956 ൽ ലോക മാർക്സിസ്റ്റ് റിവ്യൂ ബുക്കാറസ്റ്റിൽ സംഘടിപ്പിച്ച സെമിനാറിൽ പങ്കെടുക്കാനെത്തിയ ഇ എം എസിനെ ചെക്ക് പത്രമായ റൂദപ്രാവോ, റുമേനിയർ പത്രമായ *സിന്തിയ*, ജർമ്മൻ പത്രമായ *ബർലിന സൈത്തോങ്* എന്നിവയുടെ പ്രതിനിധികൾ ഇന്റർവ്യൂ ചെയ്തിരുന്നു. *ബർലിൻ ഡയറി, റഷ്യ, ചൈന സന്ദർശനങ്ങൾ, യൂറോപ്യൻ ഡയറി*- തുടങ്ങിയ ഇ എം എസിന്റെ യാത്രാവിവരണങ്ങളും ശ്രദ്ധേയങ്ങളാണ്.

13

വിരമിക്കാത്ത വിപ്ലവകാരി

ലാളിത്യവും നന്മയും സത്യവുമില്ലെങ്കിൽ മഹത്ത്വമില്ലെന്നാണ് ലിയോ ടോൾസ്റ്റോയി പറഞ്ഞത്. ഇതിന്റെ അത്ഭുതാവഹമായ ഉദാഹരണങ്ങളിലൊന്നായിരുന്നു ഇ എം എസ്. കരയില്ലാത്ത ഒറ്റമുണ്ടും മുറിക്കയ്യൻ ഷർട്ടും ധരിക്കുന്നതിൽ മാത്രം ഒതുങ്ങിയില്ല അത്. ജീവിതത്തിന്റെ സമസ്ത മണ്ഡലങ്ങളിലും എളിമയുടെ ആൾരൂപമായിരുന്നു അദ്ദേഹം. എഴുത്തിലും പ്രസംഗങ്ങളിലും സഹമനുഷ്യരുമായുള്ള ഇടപഴകലുകളിലും ലാളിത്യം സ്വാഭാവികമായി കാത്തുസൂക്ഷിച്ച ഇ എം എസ് എന്നാൽ ബൂർഷ്വാ നേതൃസങ്കല്പങ്ങൾക്ക് കനത്ത വിയോജനക്കുറിപ്പെഴുതി. വ്യക്തിജീവിതത്തിലെ എളിമ നിലപാടുകളിൽ അനുരഞ്ജനങ്ങളായി മാറുന്ന അപകടത്തെ അദ്ദേഹം എക്കാലവും ചെറുത്തു. സഹോദരീ സഹോദരന്മാരേ.... എന്നുതുടങ്ങുന്ന പ്രസംഗം അരനൂറ്റാണ്ടിലധികം രാജ്യത്തിന്റെ, പ്രത്യേകിച്ച് കേരളത്തിന്റെ മുക്കിലും മൂലയിലും പ്രതിധ്വനിച്ചു. ആ അഭിസംബോധനയിലും ജനങ്ങളുമായുള്ള അടുപ്പത്തിന്റെ എത്രയോ വികാരങ്ങൾ നിറഞ്ഞു. സാധാരണ തൊഴിലാളികൾമുതൽ എതിരാളികളായ രാഷ്ട്രീയനേതാക്കൾതൊട്ട് സാംസ്കാരിക പ്രതിഭകൾ വരെ ആ വാക്കുകൾക്ക് കാതോർത്തു. പൊതുപ്രസംഗപര്യടനങ്ങളിലും തീവണ്ടികളിലും പാർട്ടി പരിപാടികളിലും അദ്ദേഹത്തിന് ചുറ്റും നൂറുകണക്കിനാളുകൾ തിങ്ങിക്കൂടിയത് മറക്കാനാവില്ല.

വിമർശകരുടെ വിതണ്ഡവാദങ്ങൾ അരിഞ്ഞുതള്ളുന്ന കാർക്കശ്യങ്ങൾക്കിടയിലും വ്യക്തിബന്ധത്തിൽ നിറഞ്ഞ അനുഭാവം പുലർത്തിയിരുന്നു ഇ എം എസ്. പൊൻകുന്നം വർക്കിയും മഹാകവി ജി ശങ്കരക്കുറുപ്പും വൈക്കം മുഹമ്മദ് ബഷീറും മറ്റും അതിന്റെ വികാര തീവ്രതകൾ പറയാൻ മടിച്ചിട്ടില്ല.

വ്യക്തികളെ ഞാൻ ബഹുമാനിക്കാറില്ല; അവർ എത്ര ഉന്നത പദവിയിൽ ഉള്ളവരായാലും. മറിച്ച് വികാസശീലമായ സ്വന്തം വ്യക്തിത്വം സമൂഹത്തിലേക്ക് വിളക്കുപോലെ തെളിച്ചടിച്ച് അവിടമാകെ വെളിച്ചംകൊണ്ട് നിറയ്ക്കുന്ന വിശിഷ്ടവ്യക്തി പ്രഭാവങ്ങളെ ബഹുമാനിക്കുന്നു. ഇ എം എസിനെക്കുറിച്ച് ചിന്തിക്കുമ്പോൾ, അദ്ദേഹം വഹിച്ചുപോന്ന പദവികളുടെ ഔന്നത്യം ഞാൻ കാണാറേയില്ല. അതേസമയം ആ മഹാപുരുഷനെ ആദരവോടെയല്ലാതെ നോക്കിനില്ക്കാൻ കഴിഞ്ഞിട്ടില്ല. എനിക്ക് ഇ എം എസിനോടുണ്ടായതിനേക്കാൾ കൂടുതൽ മമത അദ്ദേഹത്തിന് എന്നോടുണ്ടായിട്ടുണ്ട്. എന്ന് ഓർത്തെടുത്തിരുന്നു പൊൻകുന്നം വർക്കി.

മഹാകവി ജി അന്ത്യമാല്യം എഴുതി പ്രസിദ്ധീകരിച്ച കാലം. 'വിമോചന സമര'മെന്ന് വിളിക്കപ്പെട്ട അമ്പത്തൊമ്പതിലെ ആഭാസത്തിന്റെ രക്തസാക്ഷിയായിപ്പോയ ഫ്ളോറിയും അവളുടെ ഗർഭത്തിലെ ശിശുവുമായിരുന്നു അന്ത്യമാല്യത്തിനാധാരം. ആ കവിത കവിക്ക് പുതിയ പ്രശസ്തിയും പരിവേഷവും നല്കി. വർഷങ്ങൾ കടന്നുപോയി. രോഗബാധിതനായ ജിയെ സന്ദർശിക്കാൻ ഒരിക്കൽ ഇ എം എസ് എത്തി. കുശലാന്വേഷണങ്ങളും മറ്റും കഴിഞ്ഞപ്പോൾ കുറ്റബോധത്തോടെ മഹാകവി പറഞ്ഞു: വിമോചന സമരത്തിന്റെ പിന്നിലെ കറുത്ത കൈകളും കരുനീക്കങ്ങളും ഞാൻ പിന്നീടേ അറിഞ്ഞുള്ളൂ. അന്ത്യമാല്യം എഴുതിയതിൽ പശ്ചാത്താപമുണ്ട്. ജിക്ക് ഇ എം എസ് കൊടുത്ത മറുപടി, മാഷ് വിഷമിക്കാനൊന്നുമില്ല. അക്കാലത്തെ പ്രമുഖ മാധ്യമങ്ങളും മറ്റു പ്രചാരണകേന്ദ്രങ്ങളും ഒത്തുചേർന്ന് കെട്ടിച്ചമച്ച കമ്യൂണിസ്റ്റ് വിരുദ്ധാശയങ്ങളുടെ പശ്ചാത്തലത്തിൽ സത്യമെന്ന് കരുതി എഴുതിയതല്ലേ ആ കവിത. അതിലെ പുകപിടിച്ച സത്യം ആവേശത്തോടെ വായിച്ചാസ്വദിച്ച അനേകം പേരും നാട്ടിലുണ്ടായിരുന്നു. അതിൽ തെറ്റ് ആരുടേതാണ്. മാഷ്ടെ അല്ല; തീർച്ച. തന്റെ വിശ്വാസപ്രമാണങ്ങൾക്കുവേണ്ടി താൻ എതിർക്കുന്ന ശക്തികളെ അടിച്ചുതാഴ്ത്താൻ ആ പോരാട്ടത്തിൽ എന്തു ക്ലേശവും സഹിക്കുന്നതിന് ആരോടും പരാതിയില്ലാതെ, ആരെയും പ്രീണിപ്പിക്കാനല്ലാതെ യാതനാവേതനമാശിച്ചല്ലാതെ ധീരമായി മുന്നോട്ടു പോകണമെന്ന പാഠം ഇ എം എസ് തന്നെ പഠിപ്പിച്ചുവെന്നും അദ്ദേഹം അക്കാര്യത്തിൽ തന്റെ ഗുരുവാണ് എന്നുമാണ് പൊൻകുന്നം വർക്കി പറഞ്ഞതും. ചുരുക്കത്തിൽ നിലപാടുകൾ ഉയർത്തിപ്പിടിക്കുകയെന്നതിനെ ഒരു സമരമുഖമായിട്ടാണ് ഇ എം എസ് കണ്ടതെന്നർഥം. ജനങ്ങൾ ഇരമ്പിയ തെരുവുകളായിരുന്നു എന്നും അദ്ദേഹത്തിനുചുറ്റും.

സ്വകാര്യ സ്വത്തിൽനിന്ന് എക്കാലവും അകലം പുലർത്തിയ ഇ എം എസ് സ്വന്തം ഇല്ലത്തുനിന്നുള്ള പണം മുടക്കിയാണ് 1935 ജനുവരി ഒമ്പതിന് ഷൊർണ്ണൂരിൽനിന്നും *പ്രഭാതം* വാരിക തുടങ്ങിയത്. കോൺഗ്രസിലെ ഇടത് - വലത് തർക്കത്തിൽ അതൊരു ദിശാസൂചികയായി.

അഭിപ്രായ വ്യത്യാസത്തെ തുടർന്ന് ഇ എം എസ് കെ പി സി സി സെക്രട്ടറി സ്ഥാനം ഒഴിയുകയുംചെയ്തു. 1935 ഏപ്രിലിൽ കോഴിക്കോട് ചേർന്ന കോൺഗ്രസ് സമ്മേളനത്തിലാണ് ഒത്തുതീർപ്പ് എന്ന നിലയിലെ സ്ഥാനമൊഴിയൽ. ഇടതുപക്ഷത്തിന്റെ ശക്തനായ വക്താവായി മുന്നേറിയ അദ്ദേഹം കോൺഗ്രസ് സോഷ്യലിസ്റ്റ് പാർട്ടി ബോംബെ സമ്മേളനത്തിൽ ദേശീയ ജോയിന്റ് സെക്രട്ടറിയായി. അതിന്റെ മീററ്റ് സമ്മേളനത്തോടെ കമ്യൂണിസ്റ്റ് പാർട്ടി അംഗവും.

1937 ആദ്യം മദിരാശി നിയമസഭയിലേക്ക് നടന്ന തിരഞ്ഞെടുപ്പിൽ മലബാർ പ്രദേശത്തുനിന്ന് മത്സരിക്കാൻ ഇ എം എസിന്റെ പേര് നിർദ്ദേശിക്കപ്പെട്ടു. ഭ്രഷ്ടനാണെന്ന കാരണം പറഞ്ഞ് കോൺഗ്രസ് നേതൃത്വം അതിന് സമ്മതിച്ചില്ല. 1937 അവസാനം ഇ എം എസ് വീണ്ടും കെ പി സി സി അംഗമായി. തൊട്ടുപിന്നാലെ നടന്ന മദിരാശി നിയമസഭാ തിരഞ്ഞെടുപ്പിൽ അറിയപ്പെടുന്ന ഒരു ഇടതുപക്ഷക്കാരനെയും കോൺഗ്രസ് നേതൃത്വം സ്ഥാനാർത്ഥിയാക്കിയില്ല. എന്നിട്ടും ഇ എം എസും മറ്റും പ്രചാരണരംഗത്തിറങ്ങി ഇടതുപക്ഷാശയങ്ങൾ മുന്നോട്ടുവച്ചു. നേതൃത്വത്തിലെ വലതുപക്ഷം, കിട്ടിയ അധികാരത്തിൽ കടിച്ചുതൂങ്ങിയപ്പോൾ അദ്ദേഹവും സഹപ്രവർത്തകരും ബഹുജന സംഘടനകൾ കെട്ടിപ്പടുക്കുകയായിരുന്നു. തിരുവിതാംകൂറിലെ ഉത്തരവാദ ഭരണത്തിനുവേണ്ടിയുള്ള പ്രക്ഷോഭത്തെ സഹായിക്കാൻ കമ്യൂണിസ്റ്റ് നേതൃത്വം മുന്നോട്ടുവന്നു. ഇതിനായി എറണാകുളത്ത് സ്ഥാപിച്ച കേന്ദ്രവുമായി ഇ എം എസ് നിരന്തരം ബന്ധപ്പെട്ടു. മലബാറിൽനിന്ന് എ കെ ജിയുടെ നേതൃത്വത്തിൽ പുറപ്പെട്ട തിരുവിതാംകൂർ ജാഥയുടെ വിജയമുറപ്പിക്കാൻ അദ്ദേഹം രഹസ്യമായി കൊച്ചിയിൽ പ്രവർത്തനങ്ങൾ നീക്കി.

ഇ എം എസിന്റെ പാർലമെന്ററി പ്രവർത്തനത്തിന്റെ ആരംഭം 1939 ലാണ്. മന്ത്രി കോങ്ങാട്ടിൽ രാമൻ മേനോൻ നിര്യാതനായ ഒഴിവിലേക്ക് നടന്ന തെരഞ്ഞെടുപ്പിൽ ഇടതുപക്ഷ മുൻതൂക്കമുണ്ടായിരുന്ന കെ പി സി സി അദ്ദേഹത്തെ സ്ഥാനാർത്ഥിയാക്കി. ഫെബ്രുവരിയിലെ തിരഞ്ഞെടുപ്പിൽ എതിരില്ലാതെ ജയിച്ചു. അക്കാലത്താണ് കുടിയാന്മാ അന്വേഷണകമ്മിറ്റിയിൽ അംഗമായതും.

സംസ്ഥാന രൂപീകരണശേഷമുള്ള ആദ്യ തിരഞ്ഞെടുപ്പുമുതൽ ഇ എം എസ് നിയമസഭാംഗമായി. രണ്ടുതവണവീതം മുഖ്യമന്ത്രിയും പ്രതിപക്ഷനേതാവുമായിരുന്നു. 1957 ലെ ആദ്യ തിരഞ്ഞെടുപ്പിൽ നീലേശ്വരം മണ്ഡലത്തെയാണ് പ്രതിനിധീകരിച്ചത്. ഏപ്രിൽ അഞ്ചിന് സംസ്ഥാനത്തെ ആദ്യ മുഖ്യമന്ത്രിയായി. കുപ്രസിദ്ധമായ 'വിമോചനസമര'ത്തിനൊടുവിൽ 1959 ൽ സർക്കാറിനെ കേന്ദ്രം പിരിച്ചുവിട്ടു. 1960, 1965, 1967 വർഷങ്ങളിൽ പട്ടാമ്പിയിൽനിന്ന് നിയമസഭാംഗമായി. 70 ൽ ജയിച്ചതാകട്ടെ മലമ്പുഴയിൽനിന്ന്. 67 മാർച്ച് ആറിനാണ് അദ്ദേഹത്തിന്റെ നേതൃത്വത്തിൽ രണ്ടാമത് മന്ത്രിസഭ സ്ഥാനമേറ്റത്. 69 ഒക്ടോബർ 24 ന് രാജി നല്കി. 1970 മുതൽ ഏഴ് വർഷം പ്രതിപക്ഷ നേതാവ്.

1941ൽ കമ്യൂണിസ്റ്റ് പാർട്ടി കേന്ദ്രകമ്മിറ്റിയംഗമായ ഇ എം എസ് 1950 ൽ പൊളിറ്റ്ബ്യൂറോവിലെത്തി. അന്ത്യംവരെ സ്ഥാനത്ത് തുടർന്നു. 1953 ജൂണിൽ ആക്ടിങ് ജനറൽ സെക്രട്ടറിയായി. അജയ്ഘോഷിന്റെ മരണത്തെ തുടർന്നായിരുന്നു അത്. 1962 ൽ അവിഭക്ത പാർട്ടിയുടെ ജനറൽ സെക്രട്ടറിയായി തെരഞ്ഞെടുക്കപ്പെട്ടു. അടിയന്തരാവസ്ഥ മുതൽ 17 വർഷം സി പി ഐ എം ജനറൽ സെക്രട്ടറിയുമായി. അടിയന്തിര വിശ്രമം വേണമെന്ന ഡോക്ടർമാരുടെ നിർദ്ദേശം പാലിച്ച് 1991 ജൂൺ 26 ന് ദില്ലിവിട്ട് കേരളത്തിലേക്ക് മടങ്ങി. 1992 ജനുവരിയിൽ നടന്ന മദിരാശി കോൺഗ്രസിൽ ജനറൽ സെക്രട്ടറി സ്ഥാനം ഒഴിഞ്ഞുവെങ്കിലും പാർട്ടി നേതാക്കളുടെ നിർബ്ബന്ധത്തിനുവഴങ്ങി പി ബിയിൽ തുടർന്നു.

വിപ്ലവകാരികൾക്ക് വിരമിക്കാനാവില്ലെന്ന ലെനിന്റെ വാക്കുകൾ അക്ഷരാർത്ഥത്തിൽ അന്വർത്ഥമാക്കുകയായിരുന്നു ഇ എം എസ്. അവശമായ വാർദ്ധക്യത്തിലും പൊതുസമൂഹത്തിനും പാർട്ടിക്കും ദിശാബോധം നല്കുന്ന വിവിധ ഇടപെടലുകൾ അദ്ദേഹത്തിൽനിന്നുമുണ്ടായി. വായനയും എഴുത്തും ഊർജ്ജസ്വലമാക്കി നിരന്തരം കർമ്മനിരതനാവുകയായിരുന്നു അദ്ദേഹം.

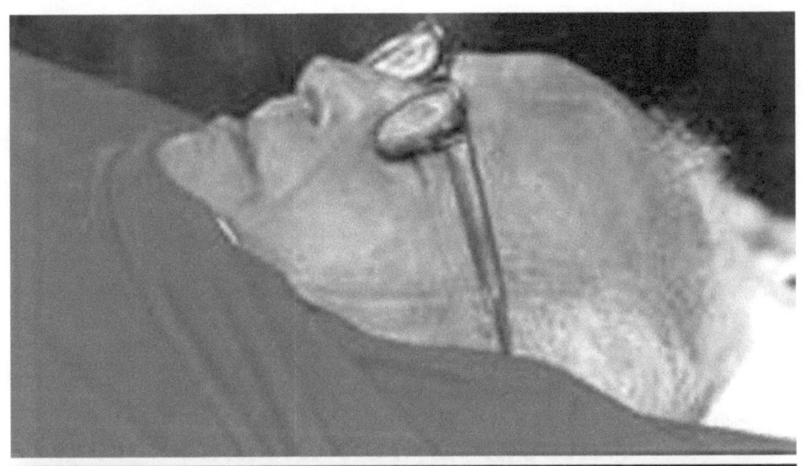

പ്രധാന നാൾവഴികൾ

ജനനം:	1909 ജൂൺ 13
സ്കൂൾ പഠനം:	1925 ജൂൺ 18
കോളേജ്:	1928 ജൂൺ
കെ പി സി സി സെക്രട്ടറി:	1934
കമ്യൂണിസ്റ്റ് പാർട്ടി കേരളഘടകം:	1937
വിവാഹം:	1937 ഒക്ടോബർ
മദിരാശി നിയമസഭയിൽ:	1939 ഫെബ്രുവരി
ഒളിവുജീവിതം:	1940, 1948, 1952
ജയിൽവാസം:	1932 (ഇരുപത് മാസം)
	1947 (ആറുമാസം)
	1964 (മൂന്നുമാസം)
കേരള നിയമസഭയിൽ:	1957 (നീലേശ്വരം മണ്ഡലം)
	1960, 65, 67 (പട്ടാമ്പി)
	1970 (മലമ്പുഴ)
മുഖ്യമന്ത്രി:	1957 ഏപ്രിൽ അഞ്ച്
	1967 മാർച്ച് ആറ്
പാർട്ടി കേന്ദ്രകമ്മിറ്റിയിൽ:	1941 മുതൽ
പൊളിറ്റ്ബ്യൂറോ:	1950 മുതൽ
ജനറൽ സെക്രട്ടറി:	1953 ജൂൺ (ആക്ടിങ്)
	1962 പൂർണ്ണസമയം
സി പി ഐ എം ജനറൽ സെക്രട്ടറി:	1975 മുതൽ 1992 വരെ
മരണം:	1999 മാർച്ച് 19

പ്രധാന പുസ്തകങ്ങൾ

- ഒന്നേകാൽക്കോടി മലയാളികൾ
- കേരളം മലയാളികളുടെ മാതൃഭൂമി
- കേരളചരിത്രവും സംസ്കാരവും മാർക്സിസ്റ്റ് വീക്ഷണത്തിൽ
- ഇന്ത്യൻ സ്വാതന്ത്ര്യസമരചരിത്രം
- മാർക്സിസവും മലയാളസാഹിത്യവും
- ആത്മകഥ
- മാർക്സ്-എംഗൽസ്-ലെനിൻ വിചാരപ്രബന്ധം ഒരു മുഖവുര
- മാർക്സിസം ലെനിനിസം ഒരു പാഠപുസ്തകം
- മാർക്സിസത്തിന്റെ ബാലപാഠം
- മൂലധനം: ഒരു മുഖവുര

ഇംഗ്ലീഷ് കൃതികൾ

- A Short history of the peasant movement in Kerala
- Kerala yesterday today and tomorrow
- Kerala society and politics: A historical survey
- Mahatma and his ism
- How I became a communist
- India under congress rule
- Indian planning in crisis
- Economics and politics of socialist pattern in India

Printed by Libri Plureos GmbH in Hamburg,
Germany